ĐẠI ĐẠO TAM KỲ PHỔ ĐỘ
大道三期普度
Tòa Thánh Tây Ninh

TRIẾT LÝ CAO ĐÀI

A bilingual Vietnamese-English Edition

THE PHILOSOPHY OF CAODAISM

Lạp Chúc Nguyễn Huy

NHÂN ẢNH 2023

TRIẾT LÝ CAO ĐÀI
THE PHILOSOPHY OF CAODAISM

Biên khảo: Lạp Chúc Nguyễn Huy
Bìa: Uyên Nguyên Trần Triết
Dàn trang: Công Nguyễn
NHÂN ẢNH xuất bản 2023
ISBN: 978-1-0881-9101-9
Copyright@LapChucNguyenHuy

MỤC LỤC

Chương 1: Đường lối nghiên cứu   7
    1. Mục đích nghiên cứu…   9
    2. Phương pháp khảo cứu…   13
    3. Đường lối cuốn sách…   16

Phần 1. Triết lý vũ trụ quan   19
Trang Một: Cõi Trời   20

Chương 2: Hình thành vũ trụ   21
    1. Thời khởi nguyên…   22
    2. Thời chuyển động…   23

Chương 3: Quang cảnh vũ trụ   29
    1. Cõi vô hình thiêng liêng…   29
    2. Thế giới hữu hình…   33
    3. Ba cõi sáng tối của khí…   36
    4. Ba Giới…   37
    5. Bảy cõi, bảy thể…

Phần 2. Triết lý nhân sanh quan   43
Trang Hai: Căn nguyên   46

Chương 4: Nguồn gốc con người   47
    1. Chơn Linh…   48
    2. Cấu tạo Chơn Thần…   51
    3. Phàm thể…   55

Chương 5: Tiến hóa   59
    1. Tiến hóa của Hóa Nhân…   59
    2. Tiến hóa của Nguyên Nhân…   62
    3. Xuống trần…   63

Trang Ba: Cõi trần   66

Chương 6: Tu Nhơn Đạo   67
    1. Tại sao phải tu bây giờ? …   68
    2. Hành Đạo nơi Cửu Trùng Đài…   69
    3. Hành Đạo nơi Cơ Quan Phước Thiện…   75
    4. Tu Thiên Đạo…   76

Chương 7: Tinh hóa Khí — 83
   1. Tinh, Chơn Khí, Chơn Thần… — 83
   2. Ăn chay… — 87
   3. Ăn mặn… — 90

Chương 8: Khí hiệp Thần — 93
   1. Về sự hòa hiệp chất khí… — 93
   2. Nguồn gốc thất tình lục dục… — 95
   3. Xác phàm và lục dục… — 100
   4. Chơn Thần và thất tình… — 103
   5. Tâm tánh… — 107
   6. Lời khuyên giáo lý… — 110

Chương 9: Chết — 115
   1. Chết của xác phàm… — 115
   2. Người chết thực… — 119
   3. Thăng, giáng… — 121

Trang Bốn: Con đường giải thoát — 126

Chương 10: Đường lên Trung Giới — 127
   1. Minh giải vài điều trong cõi vô hình… — 127
   2. Đoạn đường đến Tòa Phán Xét… — 130
   3. Hai ngả thăng thiên… — 131

Chương 11: Vượt Cửu Trùng Thiên — 135
   1. Phương pháp tìm hiểu và cảm nhận… — 137
   2. Hình ảnh các giai đoạn hiệp Tam Bửu… — 143

Chương 12: Lên đường giải thoát — 149
   1. Đoạn đường vào cõi Phật: Thần hườn Hư… — 150
   2. Đoạn đường Hư hườn Vô… — 152

Phụ lục 1: Về chữ «ngươn» và «chơn»… — 157
Phụ lục 2: Về chữ «Hòa»… — 163
Phụ lục 3: Về chữ ô trược… — 173
Phụ lục 4: Tu chơn… — 179

Danh từ Đạo — 184
Thư mục — 192

Chữ viết tắt:
TNHT: Thánh Ngôn Hiệp Tuyển, Tòa Thánh Tây Ninh xb, 1972
NT: như trên

CHƯƠNG 1
Đường Lối Nghiên Cứu

Ai cũng biết và cũng hiểu rằng qua cơ bút, các điều mạc khải của Đức Chí Tôn và các Đấng Thiêng Liêng được ghi lại dưới hình thức Thánh Ngôn đã tạo lập nên tôn giáo Cao Đài. Các điều «*Mạc khải* 幕 啟[1]» (the revelation) của Thượng Đế và các Đấng Thiêng Liêng có nghĩa là từ cõi vô hình, Ông Trời mở tấm màn (mạc) ra cho biết (khải) những điều thiêng liêng mầu nhiệm huyền bí trong sự tĩnh lặng mà lý trí con người không thể giải thích được. **Chính các điều mạc khải của Đấng Thiêng Liêng đã tạo dựng nên cơ cấu của tôn giáo Cao Đài rồi từ tôn giáo Cao Đài mà phát sinh ra tư tưởng triết lý Cao Đài.**

Các điều mạc khải được ghi trong các cuốn Thánh Ngôn Hiệp Tuyển. Người nghiên cứu chỉ cần hệ thống hóa các điều mạc khải của Thượng Đế về nguồn gốc vũ trụ và con người là nhìn thấy rõ tiến trình hình thành triết lý vũ trụ quan, nhơn sanh quan Cao Đài được diễn tiến như sau:

---

[1] Mạc 幕 là tấm màn che, khải 啟 là mở ra (revelation). Mạc khải không đồng nghĩa với Mặc khải (Mặc 默: Lặng lẽ, không nói; Khải: 啟 mở ra, bày tỏ (to reveal something silently).

Mạc khải của Thượng Đế

Ghi thành Thánh Ngôn

Hình thành tôn giáo Cao Đài

Hệ thống Thánh Ngôn

<u>Hình thành hệ thống tư tưởng
Triết lý vũ trụ quan và nhơn sanh quan</u>

Nghiên cứu so sánh đối chiếu

Nhận diện bản sắc văn hóa Cao Đài

Nghiên cứu triết lý[2] Cao Đài nghĩa là nghiên cứu:
- **Nguyên lý của vũ trụ** (vũ trụ quan) **và con người** (nhơn sanh quan).
- **Thể pháp và bí pháp.**

Thể pháp tức luật hữu vi định tướng, định hình trên trần thế mà ta nhìn thấy được; thể pháp của Đạo nhằm phổ độ giải khổ cho chúng sanh.

Bí pháp là pháp thuật huyền bí trong cõi vô hình là cơ quan giải thoát chúng sanh.

Tìm hiểu cả thể pháp lẫn bí pháp là điều kiện nghiên cứu <u>đầu tiên để</u> minh giải tư tưởng vũ trụ quan và nhân sanh

---

[2]Chữ Triết 哲 gồm bộ Thủ 才 hợp với chữ Cân 斤 và bên dưới có chữ Khẩu 口. Thủ là nắm giữ, Cân là cân đoxem xét, Khẩu là cái miệng để nói. Hội ý 3 phần lại thì chữ Triết có ý nói về sự xem xét phân tích để tìm hiểu, tức là cách vật trí tri, nghĩa là phân tích sự vật để tìm hiểu đến cái lẽ tận cùng của nó. Lý 理: cái lẽ của sự vật. Trong cuốn sách này, triết lý là nghiên cứu để hiểu biết cái lẽ sâu xa tận cùng của vũ trụ và của đời người (nguồn gốc, đời sống trần thế và sau khi chết)

quan của Đạo. Công việc nghiên cứu triết lý của Đạo được thực hiện theo mẫu các dự án nghiên cứu nhân chủng học ở đại học, do đó đường lối nghiên cứu gồm 3 phần:

- Mục đích nghiên cứu: Trình bày Triết lý Cao Đài của Đạo Cao Đài,
- Phương pháp khảo cứu: áp dụng phương pháp tìm hiểu và nhìn được cõi vô hình,
- Minh thị đường lối cuốn sách.

1. Mục Đích Nghiên Cứu

Nội dung cuốn sách này nhằm hai mục đích là: Minh giải triết lý của Đạo và bổ túc vào các công trình nghiên cứu căn bản của Đạo.

Mục đích 1. Minh giải triết lý của Đạo

Từ ngàn xưa, tôn giáo cũng như triết gia đều băn khoăn suy nghĩ về cái sống và cái chết của con người. Còn mỗi người trong chúng ta đều có chung một mơ ước gặp một người từ cõi vô hình đến bổ khuyết những trang giấy triết lý viết còn dang dở hoặc bỏ trống bởi triết gia và tôn giáo.

Trang thứ nhất: **Cõi Trời.** Ai trong chúng ta mà chẳng mơ ước có một người ở ngay tại cõi vô hình viết và giải thích cõi đó;

Trang thứ hai: **Căn Nguyên.** Thắc mắc của con người về nguồn gốc mình khi quan sát thể xác vật chất hữu hình, nên mới hỏi: Nhân sanh hà tại? Tại sao tôi sanh ra ở trên đời, vì nguyên nhân nào?

Trang thứ ba: **Cõi Trần.** Con người suy nghĩ về đời sống nơi trần thế mà tự hỏi: Tại thế hà như? Sanh ra để làm gì với đời sống trần thế này? Sanh hà ký? Sống gởi đâu?

Trang thứ tư: *Con Đường Giải Thoát.* Con người cô đơn đối diện với cái chết mà bơ vơ lo lắng: Hậu thế hà như? Sau khi hồn lìa khỏi xác thì sẽ ra sao? Cứu cánh cuối cùng của con người là gì? Tử hà qui? Chết về đâu?

Trong bốn trang giấy, chỉ có trang ba về đời sống trần thế được viết đầy tràn bởi các triết nhân và tôn giáo trên khắp thế giới với nhiều quan điểm khác nhau. Trang hai về nguồn gốc con người được viết theo sự nhận xét vật chất hữu hình của khoa học và phái duy vật chủ nghĩa. Cả hai trang tuy đầy chữ nhưng viết còn dang dở vì chỉ biết đến cái gì vật chất hữu hình lại thiếu phần vô hình tức cái gì hiện hữu trước khi có cơ thể hữu hình.

Riêng trang đầu và cuối hầu như còn bỏ trống vì được viết bởi người trần thế nhân danh Thượng Đế mà viết. Vì vậy mà nhiều người ước mơ có một người sống tại chỗ tức tại cõi vô hình bổ khuyết những chỗ bỏ trống trên bốn trang giấy. Và ước mơ đó thực sự đã đến với tôi khi nghiên cứu Đạo Cao Đài vì tôi đã tìm thấy người bổ khuyết các trang giấy triết lý đó không ai xa lạ, chính là Đức Chí Tôn và các Đấng Thiêng Liêng đang hằng sống trong cõi vô hình đã dùng huyền diệu cơ bút mô tả và giải thích những cái gì mà ta đang mơ ước. Từ cõi vô hình, các Ngài đã đem đến cho nhân loại «*Chơn lý khải định*»[3] nhằm giúp nhân loại cảm thông được với cõi vô hình mà suy nghĩ về Chơn Lý của Đạo Cao Đài. Diễn giải Thánh Ngôn và lời thuyết pháp để bổ túc bốn trang triết lý của nhân loại là mục đích nghiên cứu chính yếu của soạn giả.

---

[3] Chơn 眞: thật ; lý 理: lẽ phải; Khải 啟: mở ra; Định 定: sắp đặt. Chơn lý được Thượng Đế mở ra và sắp đặt

Mục đích 2. Bổ túc thiếu sót công trình nghiên cứu căn bản của Đạo và sửa sai những «khảo cứu» có tính cách chính trị.

Về thiếu sót công trình khảo cứu

Tác giả Đồng Tân[4] kể lại rằng:

- Tại hội sở Hội Văn Hóa Cao Đài, ngày 29-11-1970, GS Jeremy Davidson, thuộc viện đại học Luân Đôn phát biểu: *«Còn Hội Thánh không bao giờ nói tới triết học ngoài những nghi lễ rườm rà, giáo điều chủ quan»*. Và ông đã hỏi các vị Chức Sắc hiện diện: *«Có thể nào định nghĩa Đạo Cao Đài như là một triết học tôn giáo không?»* (Can one define caodaism as a religion's philosophy).

⦿ Ngày 30-3-1971, tại hội sở Hội Văn Hóa Cao Đài, mục sư Victor L. Oliver phát biểu: *Khi tìm hiểu bề sâu thì hình như Đạo Cao Đài không có căn bản giáo lý rõ rệt.*

⦿ **Năm 1970, GS R.B.Smith viết:** «*Chính tín hữu Cao Đài chịu trách nhiệm về sự kém hiểu biết về Đạo Cao Đài của người Tây phương*» (To some extent western ignorance about caodaism is the responsibility of the caodaists themselves[5]).

⦿ Hầu hết các công trình nghiên cứu của người ngoại quốc[6] đều kế thừa những công trình đã công bố để trình bày lịch sử khai Đạo, tổ chức cơ quan, giáo lý, biến cố nội bộ, chi phái… chứ không lý giải bản chất của Đạo.

⦿ Đến năm 2010, Huỳnh Ngọc Thu[7], viết ở trang 37 trong luận án tiến sĩ trình tại Việt Nam: «*Nội dung của những công trình* (đã được tuyên bố) *này đề cập đến nhiều vấn đề lịch sử, tư tưởng chính trị, văn hóa… Nhưng, nghiên cứu về đời sống tôn giáo của tín đồ Cao Đài,*

---

[4] Đồng Tân, Tìm hiểu triết lý Cao Đài, Cao Hiên xb, Sài Gòn, 1974, tr.12, 18
[5] R.B.Smith, An introduction to Caodaism, Bulletin of the school of Oriental and African studies, University of London, vol. XXXII, part 2, 1970
[6] Blagov, Sergei, Caodaism, Vietnamese traditionalism and its leap into modernity, Nova, New York, 2001
Oliver, Victor L., Caodai spiritism, Caodai overseas missionary, Washington D.C, 2004
Smith R.B. An introduction to caodaism, Caodai overseas missionary, Washington D.C, 2004
Werner, J. S. Peasant politics anh religious sectarianism: peasant and priest in the cao dai in viet Nam, Caodai overseas missionary, Washington D.C, 2004
[7] Huỳnh Ngọc Thu, Đời sống tôn giáo của tín đồ Cao Đài trong bối cảnh văn hóa Nam Bộ, 348 tr. 2010(Luận án tiến sĩ sử, môn nhân chủng,),hiện nay là giáo sư tiến sĩ ĐH Khoa Học Xã Hội và Nhân VănTPHCM

đặc biệt là giải mã những chức năng của nghi lễ, tổ chức, hội đoàn tôn giáo... liên quan đến đời sống tín đồ thì đến nay vẫn chưa có công trình nào thực hiện».

Về những «*khảo cứu*» có tính cách chính trị vì cơm áo

Trong nước hiện nay, độc giả có hiểu biết về Cao Đài chỉ cần đọc các luận án tiến sĩ[8] của Nguyễn Thanh Xuân, Huỳnh Ngọc Thu, Huỳnh Thị Phương Trang đều nhận thấy ngay sự thiếu lương thiện trí thức (Honnêteté intellectuelle) vì viết luận án tuân theo đường lối chỉ đạo của nhà Nước.

Ai cũng biết Đạo Cao Đài là do chính Thượng Đế dùng cơ bút sáng lập nên, vậy mà một giáo sư tiến sĩ Huỳnh Ngọc Thu thuộc ĐH Khoa Học Xã Hội Nhân Văn TPHCM, vì miếng cơm manh áo mà bẻ cong ngòi bút viết ngay trong luậnán tiến sĩ ở trang 217 là «<u>**Đạo Cao Đài hình thành bởi tầng lớp trí thức tây học**</u> trên nền tảng Nho học, được sự ủng hộ của một bộ phận điền chủ giàu có ở Nam bộ, hơn ai hết, các tầng lớp này muốnxác lập một tôn giáo tập hợp đông đủ các sắc thái đời sống tinh thần đa dạng, đa văn hóa của cư dân Nam Bộ» **và trong trang 220** «Đạo Cao Đài là <u>**tôn giáo bản địa do người Việt ở Nam Bộ sáng tạo**</u> nên từ nền tảng của các tôn giáo đã có trước đó tại Nam Bộ[9]».

Bẻ cong ngòi bút vì miếng cơm manh áo là hiện tượng thường gặp ở các tác giả cộng sản, thí dụ như giải thích tại sao Đạo Cao Đài phát triển nhanh chóng thì viết:

● **Nguyễn Thanh Xuân giải thích** «*Bị áp bức bóc lột, bị đói khổ, bần cùng, lại bị thất bại bế tắc trong cuộc đấu tranh chống Pháp, một bộ phận nhân dân Nam Bộ đã đi tìm đến với tôn giáo, tìm đến với Đạo Cao Đài*»[10].

---

[8] - Nguyễn Thanh Xuân, Đạo Cao Đài, hai khía cạnh lịch sử và tôn giáo, NXB Tôn Giáo, Hà Nội, 2013, (Nguyễn Thanh Xuân là phó trưởng ban Tôn Giáo Chính Phủ, trực tiếp quản lý Đạo Cao Đài)
- Huỳnh Thị Phương Trang, *Đạo Cao Đài hiện nay và ảnh hưởng của nó đến đời sống văn hóa tinh thần của cộng đồng người Việt vùng đông Nam Bộ*, trường đại học khoa học xã hội và nhân văn xb 2008, (luận án tiến sĩ)
[9]Huỳnh Ngọc Thu, Đời sống tôn giáo của tín đồ Cao Đài trong bối cảnh văn hóa Nam Bộ, 348 tr. 2010 (Luận án tiến sĩ sử, môn nhân chủng,),hiện nay là giáo sư tiến sĩ ĐH Khoa Học Xã Hội và Nhân VănTPHCM
[10]Nguyễn Thanh Xuân, sđd, tr. 49

- Theo Đặng Nghiêm Vạn, Đạo Cao Đài nhập thế hiểu tâm lý xã hội nông dân đương thời, và *«chỉ con đường giải thoát ức chế của cuộc sống thường ngày»*[11].

Điều nguy hiểm cho Đạo Cao Đài là trên bình diện đại học, một số người lợi dụng học hàm *«tiến sĩ»* để xuyên tạc sự thật vì lý do chính trị. Vì vậy mà mục đích thứ hai của cuốn sách này là trả lại sự thật cho Đạo Cao Đài.

2. Phương Pháp Khảo Cứu

Trong bất cứ dự án nghiên cứu nào, phương pháp khảo cứu là phần chính yếu dẫn đến mục đích của dự án. Phương pháp tìm hiểu bí pháp của Đạo dựa trên hai yếu tố chính là:

- Tài liệu;
- Phương pháp tìm hiểu và nhìn được cõi vô hình.

Tài liệu

Trong phần tài liệu, chúng tôi dùng tài liệu nguyên thủy như Thánh Ngôn làm căn bản cho giải thích triết lý Cao Đài.

Tài liệu truy cứu:

- Thánh Ngôn với những cuốn căn bản như Thánh Ngôn Hiệp Tuyển, Thánh Ngôn sưu tầm, Kinh sách chính thức của Tòa Thánh Tây Ninh, lời thuyết pháp của các Đại Chức Sắc;
- Khai thác kho tàng tài liệu eBook trong các tủ sách Đại Đạo thí dụ như WWW.daocaodai.info, caodaism.net. Vì không có sự thẩm định chính thức của Hội Thánh nên khai thác các eBooks phải rất thận trọng để tránh phán xét chủ quan và xuyên tạc của vài soạn giả;

---

[11] Đặng Nghiêm Vạn, Bước đầu tìm hiểu về đạo Cao Đài, NXB Khoa học Xã hội, Hà Nội. 1995

● Về các tác giả, chúng tôi dùng phương pháp đối chiếu các giải thích để tìm một giải thích đồng thuận và phù hợp với giáo lý.

● Dựa vào nhiều tài liệu truy cứu nên phải dùng nhiều chú thích dưới trang với mục đích: Làm cho nội dung bớt nặng nề, dễ đọc; giúp độc giả nào muốn tìm hiểu hơn; giới thiệu một tác giả đã trình bày rất đầy đủ một vấn đề.

Khó khăn về tài liệu

Tài liệu trong Thánh Ngôn chưa được hệ thống hóa theo đề mục lại đôi khi khó hiểu vì Thiên Ý ẩn tàng sau ngôn từ và thể pháp. Giải quyết khó khăn này bằng:

● Tìm giải thích của các vị Đại Chức Sắc đã đắc Đạo và các chức sắc am hiểu Đạo[12].

● Sắp đặt các Thánh Ngôn theo thứ tự của bốn trang triết lý để hệ thống hóa thành cuốn triết lý của Đạo Cao Đài nói riêng và của nhân loại nói chung,

PHƯƠNG PHÁP TÌM HIỂU BÍ PHÁP VÀ NHÌN ĐƯỢC CÕI VÔ HÌNH

Tuy có trí thức và kinh nghiệm khảo cứu, nhưng thiếu trí huệ nên soạn giả bổ túc thiếu sót đó bằng dựa vào lời giải thích của Thượng Đế, các Đấng Thiêng Liêng và các Đại Chức Sắc có trí huệ để rõ thông Thiên Đạo.

Về sự hình thành và chuyển động của vũ trụ trong cõi vô hình, đã có Thánh Ngôn mô tả, giải thích rất rành rẽ. Công việc của soạn giả là hệ thống hóa các bài Thánh Ngôn giải thích bí pháp mầu nhiệm trong Càn Khôn Vũ Trụ.

Về bí pháp trong nhân sanh quan, chúng tôi dựa vào giải

---
[12] Thí dụ như Đức Hộ Pháp, Ngài Cao thượng Phẩm, Hiền tài Nguyễn Văn Hồng…

thích của các chức sắc và có thể quan sát hành bí pháp ngay trước phàm nhãn chúng ta. Thí dụ như hành bí pháp Dâng Tam Bửu, bí pháp Tắm Thánh, Hôn Phối, Phép Xác, Phép Đoạn Căn… Sự mầu nhiệm của bí pháp thuộc về cảm nhận của tín đồ và niềm tin vào Thượng Đế.

Riêng nghiên cứu bí pháp Tận Độ Chơn Hồn nơi cõi Thiêng Liêng là điều khó khăn nhất vì những lý do sau.

Huệ quang

Chỉ các Đấng Thiêng Liêng, Đức Hộ Pháp được Thượng Đế mở Huệ quang khiếu[13] hoặc những vị *đắc Pháp có huệ nhãn*[14] *thì thấy được, có huệ nhĩ thì nghe được, có huệ tỷ thì ngửi được, có huệ tâm thì ứng được*[15]. Trong điều kiện đó, Chơn Thần mới thấy, mới nghe được trong cõi vô hình mà hiểu được bí pháp.

Ngôn ngữ phàm trần

Ngôn ngữ là biểu tượng của tư duy phát xuất từ giác quan, ý thức nên hữu vi, hữu lậu tức là còn nhuộm sắc trần và có giới hạn nên «*ngôn bất tận ý*». Ngôn ngữ biểu tượng cho sự thể chứ không phải bản chất của sự thể. Tuy nhiên, muốn chuyển đạt, hướng dẫn chúng sanh, Thượng Đế và các Đấng Thiêng Liêng cũng dùng ngôn thuyết. Nếu không có tâm huệ, người thường dựa vào nghĩa đen và mặt nổi của ngôn từ mà diễn giải thì sẽ làm sai ý truyền đạt của các Đấng Thiêng Liêng.

Tùng tướng, nhập tánh

Người tu phải nhập tánh rồi mới hiểu bí pháp. Vì soạn giả chưa nhập Đạo, nhập tánh nên cần phải có một phương pháp khảo cứu để hiểu được phần nào bí pháp. Phương pháp đó là dùng ngôn ngữ phàm trần với lời khuyên «tùng

---

[13] Trong người có thất khiếu và khiếu vô hình Huệ quang khiếu (đệ bát khiếu); Đức Hộ Pháp có thể dùng Kim Tiên (hình ảnh điển lực) mở Huệ quang khiếu cho môn đồ
[14] Huệ nhãn nằm trên trán giữa hai lông mày, trên gốc sống mũi
[15] Luật Tam Thể, tr.44

tướng nhập tánh» của những vị am hiểu Đạo.

Tùng tướng là dựa vào cái *«dụng»* tức là thể pháp của Đạo hiển lộ trên trần thế. Về tìm hiểu cái dụng của Đạo, soạn giả đã trình bày qua 4 cuốn sách[16] theo như lời khuyên của Đức Hộ Pháp: *Phải biết thể pháp rồi mới thấu đáo được bí pháp. Thể pháp của Đời, bí pháp của Đạo có liên quan mật thiết với nhau.*

Nhập tánh là trông cậy vào cái Tâm để thể nhập vào Đạo, nương theo Đạo để cảm nhận bí pháp. Vì chưa chân chính theo Đạo, nên trong phần này, soạn giả dùng phương pháp sau:

● Dựa vào tâm huệ của các chức sắc như Đức Hộ Pháp và các Đấng Thiêng Liêng đã nhập vào Đạo để mà diễn giải bí pháp;

● Sở cậy vào ý kiến của các vị Chức Sắc, Hiền Tài và các tác giả thông hiểu giáo lý;

● Dùng trí hiểu biết với lời cầu xin Thượng Đế giúp cho sáng suốt để tìm hiểu ẩn ý của ngôn từ trong Thánh Ngôn về cõi vô hình.

3. ĐƯỜNG LỐI CUỐN SÁCH

Đường lối cuốn sách là dùng tư tưởng triết lý của Đạo Cao Đài để trả lời các câu hỏi mà con người cũng như các tôn giáo thường đặt ra: Cõi vô hình là gì? Nguyên căn con người ở đâu? Tại sao sống ở trần thế để làm gì? Chết rồi hết hay chưa, hay đi về đâu? Đâu là cứu cánh cuối cùng của con người? Do đó, nội dung cuốn sách được trình bày tuần tự như sau:

Chương 1 trình bày phương pháp nghiên cứu Đạo phỏng

---

[16] Triết lý Đạo Cao Đài, Minh Thiện xb, Canada, 1995; Théories des trois trésors et des cinq fluides, Chơn Tâm xb, California, 2005; Thiên Thư Tòa Thánh chú giải, Viện Nghiên Cứu Đạo Cao Đài xb, Hoa Kỳ, 2015, Âm Dương Ẩm Thực, Thánh Thất Seattle xb, 2016 và một bài khảo cứu về Đạo cùng với GS Louis Jacques Dorais trong Documents de recherche No 7, Fleur de lotus et feuille d'érable, La vie religieuse des Vietnamiens du Québec, Univertsité Laval, mars 1990

theo các dự án nghiên cứu nhân chủng học ở đại học. Tiếp theo là trình bày vũ trụ quan và nhơn sanh quan của Đạo.

⦿ Phần 1. Vũ trụ quan

Trang Một triết lý: Cõi Trời. Hình thành, biến dịch, quang cảnh tạo nên vũ trụ và minh giải giáo điều **Thiên Địa vạn vật đồng nhất thể**, nghĩa là con người và Thượng Đế có cùng một bản thể là *Hư Vô Chi Khí* (Chương 2, 3).

⦿ Phần 2. Nhơn sanh quan

Trang Hai triết lý: Giải thích nguồn gốc con người ở thể khí trong cõi Thiêng Liêng đến con người có hình thể vật chất hữu hình hữu diệt trên trần thế (Chương 4, 5).

Trang Ba triết lý đề cập ý nghĩa đời sống trên cõi trần là tu Nhơn Đạo và Thiên Đạo sửa soạn cho cuộc hành trình thiên lý ngoại về với Thượng Đế (Chương 6 7, 8, 9).

Trang Bốn triết lý: Con đường giải thoát, cứu cánh cuối cùng của con người là tìm đường trở về bản thể Hư Vô Chi Khí như giáo điều chỉ dạy: **Nhất bản tán vạn thù, vạn thù qui nhất bản** (Chương 10, 11, 12).

Sau cùng, soạn giả rất mong nhận được những lời phê bình góp ý của độc giả nhất là các vị am hiểu Đạo để tu chỉnh những thiếu sót nếu sách được tái bản.

PHẦN 1
VŨ TRỤ QUAN

Vũ trụ quan là hệ thống tư tưởng diễn tả sự hình thành và biến sanh của vũ trụ. Vũ trụ quan Cao Đài mang hai ý niệm:

- Ý niệm bản chất: nguồn gốc, hình ảnh của vũ trụ…
- Ý niệm huyền linh tức là ý niệm Thượng Đế vô ngã

Cơ chế cấu tạo và biến sanh vũ trụ theo Thiên Luật[17] là hệ thống cơ năng Âm Dương vận hành theo Thiên Luật trong bản thể Vô Cực. Cơ chế biến sanh này làm nảy sanh ý niệm Thượng Đế vô ngã.

---

[17] **Thiên Luật:** Luật Trời hay luật tạo hóa dưới quyền năng chấp chưởng của Đức Chí Tôn. Thí dụ như luật Thiên Điều sắp đặt sự phối hợp chơn dương của Đức Chí Tôn với chơn âm (âm quang của Diêu Trì Kim Mẫu) mà sanh ra con người. Đó là hình ảnh Thiên Nhãn (từ đó phát ra Chơn Dương) tại Bát Quái Đài đối diện với chữ Khí (Khí Sanh Quang phát ra Chơn Âm) sau lưng Đức Hộ Pháp.

Trang Một
Cõi Trời

Vô hình cảnh giới hà như?
無形境界何如
Cõi vô hình là gì?

Thượng Đế đã từ cõi vô hình giáng cơ bút mô tả cõi vô hình và các giải thích của Ngài làm sáng tỏ giáo điều: Thiên địa vạn vật đồng nhất thể(Trời đất vạn vật có cùng một bản thể).

Trang đầu quyển Triết Lý Cao Đài kể lại, từ cõi thiêng liêng vô hình, Thượng Đế và các Đấng Thiêng Liêng đã giáng cơ bút giải đáp mơ ước của mọi người và khải thị cho con người biết vũ trụ (chương 2):

- *Nguồn gốc vũ trụ và Thượng Đế,*
- *Hai thời kỳ của tiến trình cấu tạo vũ trụ.*

Trong chương 3, Thượng Đế mô tả quang cảnh cõi vô hình của hai thời kỳ:

- *Thời Tiên Thiên Cơ Ngẫu*, thời kỳ Đạo Vô Vi trước khi Thượng Đế xuất hiện,
- *Thời Hậu Thiên Cơ Ngẫu* tức thời kỳ Đạo Hữu Vi sau khi Thượng Đế đã định vị trời đất, âm-dương và sanh hóa ra muôn loài vạn vật.

CHƯƠNG 2
Hình Thành Vũ Trụ

Tìm hiểu triết lý Cao Đài phải bắt đầu từ nguồn cội, bản thể vũ trụ là Đạo, là khí Hư Vô 虛 無[18]. Đạo là động năng khởi thỉ tạo dựng nên Càn Khôn vũ trụ (vũ trụ quan) và hóa sanh vạn vật muôn loài (Nhân sanh quan).

Sự biến dịch của Đạo được đánh dấu bởi hai thời kỳ.

1. Thời khởi nguyên của Đạo tức Tiên Thiên [19] Cơ Ngẫu[20]. Đây là thời kỳ Đạo Trời Vô Vi[21]. *«Đạo là Hư Vô chi khí»*. Vũ trụ là một khoảng không gian mù mù, mịt mịt của Khí Hồng Mông 洪 幪[22].

2. Thời chuyển động tức Hậu Thiên[23] Cơ Ngẫu là thời kỳ Đạo biến tướng và Thượng Đế xuất hiện tạo dựng Càn Khôn Vũ Trụ.

---

[18] Hư vô. Hư 虛 trống trải, trống rỗng, Vô 無 không có (Néant)
[19] Tiên Thiên thì vô sanh, bất diệt
[20] Thái Cực là cơ (lẻ, chiết), âm dương là ngẫu (chẵn, cặp)
[21] Vô vi có nghĩa không làm gì, nhưng không điều gì mà không làm được vì theo qui luật tự nhiên hoạt động.
[22] Hồng 洪: lớn, Mông 幪: trùm. Khí Hồng Mông hỗn độ thời nguyên thủy, mờ mờ mịt mịt, hiện hữu mà không biết được nguồn gốc có từ hồi nào và do đâu. Hồng Mông còn gọi là Hư Vô chi khí, Khí Vô Vi, Khí Tiên Thiên, Khí Hạo Nhiên. Lão Giáo gọi là Đạo, Nho Giáo là Vô Cực, Phật Giáo là Chơn Như
[23] Hậu Thiên thì có sanh có diệt

1. Thời Khởi Nguyên: tiên thiên cơ ngẫu

Về thời khởi nguyên, Đức Chí Tôn giải thích hai điều trọng hệ là nguồn cội của vũ trụ và động năng tiềm ẩn trong Đạo (Hư Vô Chi Khí).

Nguồn cội của vũ trụ

Đức Chí Tôn giải thích khởi nguyên khi chưa có trời đất, đã có Đạo. Đạo là Hư Vô Chi Khí, là nguồn cội, bản thể của Càn Khôn Thế Giới. Hư Vô Chi Khí ở thể tĩnh thì gọi là Đạo; Tánh của Đạo là hư không, lặng lẽ, xem chẳng thấy, lóng chẳng nghe, rờ chẳng đặng, vô thỉ vô chung. Đạo lưu hành trong vũ trụ, tàng ẩn trong muôn vật, bao gồm cái Có lẫn cái Không, Động và Tịnh, Âm và Dương. Đạo là Chơn Lý tuyệt đối, là tinh thần của trời đất vạn vật, mà trời đất vạn vật là linh thể của Đạo cho nên vật nào cũng có phần linh diệu của Đạo bên trong để điều hòa, trưởng dưỡng cho nó.

- Thời Tiên Thiên Cơ Ngẫu là thời kỳ trước khi có Thượng Đế. Tiên Thiên có nghĩa vô sanh, vô diệt.
- Vũ trụ là một khoảng không gian mù mù, mịt mịt của Khí Hồng Mông 洪 懞, vô ảnh, vô hình, vô vi, vô biên, vô thinh, vô trần.

Động năng tiềm ẩn trong Đạo

Vào thời Đạo là Hư Vô Chi Khí, khoảng không gian chứa sẵn khí Hồng Mông và ba yếu tố làm cơ năng khởi động Đạo: Thái Cực, một lý thiên nhiên[24] và một lý tự nhiên[25] tức âm-dương kết thành một khối Linh Quang. Sự hiện diện của ba yếu tố này giải thích tại sao Đạo Vô Vi là động năng

---

[24] Lý thiên nhiên: Lý của Trời, thuộc về phần tinh thần và linh hồn cao siêu
[25] Lý tự nhiên: Lý của người, sanh ra rồi người cứ theo lẽ thuận hành âm dương, giao phối hậu thiên, sanh ra
ân ái, sanh sản

khởi thỉ, vĩnh cửu, chuyển động thì tạo dựng nên Càn Khôn Vũ Trụ, hóa sanh vạn vật muôn loài vào thời Hậu Thiên Cơ Ngẫu. Đến khi khối khí Hư Vô chuyển động, biến dịch thì phát sanh ra sự xuất hiện của Thượng Đế.

2. Thời Chuyển Động: Hậu Thiên Cơ Ngẫu [26]

Tất cả mọi sự việc trong Càn Khôn Vũ Trụ đều biến dịch, vô thường. Có biến dịch thì mới có sanh sanh, hóa hóa. Đạo cũng không ra ngoài nguyên lý thiên nhiên đó. Ngay ý nghĩa chữ đạo[27] cũng đã gợi ý Đạo cần được nghiên cứu dưới thể động để giải thích chuyển biến và tác động của Đạo mà sanh ra vạn vật.

Thời Hậu Thiên Cơ Ngẫu, cơ chế biến sanh vũ trụ là hệ thống động năng Thái Cực-Âm Dương vận hành trong bản thể Khí Hồng Mông (Vô Cực[28]).

Thượng Đế xuất hiện

Khi động năng khởi thỉ của Đạo khởi động đến vũ trụ thì từ Tiên Thiên Hư Vô chi khí, Thượng Đế xuất hiện sau khi khối Linh Quang phát nổ.

---

[26] Thời kỳ sau khi xuất hiện Cơ Ngẫu (Thái Cực, âm dương), thời kỳ Thượng Đế cấu tạo trời đất, vạn vật hữu hình

[27] Bắt đầu chữ đạo 道 bằng hai phết ⸜ ⸝ là điểm âm dương nhị khí, kế dưới một ngang — tức là âm dương hiệp nhứt ⸺ nên chi một sanh hai, hai sanh ba, ba sanh vạn vật rồi vạn vật cũng quay về hiệp một, vậy trong chữ đạo có hàm ý âm dương, động tịnh, động thì sanh hóa, tịnh thì vô hình vô ảnh. Kế dưới chữ tự 自 nghĩa là tự nhiên mà có, là tự tri, tự giác chớ chẳng ai làm giùm cho mình; trên dưới ráp thành chữ Thủ 首 là trên hết, là nguồn gốc Càn Khôn Vũ Trụ, vạn vật ; chữ đạo 道 thuộc bộ xước 辵 , chợt đi chợt dừng lại, bên hông bộ xước có chữ tẩu 辶 nghĩa là chạy, tức là chuyển động biến hóa

[28] Không có cái nào ngoài đầu cùng, ý muốn chỉ khối khí Hư Vô (Hồng Mông)

Vậy, **biến tướng trọng đại của Đạo là sự xuất hiện Đức Chí Tôn và Càn Khôn Thế Giới**: «*Nếu không có Thầy thì không có chi trong Càn Khôn Thế Giới nầy, mà nếu không có Hư Vô chi Khí thì không có Thầy*»[29] vì vậy mà: «*Dầu cho Thầy cũng phải dưới quyền của Đạo*». Thánh Ngôn đã nói rõ 3 điều:

• Đạo hay Hư Vô Chi Khí là cội nguyên của Thượng Đế và vạn vật trong vũ trụ nên Thượng Đế mới nói: «*Thầy là các con, các con là Thầy*»[30], «*Thầy là Hư Vô chi khí thì Đạo cũng đồng nghĩa đó thôi*»

• Nguyên lý «*Nhất thể, nhất nguyên*[31]» có nghĩa là vạn vật đồng «*nhất thể*» (Khí Hư Vô) và «*nhất nguyên*» sanh ra từ động năng Thái Cực.

• Người cấu tạo vũ trụ là Đức Chí Tôn: *Khai Thiên Địa vốn Thầy... một Chơn Thần mà biến Càn Khôn Thế Giới và nhơn loại... Thầy khai Bát Quái mà tác thành Càn Khôn Thế Giới nên mới gọi là Pháp. Pháp mới sanh ra Càn Khôn Vạn Vật, rồi mới có người nên gọi là Tăng*[32]..

Vũ trụ từ đây bắt đầu có một ngôi Thái Cực[33] toàn tri, toàn năng hay Đại Hồn duy nhất mà chúng ta gọi là Thượng Đế. «*Khi chưa có chi trong Càn Khôn Thế Giới thì khí Hư Vô sanh ra có một Thầy và ngôi của Thầy là Thái Cực*[34]».

Cấu tạo vũ trụ[35] vạn vật

Hình ảnh vũ trụ vạn vật trong đó chúng ta đang sanh sống được cấu tạo bởi 2 cơ năng:

---

[29] TNHT/Q1, tr.32
[30] Thánh ngôn Hiệp Tuyển, Tòa Thánh Tây Ninh xuất bản, 1972, tr. 43
[31] Từ nguyên lý này mà có hai giáo điều:
- Trời đất vạn vật có cùng một bản thể
- Một gốc Thượng Đế phân tán ra vạn linh, vạn linh quay về một gốc Thượng Đế
[32] Thánh Giáo tháng 9 năm bính dần (1926), Nữ Đầu Sư Hương Hiếu, Đạo Sử II, 2002,tr.11
[33] Thái Cực là Đại Linh Quang theo nghĩa bản thể đồng thời là bản căn của vạn vật. Còn theo nghĩa tâm linh, Đại Linh Quang là Đại Nguyên Thần của toàn vũ trụ. Mỗi con người đều hàm chứa một Tiểu Linh Quang (Chơn Linh) được chiết xuất từ Đại Linh Quang, nên vạn vật đều có tiềm tàng bản chất ban đầu của trời đất (Khí Tiên Thiên) và động năng sinh thành của vũ trụ (Thái Cực)
[34] TNHT/Q2, tr.62
[35] Vũ trụ: bao gồm cả không gian và thời gian. Trong khoảng bao la vô cùng tận, vũ trụ của Đức Chí Tôn chỉ là một phần tử, tượng trưng bằng Quả Càn Khôn thờ nơi Bát Quái Đài

- Cơ năng âm dương cấu tạo vũ trụ,
- Động năng Thái Cực-Âm Dương hóa sanh muôn loài.

Guồng máy âm dương cấu tạo vũ trụ

Trong cơ chế biến sanh vũ trụ, hai khối khí vĩ đại Âm quang[36] và Dương quang tạo thành guồng máy âm-dương «Lấy cơ thể âm-dương mà phân thanh biện trược, làm máy động tịnh để gom tụ cái khí Hư Vô mà hóa sanh muôn loài vạn vật. Máy âm dương ấy cứ vần vần xây chuyển, không ngừng nghỉ một giờ khắc nào mà dưỡng dục chúng sanh, bảo tồn thiên địa»[37].

Dưới sự chấp chưởng của Đức Chí Tôn, guồng máy âm-dương tuân theo Thiên Luật[38] chuyển động lúc tịnh, lúc động, xoay chuyển không ngừng là nhờ nguyên lý thiên nhiên[39]. Từ đó, vũ trụ có guồng máy âm-dương[40] mang tánh chất tương khắc nhưng lại tương hòa mà tạo ra:

---

[36] Âm Quang: Khí hỗn độn sơ khai chưa có ánh thiêng liêng (Dương Quang) ấm áp rọi đến. Khoảng Âm Quang nào thọ lãnh DươngQuang của Đấng Chí Tôn thì sẽ thối trầm trở thành cơ quan sanh hóa vạn linh. «*Âm quang là khí chất hỗn độn sơ khai*»

[37] ĐTCH, 2012, tr. 22-34

[38] Thiên Luật: Luật Trời hay luật tạo hóa dưới quyền năng chấp chưởng của Đức Chí Tôn. Thí dụ như luật Thiên Điều sắp đặt sự phối hợp chơn dương của Đức Chí Tôn với chơn âm (âm quang của Diêu Trì Kim Mẫu) mà sanh ra con người. Đó là hình ảnh Thiên Nhãn (Chơn Thần, dương quang) tại Bát Quái Đài đối diện với chữ Khí (âm quang) sau lưng Đức Hộ Pháp.

[39] Nguyên lý thiên nhiên: Trong âm có lẫn một phần chơn dương nên có «huyền khí» (tương ứng với cungKhảm trong bát quái hậu thiên) xông lên cao; trong dương thì có chứa một phần chơn âm nên có «lửa hư vô» (tương ứng với cung Ly trong bát quái hậu thiên) hay Hạo Nhiên khí trầm xuống. Guồng máy này, gom tụ khí Hư Vô (huyền khí trong âm và hạo nhiên khí trong dương). Huyền khí và hạo nhiên khí giống như hai ánh sáng điện (diện quang) gác chồng lên nhau (điện dương nằm trên điện âm) tạo ra hình ảnh Lưỡng Nghi xoay chuyển không ngừng, mở rộng thêm không gian ra mãi để tạo thành Tứ tượng như hình chữ thập(+). Tứ tượng mới quay lộn, lăn tròn như chong chóng làm văng tủa ra hàng ngàn quả tinh cầu thế giới như hình ảnhhiện nay của vũ trụ hữu hình.
Vì hình chữ thập của Tứ tượng tạo ra bởi hai lần sáng điện nên để lại phía dưới một cái bóng cũng hình chữ thập nhưng tối nên gọi là Tứ âm, còn hai lần điện ở trên thì sáng nên gọi là Tứ dương. Tứ âm và Tứ dương tác thành bát quái. Bát quái biến hóa vô cùng vô tận nên mới chuyển dịch Tiên Thiên ngũ khí (khí trắng, đen, xanh, đỏ, vàng) kết tụ thành Hậu Thiên ngũ hành (kim, thủy, mộc, hỏa, thổ), phân định đất có ngũ phương (đông, tây, nam, bắc, trung tâm), người có ngũ tạng (phế, thận, can, tâm, tì). Đến đây, Trời Đất và con người đã được phân định rõ ràng thành cảnh trần thế.

[40] Từ guồng máy âm dương phát sinh càn khôn thế giới, biến hóa và vận hành vũ trụ trong qui luật âm dương sinh hóa hủy diệt mà nảy sinh ý niệm Thượng Đế vô ngã trong vũ trụ quan Cao Đài.

• Thế giới vô hình: Tam Thập Lục Thiên, Thập Nhị Thiên, Tứ Đại Bộ Châu Thượng,

• Thế giới hữu hình: Tam Thiên Thế Giới, Tứ Đại Bộ Châu Hạ, Thất Thập Nhị Địa (trong đó có quả Địa Cầu 68 mà chúng ta đang sống).

Vào thời kỳ này, vũ trụ được phân định âm-dương, trời đất, cao thấp, nặng nhẹ, cõi Thiêng Liêng vô hình và thế giới hữu hình, hữu diệt.

Động năng Thái Cực-Âm Dương sanh hóa chúng sanh

Vì là cơ (lẻ, một mình duy nhất), Đức Chí Tôn (Thái Cực) không thể hóa sanh, tạo Càn Khôn Thế Giới, vạn vật muôn loài nên Đức Chí Tôn (lý đơn nhứt) phóng ra vầng quang minh, phân Thái Cực ra Lưỡng Nghi (ngẫu, đôi): Dương quang và Âm quang. «*Thầy phân Thái Cực ra Lưỡng Nghi, Lưỡng Nghi phân ra Tứ Tượng, Tứ Tượng biến Bát Quái, Bát Quái biến hóa vô cùng, mới lập ra Càn Khôn Thế Giới*[41]». Theo Thánh Ngôn, hệ thống động năng Thái Cực-Âm Dương vận hành trong bản thể Vô Cực tuân theo Thiên Luật[42] mà cấu tạo chúng sanh: «*Thầy lại phân tánh Thầy mà sanh ra vạn vật là: vật chất, thảo mộc, côn trùng, thú cầm, gọi là chúng sanh*»[43].

Hóa Thân của Thượng Đế

Trong công cuộc sáng tạo Càn Khôn Vũ Trụ, Thượng Đế làm tới đâu thì Ngài dùng quyền phép vô biên của Ngài mà hóa thân ra người ấy để làm nhiệm vụ do Ngài sắp xếp. Thí dụ như Đức Chí Tôn phân tánh thành ra Đức Phật Mẫu chưởng quản Âm Quang, dùng Chơn Linh biến ra Thập Nhị Thời Thần, mỗi vị phụ trách một phần mười hai của thời gian sáng tạo chia làm tý, sửu, dần… Đức Chí Tôn nói: «*Thập Nhị Khai Thiên là Thầy, nắm trọn Thập Nhị Thời Thần trong tay*».

---

[41]TNHT/Q2, tr.62
[42] Thiên Luật: Luật Trời hay luật tạo hóa dưới quyền năng chấp chưởng của Đức Chí Tôn. Thí dụ như luật Thiên Điều sắp đặt sự phối hợp chơn dương của Đức Chí Tôn với chơn âm (âm quang của Diêu Trì Kim Mẫu) mà sanh ra con người. Đó là hình ảnh Thiên Nhãn (Chơn Thần, dương quang) tại Bát Quái Đài đối diện với chữ Khí (âm quang) sau lưng Đức Hộ Pháp.
[43]TNHT/Q2 , tr.62

Thái Cực vốn là cơ động tịnh. Thái Cực động sanh Chơn Dương làm Hỏa[44]. Thái Cực tịnh mà sanh Chơn Âm (khí Âm quang) làm Thủy[45]. Vì khí Âm quang chưa có ai chưởng quản nên Đức Chí Tôn mới hóa thân ra Đức Phật Mẫu để chưởng quản Khí Âm quang. Đức Phật Mẫu vâng lệnh Đức Chí Tôn, thâu lằn Dương quang của ngôi Thái Cực, rồi đem Âm quang phối hợp với Dương quang để tạo hóa hình ảnh vũ trụ sắc tướng do Dương Quang và Âm quang tạo ra.

Đạo Hữu Vi

Sau khi Thượng Đế đã định vị trời đất, âm-dương vạn vật, Đạo biến dịch mà sanh ra cái dụng của Đạo Vô Vi trên trần thế tức sự xuất hiện các tôn giáo để giúp con người khải ngộ Đạo Vô Vi. Đạo hữu vi phải dùng hữu hình, sắc tướng để phổ độ chúng sanh là vì muốn trình bày Đạo vô hình tất phải mượn hữu hình để phô bày cái «*dụng*», biến tướng của cái «*thể*». Cái dụng của Đạo Vô Vi tại Việt Nam là tôn giáo Cao Đài tức Đại Đạo Tam Kỳ Phổ Độ.

Đến khi tôn giáo Cao Đài xuất hiện, Đạo là con đường tu, khi sống thì tâm linh an lạc để sau khi qui tiên rồi thì linh hồn được giải thoát trở về cõi Thiêng Liêng qui hồi cựu vị. Đạo là con Đường dẫn đến Chơn Lý là vì muốn trở về nguồn cội trong cõi Thiêng Liêng thì phải bắt đầu từ Đạo hữu vi, hữu hình sắc tướng, đi riết tới, lần lần giũ sạch những cái hữu vi thì sẽ đạt đến vô vi và Thiên Nhơn hiệp nhứt. Vì vậy, tôn giáo là cái cửa dẫn vào Đạo Vô Vi, là con đường dẫn đến Chơn Lý và thoát khỏi luân hồi. Cho nên Đại Đạo Tam Kỳ Phổ Độ là:«*Con Đường lớn do Đức Chí Tôn Thượng Đế mở ra cho nhơn sanh theo đó mà tu hành, chắc chắn sẽ được đắc Đạo thành Thần, Thánh, Tiên, Phật.*«*Đạo tức là con Đường để cho Thánh, Tiên, Phật đọa trần do theo đó mà hồi cựu vị. Đạo tức là con Đường của nhơn phẩm do theo mà lánh khỏi luân hồi*»[46]minh giải hai điều quan trọng sau:

---

[44] Đạo thơ gọi là Mộc Công vì mộc năng sanh hỏa
[45] Đạo thơ gọi Kim Mẫu vì Kim năng sanh thủy
[46] TNHT/Q2, tr.3

1. Hữu hình là do vô vi biến tướng. Có nghĩa là thế giới vạn vật hữu hình hữu tướng đều được sanh ra từ cõi vô hình, vô vi.

2. Vạn vật cũng như Đức Chí Tôn đều có chung nguồn cội là Hư Vô Chi Khí nên mới có 2 giáo điều:

• **Trời đất vạn vật có cùng một bản thể** (Thiên địa vạn vật đồng nhất thể),

• **Một gốc Thượng Đế phân tán ra vạn linh, vạn linh quay về một gốc Thượng Đế**[47] (Nhất bản tán vạn thù, vạn thù qui nhất bản).

Tóm tắt hai thời kỳ chuyển động của vũ trụ

Tiên Thiên Cơ Ngẫu: Đạo Vô Vi	Hậu Thiên Cơ Ngẫu: Đạo Hữu Vi
1. Vô Cực là khối Hư Vô Chi Khí, chứa sẵn Nguyên Lý Thiên Nhiên (Thái Cực) và nguyên Lý tự Nhiên (âm-dương) 2. Khối Đại Linh Quang phát nổ	3. Thượng Đế xuất hiện và phân tánh ra Âm Quang 4. Đức Diêu Trì Kim Mẫu chưởng quản Âm Quang 5. Dương Quang và Âm Quang hóa sanh Càn Khôn Vũ Trụ 6. Vũ trụ vô hình 7. Vũ trụ hữu hình: thế giới vạn vật và loài người 8. Xuất hiện các tôn giáo

---

[47] «Đạo là con đường duy nhất cho vạn linh sanh chúng từ Thầy ban phát đến thế gian và từ thế gian các con trở lại cùng Thầy»

Chương 3
Quang Cảnh Vũ Trụ

Từ khí Hư Vô có một ngôi Thái Cực chính là Đức Chí Tôn và Đức Chí Tôn tạo thành Càn Khôn vũ trụ được chính Ngài giáng cơ bút mô tả như sau: *«Thầy kể Tam Thập Lục Thiên, Tứ Đại Bộ Châu, ở không không trên không khí, tức là không phải tinh tú, còn lại Thất Thập Nhị Địa và Tam Thiên Thế Giới đều là tinh tú. Tính lại 3072 ngôi sao.»*[48]. Muốn đến Bạch Ngọc Kinh thì phải: *«Qua khỏi Tam Thiên Thế Giới thì mới đến Tứ Đại Bộ Châu, qua Tứ Đại Bộ Châu mới vào đặng Tam Thập Lục Thiên, vào Tam Thập Lục Thiên rồi phải chuyển kiếp tu hành nữa mới đặng lên đến Bạch Ngọc Kinh.»*

Đại để, hình ảnh Càn Khôn Vũ Trụ của Thượng Đế gồm hai khoảng không gian: cõi vô hình thiêng liêng và thế giới hữu hình vật chất.

1. Cõi Vô Hình Thiêng Liêng

Theo Thánh Ngôn mô tả, cõi vô hình thiêng liêng gồm từ cao xuống thấp là:

• Tam Thập Lục Thiên (36 từng Trời) ở cao nhất,
• Thập Nhị Thiên gồm: 3 tầng trời cõi Phật và 9 tầng trời ở dưới là Cửu Trùng Thiên,
• Tứ Đại Bộ Châu Thượng.

---

[48] TNHT/Q1, tr.45

Tam Thập Lục Thiên (36 từng Trời)

Cõi Phật

Cửu Trùng Thiên

Tứ Đại Bộ Châu Thượng.

Ngoài Thượng Đế ra, ai có thể nhìn thấy cõi vô hình đó?

Nhìn được cõi vô hình là ai?

Đó là những vị sống ở cõi Thiêng Liêng vô hình, Đức Hộ Pháp, người tu đắc Pháp, Chơn Thần sau khi rời khỏi xác phàm.

Các Thánh, Tiên, Phật sống ở cõi Thiêng Liêng thí dụ như Bát Nương

Bát Nương đã nhìn thấy vũ trụ vô hình lẫn hữu hình và mô tả[49]: Nơi cõi vô hình chia ra Tam Thập Lục Thiên, mà từng cao nhất là ngôi Chúa Tể cả Càn khôn Vũ Trụ. Ba mươi sáu từng ấy, chia ra làm ba ngàn thế giới, đặng lập nên Võ Trụ Hữu Hình... Trong Tam Thiên Thế Giới lại phân ra Tứ Đại Bộ Châu, đặng chưởng quản về Thất Thập Nhị Địa.

Nhìn vào Hư Vô vô hình, Bát Nương thấy được cõi vô tướng và cõi sắc tướng.

Cõi vô hình vô tướng là Dương Khí là nơi phát sanh của *Dương Quang tiếp dẫn bởi Ngôi Thái Cực. Nơi Dương Quang hằng sản xuất biết bao điểm linh mà có nên cõi vô hình*[50].

---

[49] Luật Tam Thể, tr.43
[50] NT, tr.43

Cõi vô hình sắc tướng là: Tam Thập Lục Thiên, Thập Nhị Thiên, Tứ Đại Bộ Châu Thượng. Bát Nương giải thích thêm[51]: *Nơi cõi Hư Vô, là cõi vô hình theo sắc tướng; song đối lại với Dương Quang vô tướng thì nó lại hữu hình.*

Đức Hộ Pháp được Thượng Đế đặc ân mở huệ nhãn,

Người tu đắc Pháp *có huệ nhãn thì thấy được, có huệ nhĩ thì nghe được, có huệ tỷ thì ngửi được, có huệ tâm thì ứng được*[52].

Khi còn tại thế, muốn tìm hiểu cõi vô hình tràn ngập ánh sáng, điển quang, chúng ta phải dựa vào người đang sống tại Hư Vô như Bát Nương, Thánh, Tiên, Phật hoặc những người đã được mở huệ nhãn. Ngoài ra, chỉ sau khi qui tiên, Chơn Thần mới nhìn thấy cõi vô hình khi vượt lên các tầng Trời.

Tam Thập Lục Thiên

Trong Tam Thập Lục Thiên (cõi Thiên Tào), Bạch Ngọc Kinh ở từng Trời Thái Cực cao nhất tại trung tâm Càn Khôn Vũ Trụ. Thái Cực biến hóa ra Lưỡng Nghi: Ngôi Dương chiếm từng Trời thứ 2, Ngôi Âm từng Trời thứ 3. Cả ba ngôi hiệp lại thành Ba Ngôi Trời, gọi là Tam Thiên Vị, chiếm ba từng trời tại trung tâm vũ trụ. Dưới Tam Thiên Vị là 33 từng, tại mỗi từng do một vị Thiên Đế tức hóa thân của Thượng Đế chưởng quản. Đức Chí Tôn dạy: *Thái Cực sanh Lưỡng Nghi tức là Tam Thiên Vị. Dưới ba ngôi đó có Tam Thập Tam Thiên (33 tầng trời),* cộng với ba ngôi trên là 36 tầng trời nên gọi là Tam Thập Lục Thiên.

Thập Nhị Thiên

Dưới 36 từng trời là Thập Nhị Thiên được mô tả như sau: *«Dưới 36 từng trời còn có một từng nữa là Nhứt mạch đẳng tinh vi. Gọi là cảnh Niết Bàn. Chín từng nữa gọi là Cửu Thiên Khai Hóa, tức là 9*

---

[51] NT, tr.44
[52] NT, tr.44

phương trời, cộng với Niết Bàn là 10, gọi là Thập phương chi Phật. Gọi 9 phương trời, 10 phương Phật là do đó». Từ trên đi xuống, Thập Nhị Thiên gồm:

Cảnh Niết Bàn

Đây là cõi của Chư Phật gồm 3 từng Trời: Tầng Trời thứ 10, Hư Vô Thiên[53] do Đức Phật Nhiên Đăng chưởng quản, Tầng Trời thứ 11 Hội Ngươn Thiên[54] và Tầng Trời thứ 12 Hỗn Ngươn Thiên[55] do Đức Phật Di Lạc chưởng quản.

Cửu Trùng Thiên

Cửu Trùng Thiên gồm 9 tầng trời từ dưới đi lên là Tầng trời 1, Tầng trời 2, Thanh thiên, Huỳnh thiên, Xích thiên, Kim thiên, Hạo thiên nhiên, Phi tưởng thiên, Tạo hóa thiên. Tầng Trời thấp nhất thì nặng nề, càng lên cao càng nhẹ.

Ba tầng Trời cõi Phật và Cửu Trùng Thiên làm nơi Phật, Tiên, Thánh điều hành các hoạt động của Càn Khôn Vũ Trụ và sự tiến hóa của vạn linh.

Tứ Đại Bộ Châu Thượng

Tứ Đại Bộ Châu Thượng cai quản Tam Thiên Thế Giới là: Đông Đại Bộ Châu, Nam Đại Bộ Châu, Tây Đại Bộ Châu, Bắc Đại Bộ Châu.

---

[53] Trời trống không nhưng rất huyền diệu
[54] Trời Hội Ngươn
[55] Trời không rõ ràng, lộn xộn

2. THẾ GIỚI HỮU HÌNH

Về các thế giới hữu hình, Thánh Ngôn dạy: «*còn lại Thất Thập Nhị Địa và Tam Thiên Thế Giới đều là tinh tú. Tính lại 3072 ngôi sao*»[56] theo như bảng tóm tắt dưới đây.

Tam Thiên Thế Giới (3000 thế giới)

Tứ Đại Bộ Châu Hạ

Thất thập nhị Địa (72 địa cầu)
(Địa cầu 68: chúng sanh sinh sống)

Phần hữu hình này đã được Đức Chí Tôn hướng dẫn vẽ 3072 tinh cầu lên Quả Càn Khôn hình cầu, sơn màu xanh, đặt tại Cung Đạo của Bát Quái Đài. 3000 chỉ Tam Thiên Thế Giới ở bên trên, 72 chỉ Thất Thập Nhị Địa ở dưới[57]. Vị trí trên dưới của các tinh cầu dựa vào thanh nhẹ, ít trọng trược. Tinh cầu nào càng thanh nhẹ thì càng ở trên cao. Từ trên xuống dưới, các thế giới hữu hình gồm:

Tam Thiên Thế Giới[58] (3000 thế giới)

Các thế giới hữu hình này thanh nhẹ, chỉ gồm có những ngôi vị của chư Thần, Thánh, Tiên, Phật, nên nằm trên Thất Thập Nhị Địa. Theo Đức Cao Thượng Phẩm: *Tam Thiên Thế*

---

[56] TNHT/Q1, tr.45
[57] Đêm 30 tháng 10 năm kỷ sửu, Đức Hộ Pháp giáng cơ nói về Đức Khổng Tử : Bây giờ sống với thất thập nhị hiền, tam thiên đồ đệ, là Ngài hạnh phúc hơn hết... vì vậy tác giả Trần Văn Trí, Địa cầu 67 qua thể pháp, 2003, viết: 3072 ngôi sao trên Quả Càn Khôn còn thể hiện Nho Tông chuyển thế.
[58] Mỗi thế giới là một địa cầu, tinh cầu, ngôi sao vật chất hữu hình

Giới là ngôi vị, còn Thất Thập Nhị Địa là trường thi công quả.

Tứ Đại Bộ Châu Hạ

Đó là Đông Thắng Thần Châu, Nam Thiệm Bộ Châu, Tây Ngưu Hóa Châu, Bắc Câu Lư Châu được phân ra 4 hướng. Tứ Đại Bộ Châu Hạ cai quản Thất Thập Nhị Địa (72 địa cầu).

Thất Thập Nhị Địa

72 địa cầu trong đó có quả địa cầu 68 trên đó chúng ta đang sống, thuộc Nam Thiệm Bộ Châu nên bài kinh Bài Xưng Tụng Công Đức Phật Tiên Thánh Thần có câu:

Lòng sở vọng lâm dâm tụng niệm,
Xin giải nàn Nam Thiệm Bộ Châu.

Địa cầu số 1 thanh nhẹ nhất nên ở trên cao nhất. Dưới quả địa cầu 68 của chúng ta là những quả địa cầu 69, 70, 71, 72 chìm đắm trong cảnh tối tăm nên gọi là U Minh 幽冥

Địa[59] tức địa cầu tối tăm, mờ mịt.

Từ trung tâm vũ trụ trong cõi Thiêng Liêng vô hình, Thượng Đế điều khiển toàn bộ không gian vô hình cũng như hữu hình: «*Thượng chưởng Tam Thập Lục Thiên, Tam Thiên Thế Giới, Hạ ốc[60] Thất Thập Nhị Địa, Tứ Đại Bộ Châu*»[61].

---

[59] U 幽 : Tối tăm, ẩn kín. Minh 冥 : Mờ mịt. Địa cầu tối tăm, mờ mịt dùng để đọa các linh hồn tội lỗi
[60] Ốc còn đọc là ác, nghĩa là cầm giữ
[61] Kinh Ngọc Hoàng Thượng Đế

Tóm tắt quang cảnh Càn Khôn Vũ Trụ

Tam Thập Lục Thiên (36 từng Trời)

Cõi Phật

Cửu Trùng Thiên

Tứ Đại Bộ Châu Thượng [62]

Tam Thiên Thế Giới (3000 thế giới)

Tứ Đại Bộ Châu Hạ [63]

Thất thập nhị Địa (72 địa cầu)
Địa cầu 68: điểm khởi hành của vong hồn tín đồ

---

[62] Đông Đại Bộ Châu, Nam Đại Bộ Châu, Tây Đại Bộ Châu, Bắc Đại Bộ Châu
[63] Đông Thắng Thần Châu, Nam Thiệm Bộ Châu, Tây Ngưu Hóa Châu, Bắc Câu Lư Châu

3. BA CÕI SÁNG TỐI CỦA KHÍ

Trên địa hạt khí, vũ trụ chia ra làm 3 cõi: dương quang, âm quang và diêm phù.

Cõi dương quang

Cõi dương quang nằm trong cõi Thiêng Liêng hay cõi hư vô, nơi chứa lằn dương khí nhẹ, trong sáng, ấm áp của Đấng Chí Tôn ngự cùng chư Thánh, Tiên, Phật. Lằn dương quang chiếu giám đến lằn âm quang thì làm phát sanh ra vạn vật hữu hình. Từ trong cõi này, Thượng Đế chiết Đại Linh Quang ra muôn ngàn Tiểu Linh Quang ban phát cho chúng sanh để tạo sự sống.

Cõi âm quang

Cõi âm quang tức Diêu Trì Cung là nơi chứa lằn âm khí hỗn độn sơ khai, chẳng sanh, chẳng hóa. Hai cõi dương quang và âm quang biểu tượng nguyên lý thiên nhiên âm-dương. Điểm hòa hiệp của hai cõi đó là nơi phát sanh ra vạn vật hữu hình, hữu diệt. Hòa hiệp như thế nào? Khi lằn dương quang của Đức Chí Tôn chiếu tới đâu là hòa hiệp với âm quang, khiến khoảng âm quang phải thối trầm biến thành tinh đẩu, vạn vật hữu hình. Cõi âm quang còn là cửa ải để Chơn Hồn giải thể (về cõi Thiêng Liêng) hay nhập thể (chuyển kiếp luân hồi).

Cõi diêm phù

Đây là khoảng không gian của các quả địa cầu ẩm ướt, nặng nề, đen tối, u minh chìm sâu dưới đáy vũ trụ. Do đó, diêm phù làm nơi trú ngụ của các linh hồn tội lỗi bị đày xuống để chờ chuyển kiếp luân hồi. Bát Nương Diêu Trì Cung nói nơi cung Diêu Trì, còn có cõi Âm Quang riêng biệt gọi là Phong Đô đặng giáo hóa các chơn hồn lạc nẻo.

4. Ba Giới

Ba giới của vũ trụ là: Hạ Giới, Trung Giới, Thượng Giới. Ranh giới phân chia của ba giới là sự khác biệt về tần số điển quang và thể khí trọng trượt hay thanh nhẹ. Sau khi qui tiên, trên đường hành trình qui hồi Thượng Đế, Chơn Hồn sẽ lìa khỏi Hạ Giới, đi lên Trung Giới rồi vào Thượng Giới.

Hạ Giới

Đây là cõi trần, nơi chúng sanh sanh sống và cũng là nơi ***cơ quan giải khổ*** của Đạo Cao Đài giáo hóa chúng sanh, chỉ dẫn tu đạo, học hỏi tiến hóa để sửa soạn hành lý cho hành trình qui hồi cựu vị.

Trung Giới

Trung Giới làm nơi tạm trú của linh hồn chờ ra Tòa phán xét để biết Chơn Linh được thăng hoa lên các tầng Trời hay Chơn Thần phải giáng trần tái kiếp. Trung giới tương ứng với thể Phách và miền Càn Khôn vạn vật hữu hình.

Thượng Giới

Vùng không gian vô vi, vô hình nằm trong Thượng Giới. Nơi đây là **con đường giải thoát**, là hướng hành trình của Chơn Linh và Chơn Hồn vượt qua các tầng Trời về nơi ngự trị của Thượng Đế và các Đấng Thiêng Liêng. Thượng giới tương ứng với Tam Thập Lục Thiên và Thập Nhị Thiên.

Vũ trụ của Thượng Đế

(Miền, quang cảnh giữa các khoảng không gian)

Miền	Thiên thể	Tầng Trời
Thượng Giới (Cõi Thiêng Liêng vô hình) ↑	Tam Thập Lục Thiên ↑ Tứ Đại Bộ ChâuThượng	36 Tầng Trời ↑ Hỗn ngươn Thiên Hội Nguơn Thiên Hư Vô Thiên ↑ Tạo Hóa Thiên Phi Tưởng Thiên Hạo Nhiên Thiên Kim Thiên Xích Thiên Huỳnh Thiên Thanh Thiên Tầng Trời 2 Tầng Trời 1 ↑
Trung Giới (càn khôn vạn vật hữu hình)	Tam Thiên Thế Giới, Thất Thập Nhị Địa	
	Tứ Đại Bộ Châu Hạ	
Hạ Giới (trần thế)	Địa cầu 68 của loài người	

Kết Luận Trang Một

Trong trang đầu triết lý, Thượng Đế đã mạc khải để thỏa mãn ước mơ chung của chúng ta là muốn biết về quang cảnh cõi vô hình, Thượng Đế, các Đấng thiêng Liêng…

Hệ thống hóa các mạc khải của Thượng Đế về hình thành và chuyển động của vũ trụ đã giúp cho chúng ta tạo dựng nên vũ trụ quan của Đạo Tam Kỳ Phổ Độ cũng như của nhân loại. Và vũ trụ quan này đã được giáo lý Cao Đài bày ra trước mắt nhơn sinh qua các phẩm vật hiến lễ và lễ phẩm bày trên Thiên Bàn. Tiếp theo, giáo lý làm cho vũ trụ quan sống động bằng nghi thức dâng lễ biểu hiện mối quan hệ giữa thế giới vô hình của Thượng Đế và nơi trần thế của tín đồ.

Biểu tượng vũ trụ quan trên Thiên Bàn

Đức Chí Tôn: Thiên Nhãn

Ngôi Thái Cực tức là khối Đại Linh Quang, khởi điểm của càn khôn vũ trụ: đèn Thái Cực;

Lưỡng Nghi Âm Dương thời Tiên Thiên: hai ngọn đèn,

Lưỡng Nghi Âm Dương thời Hậu Thiên: hai tách nước Âm-Dương: tách nước trắng đặt bên tả của Thiên Bàn, tượng trưng Dương và tách nước trào bên hữu là Âm, phải đậy kín lại sau khi cúng xong,

Tam Tài (Thiên, Địa, Nhân), Tam Bửu (Tinh, Khí, Thần) tượng trưng bởi:

⦿ Bình bông (Tinh), ly rượu (Khí), ly trà (Thần).

⦿ Ba cây hương Án Tam Tài. Trên Thiên Bàn, trong bát nhang luôn luôn cắm năm cây nhang xếp thành hai hàng: hàng trong có ba cây, hàng ngoài hai cây. Ba cây hàng ngang trong gọi là Án Tam Tài cắm vào bát nhang trước để tượng trưng cho Tam Tài (Thiên, Địa, Nhân). Cách cắm ba cây hương phải theo thứ tự sau: Trước nhất, cắm cây hương ở giữa (Thiên), tiếp theo cắm cây hương (Địa) bên phía mặt bàn thờ thuộc Âm, sau cùng là cây hương (Nhân) bên phía trái thuộc Dương. Hai cây hàng ngoài được cắm tiếp sau cho đủ năm cây để tượng trưng cho Ngũ Khí[64], Ngũ Hành[65], Ngũ Thần[66], Ngũ Đức[67]. Ngoài ra 5 cây nhang còn tượng trưng cho 5 giai đoạn của sự tu hành là giới, định, huệ, tri kiến, giải thoát.

Vũ trụ quan trở nên sống động như thế nào?

Bản sắc văn hóa Cao Đài nổi bật mỗi khi nghi thức dâng lễ triều kính Đức Chí Tôn làm cho phẩm vật linh động và vũ trụ quan sống động.

Ngọn đèn Thái Cực luôn luôn thắp sáng tạo nên hình ảnh Càn Khôn Vũ Trụ chan hòa ánh sáng của Đức Chí Tôn vĩnh cửu. Trong ánh sáng đó, triết lý âm dương hòa hiệp trở nên sống động với:

• Nghi thức đốt nhang. Bó nhang được đốt bởi 2 ngọn đèn tỏa ánh sáng nhật (dương, đặt bên trái), nguyệt (âm, đặt bên phải) gọi là Lưỡng Nghi Quang;

• Nghi thức chắp hai tay để lạy là biểu tượng âm dương hiệp nhứt. «Tả là Nhựt, hữu là Nguyệt, vị chi Âm Dương; Âm Dương hiệp nhứt phát khởi Càn Khôn, sanh sanh, hóa hóa tức là Đạo» (TNHT)

• Nghi thức rót nước cúng. Mỗi tách rót tám phân. Nước trà tượng trưng Thần tức linh hồn của chúng ta. Tám phân nước trà tượng trưng Bát phẩm chơn hồn đầu kiếp xuống cõi trần làm chúng sanh[68]. Tám phân nước trắng tinh khiết

---

[64] Khí đen tụ trên không thành nước (thủy), khí đỏ thành lửa (hỏa), khí xanh thành mộc, khí trắng thành kim, khí vàng thành đất

[65] Ngũ hành tương ứng với ngũ tạng trong con người: tâm, tì, phế, thận, can

[66] Ngũ Thần (tức Chơn Thần) ngự trong ngũ tạng: Thức thần (tim) sanh ra tình cảm vui; Hồn tức vía (can), sanh ra giận; Phách (phế) sanh ra buồn; Ý (tì) sanh ra lo âu; Chí (thận) sanh ra sợ hãi.

[67] Ngũ Đức: Hòa, nhẫn, khiêm, cung, ái

[68] Bát hồn là tám phẩm chơn hồn trong càn khôn thế giới, gồm: kim thạch hồn, thảo mộc hồn, thú cầm hồn, nhơn hồn, thần hồn, thánh hồn, tiên hồn và phật hồn

tượng trưng Bát công đức thủy trong Ao Thất Bửu ở cõi Thiêng Liêng[69].

Triết lý Tam tài (Thiên, Địa, Nhân) và **Tam Bửu** (Tinh, Khí, Thần)

Tín đồ cảm nhận ngay Thiên Địa Nhân phơi bày sống động qua nghi thức lạy bằng đặt vị trí hai tay: vị trí Thiên khi hai tay chắp vào nhau đưa lên trán; vị trí Địa khi áp hai tay xuống đất; vị trí Nhân khi hai tay chắp lại rút về để ngang ngực.

Khi cúng, tín đồ rót rượu vào ba ly, mỗi ly rót ba phân rượu là cảm nhận được ngay Tam Tài, Tam Bửu sống động trong ly rượu. Ly rượu giữa tượng trưng Trời, ba phân rượu tượng trưng Tam Bửu của Trời là Nhật, Nguyệt, Tinh. Ly rượu bên cạnh tách trà tượng trưng cho Đất, ba phân rượu này tượng trưng Tam Bửu của Đất: Thủy, Hỏa, Phong. Ly rượu bên cạnh tách nước trắng tượng trưng Người, ba phân rượu tượng trưng Tam Bửu của Người: Tinh, Khí, Thần.

Khi 3 ly rượu dồn chung với nhau thành một, mỗi ly có 3 phần sẽ thành một ly 9 phần tượng trưng cho 9 tầng trời. Khi trở về với Đức Chí Tôn, con người phải trút bỏ các lớp áo khí chất này mới vượt qua 9 tầng trời được. Tất cả phẩm vật trên Thiên Bàn và nghi lễ theo giáo lý đã tạo nên hình ảnh sống động của vũ trụ quan Cao Đài. Đó là bản sắc văn hóa Cao Đài qua các vật thể tôn giáo.

---

[69] Tám công đức của nước trong Ao Thất Bửu là : trừng tịnh (lắng sạch); thanh lãnh (trong mát); cam mỹ (ngọt ngon); khinh nhuyễn (nhẹ dịu); nhuận trạch (nhuần trơn); an hòa; uống vào thì hết đói khát, hết lo âu; uống vào thì bổ khỏe các căn của xác thân

PHẦN 2
NHÂN SANH QUAN

Nhân sanh quan là một hệ thống tư tưởng triết học nghiên cứu nguồn gốc của con người, sự sống chết và ý nghĩa của cuộc đời.

Trong Đạo Cao Đài, con người có cùng một bản thể (Khí Hư Vô) với Thượng Đế và vũ trụ nên nằm trong cơ chế biến sanh vũ trụ tuân theo **nguyên lý vận hành châu lưu**. Cuộc vận hành châu lưu của loài người có nghĩa là vạn vật có thỉ có chung, sanh ra và có tiến hóa theo một vòng tròn của qui luật tiến hóa tâm linh để trở về nguồn gốc là Đại Linh Quang. Trên tiến trình của qui luật tiến hóa, Thượng Đế luôn luôn tiếp cận với loài người như Ông Vua thống trị[70], Ông Thầy[71] dạy Đạo và như Người Cha[72] luôn ban ân thiên cho người thành tâm học Đạo. Vì vậy mà trong nhân sanh quan có ý niệm Thượng Đế hữu ngã.

---

[70] *Trước Bửu Điện kiền thiên đảnh lễ,*
Vọng Hoàng Thiên, Chúa Tể vạn linh.
[71] *Con cúi xin phụng thừa Thiên Lịnh,*
Dưới chân **Thầy** *phát định phát ban.*
[72] *Thọ Qui Điều trước đàn con dại,*
Dưới Đạo Kỳ cúi lạy Trời Cha

Trong phần 2, qui luật tiến hóa tâm linh giải thích 3 đoạn đường chính trong nhân sanh quan Cao Đài với sự hướng dẫn của Thượng Đế và các Đấng Thiêng Liêng.

Trang 2 mô tả đoạn đường từ cõi Thiêng Liêng xuống trần: Chơn Linh xuất phát từ Đại Linh Quang hiệp với Chơn Thần đi từ Thượng Giới xuống trần tức từ cõi khí Tiên Thiên xuống cõi khí Hậu Thiên.

Trang 3 trình bày đoạn đường của đời sống trần thế. Xác phàm, Chơn Linh, Chơn Thần sống nơi trần thế để sửa soạn hành trang qui hồi cựu vị.

Sang đến trang 4, chúng ta sẽ nhìn thấy đoạn đườngthăng thiên với 2 xác thân: Chơn Linh và Chơn Thần hành trình nghịch chiều từ vùng khí Hậu Thiên nặng trược đi lên (tức trở về) vùng khí Tiên Thiên thanh nhẹ của khí Hư Vô để chấm dứt cuộc tiến hóa châu lưu theo vòng tròn.

Trang Hai
CĂN NGUYÊN

Nhân sanh hà tại? 人生何在
Tại sao loài người sanh ra ở trên đời,
vì nguyên nhân nào?

Con người sao chẳng có lúc băn khoăn tự hỏi mình do đâu mà sanh ra? Tại sao tôi sanh ra ở trên đời, vì nguyên nhân nào?

Thượng Đế đã giáng cơ bút giải đáp rằng nguồn gốc con người được cấu tạo trong cõi Thiêng Liêng với Chơn Linh của Thượng Đế ban và Chơn Thần của Đức Kim Mẫu cấu tạo *(chương 4)*. Khi Chơn Linh và Chơn Thần giáng phàm nhập vào xác thân do cha mẹ cấu tạo là lúc con người sanh ra ở trên đời. Lời giải đáp của Đức Chí Tôn bao gồm toàn diện cả hai triết lý duy tâm[73] và duy vật[74] vì công nhận hiện hữu một linh hồn vĩnh cửu[75] trong một giả thân vật chất hữu hình hữu diệt.

---

[73] Công nhận có linh hồn bất diệt
[74] Phủ nhận sự hiện hữu của linh hồn
[75] TNHT/ Q1, tr.78: *Thầy đã dạy rằng thân thể con người là một khối Chơn Linh cấu kết, những Chơn Linh ấy đều là hằng sống*

CHƯƠNG 4
Nguồn Gốc Con Người

Con người từ đâu đến? Từ Thượng Đế và Đức Phật Mẫu. Các mạc khải của Đấng Thiêng Liêng cho biết mặc dầu cùng phát xuất từ Thượng Đế và Đức Phật Mẫu là hai Đấng sanh thành dưỡng dục vạn linh, nhưng tùy theo nguồn gốc của linh hồn và con đường tiến hóa mà nhơn loại nói chung chia làm ba hạng người [76] theo nguồn gốc xuất phát của Chơn Linh mà chia thành đẳng cấp[77]:

- «*Hóa Nhân*»: người mà linh hồn có sau khi khai thiên nhờ sự tiến hóa từ thảo mộc, thú cầm mà thành người;
- «*Nguyên Nhân*»: người mà linh hồn xuất phát thẳng từ Thượng Đế và được Đức Phật Mẫu gởi xuống trần thế;
- «*Quỉ Nhân*»: Nguồn gốc thứ nhất của Quỉ Nhân là quỉ hồn của Hóa Nhân hay Nguyên Nhân phạm tội Thiên Điều bị đọa vào quỉ vị dưới quyền Quỉ Vương[78] sai khiến.

---

[76]Hạng người thứ tư (rất hiếm và ít đề cập đến) là Thánh, Tiên, Phật giáng trần để trả quả hoặc để giáo hóa chúng sanh. Thí dụ như Đức Quyền Giáo Tông Lê văn Trung là hóa thân của Đại Tiên Lý Thiết Quải

[77]Hóa Nhân, Nguyên Nhân và Quỉ Nhân, ấy là có *phân đẳng cấp... nếu đồng đặng đắc kiếp thì phẩm vị thiêng liêng cũng không còn trật tự*(Thánh Ngôn và chú giải Pháp Chánh Truyền)

[78] Đức Chí Tôn giải thích: Còn kẻ nghịch cơ sanh hóa là *ai? Là Quỉ vương đó. Quỉ vương vốn là tay diệt hóa. Cũng như có sống của Thầy, ắt phải có chết của Quỉ vương»*. Quỉ vương lấy cơ thể là sự ghét mà tàn hại loài người: «Vì ghét nhau, mà vạn loại mới nghịch lẫn nhau. Nghịch lẫn nhau, mới tàn hại lẫn nhau. Mà tàn hại lẫn nhau, là cơ diệt thế». Vì vậy Thượng Đế luôn luôn khuyên nhủ thương yêu lẫn nhau: «*sự thương yêu là giềng bảo sanh của càn khôn thế giới. Bởi thương yêu mà vạn loại hòa bình, Càn Khôn an tịnh, mới không thù nghịch nhau*». Theo Đức Hộ Pháp, Quỉ vương nguyên là Đại Tiên Kim Quang Sứ, làm phản nên bị Ngọc Hư Cung đọa vào quỉ vị làm chúa quỉ.

Nguồn gốc thứ hai của Quỉ Nhân là những Chơn Hồn của Quỉ Vương nơi Tam Thập Lục Động[79] cho xuống trần làm thành các bài vở cho các Nguyên Nhân và Hóa Nhân học hỏi, chịu khảo đảo dữ dội để phân thánh lọc phàm.

Trong chương này, chúng tôi đặc biệt trình bày các giai đoạn cấu tạo Nguyên Nhơn:

⦿ Giai đoạn 1: Thành hình xác thân Thiêng Liêng bắt đầu bằng Chơn Linh chiết ra từ Đại Linh Quang (Thượng Đế) ban cho mỗi người, tiếp theo là Chơn Thần do Đức Phật Mẫu cấu tạo để bọc lấy Chơn Linh.

⦿ Giai đoạn 2: Cấu tạo con người tại trần thế gồm 3 xác thân: Xác Phàm (Tinh), Chơn Thần (Khí) và Chơn Linh (Thần).

1. CHƠN LINH[80] (Đệ tam xác thân)

Con là một Thiêng Liêng tại thế,
Cùng với Thầy đồng thể Linh Quang

Dù là tín đồ của bất cứ tôn giáo nào, chúng ta đều tin con người có linh hồn và thường hay tự hỏi: linh hồn từ đâu mà có? Linh hồn nhập vào và lìa khỏi thể xác như thế nào? Đức Chí Tôn đã giáng cơ bút trả lời «*Mỗi đứa Thầy cho một Chơn Linh gìn giữ cái chơn mạng sanh tồn... Đấng Chơn Linh ấy vốn vô tư, mà lại đặng phép giao thông cùng cả chư Thần, Thánh, Tiên, Phật và các Đấng Trọn Lành nơi Ngọc Hư Cung, nhứt nhứt điều lành và việc dữ đều ghi chép không sai, đặng dâng vào Tòa Phán Xét... đã chẳng gìn giữ các con mà thôi, mà còn dạy dỗ các con, thường nghe đời gọi lộn lương tâm là đó*»[81].

---

[79] Theo Đức Cao Thượng Phẩm, Luật tam thế. Theo lời thuyết Đạo của Đức Hộ Pháp, ngày giờ này, Kim Quang Sứ đã đặng ân xá và lãnh nhiệm vụ làm giám khảo, khảo dượt và thử thách tất cả Chơn Linh đang đi trên con đường tu hành tấn hóa đặng bỏ cái phàm lấy cái Thánh.
[80] Chơn Hồn, Vong Hồn, Anh Linh, Hương Hồn,
[81] TNHT/Q2, tr. 66

Nguồn gốc

Chơn Linh hay Tiểu Linh Quang là điểm ánh sáng linh diệu chiết ra từ Đại Linh Quang của Đức Chí Tôn ban cho mỗi người khi giáng sanh nhập vào xác phàm để tạo nên sự sống và gìn giữ mạng sanh tồn, tạo nên sự hiểu biết và tánh linh.

Bát Nương dạy: *Các Chơn Linh cũng là sự kết hợp của tế bào Dương Quang đó vậy*[82]. *Dương Quang phát xuất từ Dương Khí của Ngôi Thái Cực và sản xuất ra các điểm linh.*

Đức Hộ Pháp giảng: *Chơn Linh do Nguyên khí* (Tiên Thiên Khí) *mà có. Nhờ Chơn Linh mới có sự sống, Chơn Linh có quyền năng vô biên, do Đức Chí Tôn ban cho*[83].

Đặc tính

Bởi xuất phát từ Tiên Thiên Khí nơi cõi hư vô thiêng liêng nên Chơn Linh có những đức tính sau:

• Tượng trưng cho sự bất tử của con người vì Chơn Linh chiết ra từ Đại Linh Quang là một phần tử nhỏ của Thượng Đế nên sau khi qui tiên thì trở về với Đại Linh Quang hoặc trở lại đầu thai trên trần thế sau khi xác phàm chết,

• Vì từ Thượng Đế xuất phát ra nên Chơn Linh không bị chi phối bởi luật âm dương, ngũ hành, biến dịch và luật vô thường của vạn vật hữu hình, hữu diệt,

• Chơn Linh vĩnh cửu tự nhiên và bảo đảm sự tồn tại của vạn vật trên thế giới,

• Chơn Linh thanh nhẹ, có tánh thánh, vô tư, luôn luôn trong lành có đủ cả trí và huệ, nên gọi là Thiên Lương[84], lãnh hội được những điều ngoài phạm vi hiểu biết của lục giác quan (nhãn, nhĩ, tỷ, thiệt, thân, ý)[85].

---

[82] Luật Tam Thể, tr.44
[83] Theo thuyết đạo của Đức Hộ Pháp, Chơn Linh chỉ nhập vào trẻ sơ sinh vừa mới lọt lòng mẹ.
[84] Thiên: Trời, Lương: Tốt lành. Thiên lương là phần tốt đẹp và lành mà Trời ban cho con người, để hướng dẫn con người hành động hợp Thiên Lý (The innate conscience).
[85] Thánh Ngôn dạy: *Điểm linh tánh Trời ban cho mọi người là cái tuyệt diệu cao siêu, nhập vào mảnh thân phàm là «hồn hiệp xác». Người nhờ cái bổn tánh ấy mà biết khôn ngoan, phân biệt điều lành lẽ ác, biết phải quấy, biết lo buồn…*

● Chơn Linh có phép thông công cùng cả chư Thần, Thánh, Tiên, Phật và các Đấng Trọn Lành nơi Ngọc Hư Cung[86]. Nhờ Chơn Linh mà con người có thể thông công tại Hiệp Thiên Đài với các Đấng Thiêng liêng qua cơ bút để dựng nên nền Đại Đạo Cao Đài.

Sứ mạng

Chơn Linh được bọc trong Chơn Thần và ngự tại tim có sứ mạng dìu dắt con người tu tại thế và sau khi qui tiên.

Sứ mạng tại thế

Khi sống ở trần gian, Chơn Linh và Chơn Thần nương theo xác thân phàm để tu hành, dự Trường Thi Công Quả do Đức Chí Tôn lập ra trong thời Đại Đạo Tam Kỳ Phổ Độ nên có những nhiệm vụ sau.

Dìu dắt Chơn Thần

Chơn Linh lo kiềm chế Chơn Thần để làm chủ xác thân và tánh dục phàm phu của xác phàm. Đức Cao Thượng Phẩm dạy: *Nếu nó chẳng kềm thúc được tánh dục vọng phàm phu của đệ nhứt xác thân thì nó bị thiên khiển và thất phận nơi cõi Thiêng Liêng Hằng Sống.*

Ghi chép

Công tội của kiếp đương sinh được Chơn Linh ghi chép để lưu truyền làm nhân quả cho những kiếp lai sinh.

Dạy dỗ xác phàm

Chơn Linh ấy, tánh Thánh nơi mình đã chẳng phải gìn giữ các con mà thôi, mà còn dạy dỗ các con[87]. Nhưng, Chơn Linh không trực tiếp điều khiển xác phàm mà phải qua trung gian của Chơn Thần.

---

[86] TNHT, tr.173
[87] TNHT/Q2, tr. 64

Sứ mạng sau khi qui liễu

Trên đường qui hồi, Chơn Linh giáo hóa Chơn Thần rửa sạch bụi trần, oan khiên tiền kiếp để vượt lên các tầng Trời

(Xem chương 11)

2. CẤU TẠO CHƠN THẦN[88]

Trong Âm Quang Tiên Thiên, đã chứa sẵn Nguơn chất[89] 元質 đựng trong Kim Bồn nơi Diêu Trì Cung[90] để tạo Chơn Thần. Nguơn Chất chứa: Nguơn Tinh (Nguơn Chất âm) và Nguơn Khí tức Khí Sanh Quang (Nguơn Khí dương).

> *Lưỡng Nghi phân khí Hư Vô,*
> *Diêu Trì Kim Mẫu nung lò hóa sanh.*
> *Âm dương biến tạo Chơn Thần,*
> *Lo cho nhơn vật về phần hữu vi[91].*

Trong cõi Thiêng Liêng vô hình, Đức Phật Mẫu dùng Khí Sanh Quang[92] (Nguơn Khí, dương) và Nguơn Chất (Nguơn Tinh, âm) để tạo tác Chơn Thần nên Chơn Thần là một thể vô hình bất tiêu bất diệt, luôn luôn tiến hóa hay ngưng trệ, do mỗi lần tái kiếp được dày công hay đắc tội.

---

[88] Các danh từ Thần Hồn, Linh Thân, Chơn Thần, Pháp Thân, Phách, cái Vía, Tướng Tinh, Hào quang mang ý nghĩa Chơn Thần

[89] Nguơn (nguyên): Khởi đầu, gốc; Chất: cái chất để tạo ra vạn vật. Nguơn chất là cái chất ban đầu để từ đó tạo thành muôn vật. Theo vũ trụ quan của Đạo Cao Đài thì hai nguyên chất ban đầu để tạo thành CKVT và vạn vật là: Âm quang và Dương quang.

[90] Từ ngôi Diêu Trì Kim Mẫu, xuất tích một khối Linh Quang gọi là Thần. Do nơi khối ấy, chuyển đi cho các Chơn Linh đặng phối hiệp với các thể chất, mà làm nên đệ nhị xác thân, ấy là Chơn Thần đó vậy (Bát Nương, Luật Tam Thể, tr.23)

[91] Kinh tán tụng Công Đức Diêu Trì Kim Mẫu

[92] Khí Sanh Quang được biểu tượng bằng chữ Khí (chữ bùa do Đức Lý vẽ) thờ sau lưng tượng Hộ Pháp. Đừng lầm với chữ Khí 氣 chỉ chung cho các khí. Theo luật âm dương tương đối, khí Sanh Quang là Dương khi đứng với Nguơn Chất hay Nguơn Tinh, là Âm khi đứng với Nguyên Dương của Đức Chí Tôn.

Cơ quan cấu tạo

Cơ quan này đặt ở Diêu Trì cung dưới chưởng quyền của Phật Mẫu, ở tầng trời thứ 9 Tạo Hóa Thiên. Tại đây có:

⦿ Kim Bồn hay cái chậu bằng vàng của Đức Phật Mẫu dùng chứa các ngươn chất để tạo ra Chơn Thần cho vạn linh lúc giáng trần,

Nơi Kim Bồn vàn vàn ngươn chất,
Tạo hình hài các bậc Nguyên Nhân[93].

⦿ Đài phát điện Âm Quang, nằm bên cạnh ao Diêu Trì; đài này thâu lằn Sanh Quang (Điểm Linh Quang) *của ngôi Thái cực rồi đem Dương quang hiệp với Âm quang mà tạo nên Chơn Thần cho vạn linh trong Càn Khôn Vũ Trụ.*

Khởi động của cơ quan

Từ Đại Linh Quang, Thượng Đế phóng ra các Tiểu Linh Quang. Đức Phật Mẫu thâu điểm Linh Quang của Đức Chí Tôn làm linh hồn, rồi dùng nguyên khí âm-dương trong Diêu Trì Cung tạo ra một Chơn Thần [94] làm xác thân thiêng liêng bao bọc điểm linh hồn này và tạo thành một con người nơi cõi thiêng liêng.

Sanh quang dưỡng dục quần nhi,
Chơn Linh phối nhứt thân vi Thánh hình[95].

Cho nên, Đức Chí Tôn là cha (vì ban cho điểm Linh Quang làm linh hồn) và Đức Phật Mẫu là mẹ (vì đã tạo ra Chơn Thần tức xác thân thiêng liêng). Vậy, mỗi người chúng ta, ngoài cha mẹ phàm trần, chúng ta còn có hai đấng Cha Mẹ chung thiêng liêng, là Đức Chí Tôn và Đức Phật Mẫu.

---

[93] Kinh Đệ Cửu Cửu
[94] *Chơn Thần là đệ nhị xác thân, là khí chất bao bọc thân thể... trung tim n*ó *là óc, cửa ra vào là mỏ ác trên đỉ*nh *đầu* (TNHT, tr. 173)
[95] Phật Mẫu Chơn Kinh

Giáng trần

Khi cho con người xuống trần thế, Đức Phật Mẫu bao bọc Chơn Linh trong Chơn Thần để nhập vào xác phàm. Trên đường giáng trần, Chơn Thần đi từ cõi hư vô thanh nhẹ mà đi xuống và qua 7 cõi là 7 khoảng không gian có 7 thể[96] cấu tạo từ nhẹ nhất (cõi Thái Cực) xuống đến nặng nhất (Hạ giới). Đến mỗi cõi, Chơn Thần khoác thêm bên ngoài «thể» của cõi đó cho nặng thêm để giáng tiếp. Xuống đến cõi Lưỡng Nghi, Chơn Thần phải lấy tinh khí nơi cõi Lưỡng Nghi bao bọc bên ngoài Tiên Thể một lớp, gọi là Kim Thân. Muốn xuống cõi Tứ Tượng, Nguyên Nhân phải dùng tinh khí của cõi Tứ tượng bao bọc một lớp bên ngoài Kim Thân một lớp, gọi là Thượng Chí… Đến trần thế thì Chơn Thần đã mặc bên ngoài cái áo bảy thể[97] mà ta thường gọi là Thất Phách[98].

Xuống đến trần thế, Chơn Linh và Chơn Thần nhập vào xác phàm và lúc đó con người có đủ ba xác thân.

> *Đại Từ Phụ từ bi tạo hóa,*
> *Tượng mảnh thân giống cả càn khôn.*
> *Vẹn toàn đủ xác đủ hồn.* (Kinh Tắm Thánh)

Nhiệm vụ

Trên cõi trần, Chơn Thần là Đệ Nhị Xác Thân[99] mang nhiệm vụ chính yếu: làm trung gian giữa Chơn Linh và xác phàm và đầu kiếp.

---

[96] Tinh khí, hay thể chất
[97] xác phàm, phách, vía, hạ chí, thượng chí, kim thân, tiên thể
[98] Đức Hộ Pháp: Phật Mẫu dùng 7 nguơn khí tạo Chơn Thần ta, tức nhiên tạo Phách ta…khí phách ấy là Chơn Thần, tức Nhị Xác Thân. Thất Phách là 7 cái thể của Chơn Thần. Đức Cao Thượng Phẩm chỉ vị trí các Phách: Phách cực âm: xương cụt; Phách cực dương: nê hoàn cung; Phách trung ương: thận; 3 phách dương: thượng đỉnh, trung đỉnh, tim; Phách âm ở hạ đơn điền khai thông thủy hỏa
[99] Chơn Thần là đệ nhị xác thân, là khí chất bao bọc xác thân như khuôn bọc vậy, nơi trung tâm của nó là óc, nơi xuất nhập là mỏ ác, nơi ấy Hộ Pháp hằng đứng giữ Chơn Thần của các con khi luyện Đạo đặng hiệp một với khí, rồi Khí mới thấu đến Chơn Thần hiệp một mà siêu phàm nhập thán (TNHT/Q2, tr.65)

Nhiệm vụ trung gian

Sau khi nhập vào xác phàm, Chơn Thần luân lưu khắp cơ thể con người và mang các phận sự sau:

- Làm trung gian liên kết giữa thể xác và linh hồn[100] giống như vai trò Hiệp Thiên Đài tại Tòa Thánh.
- Dìu dắt phàm thể hành động theo Chơn Linh,
- Làm động cơ lưu chuyển của Chơn linh,
- Biểu tượng cho sự sống.

Đầu kiếp

Chơn Thần nhờ Chơn Linh ngự trị ban cho thiện ý chế ngự dần dần ác tính. Nếu không làm tròn nhiệm vụ lại chiều theo đòi hỏi của xác thân và lục dục thất tình, thì Chơn Thần bị ô trược, oan nghiệt chồng chất. Vì vậy mà chỉ có Chơn Thần phải đi đầu kiếp trả quả vì trong Chơn Thần có chứa nhiều tính cũ và mới. Tính cũ là những tính nhiễm tạo từ nhiều kiếp trước (lưu tính), còn tính mới là những tính nhiễm tạo trong kiếp hiện tại. Trước khi xuống trần đầu kiếp, chư Phật nơi Tạo Hóa Thiên dùng huyền diệu biến đổi cái Chơn Thần cũ thành cái Chơn Thần mới theo đúng nghiệp lực của nó, rồi phủ lên đó một tấm màn bí mật che lấp hết các ký ức cũ. Chơn Thần mới chỉ là biến tướng của Chơn Thần cũ. Trên trần thế, Chơn Thần đã quên kiếp trước mà đi lập công bồi đức, phụng sự vạn linh nhằm lánh kiếp luân hồi.

---

[100] Điều này được cụ thể hóa bởi kiến trúc Hiệp Thiên Đài

3. PHÀM THỂ

Phàm thân hữu hình được cấu tạo bởi biến tướng của vô vi do hòa hiệp dâm tinh dâm huyết[101]. Phàm thể giữ vai trò căn nhà giả tạm cho Chơn Thần và Chơn Linh học hỏi, tu tiến.

Cấu tạo

Cấu tạo xác phàm là do kết hợp dâm tinh+dâm huyết, khối sanh vật và do vô vi biến tướng.

Dâm tinh+Dâm huyết

Con người cũng như trời đất được hình thành cụ thể, hữu hình bởi hai năng lực Âm Dương chuyển động hòa hiệp, sanh hóa chẳng ngừng. Nhờ có dục tính mà vợ chồng ăn ở thương yêu nhau nên cái dâm tinh (ngươn tinh của chồng) tẩu lậu ra ngoài gặp dâm huyết (âm tinh của vợ) ngừng kết lại mà cấu tạo thành cái xác phàm của con người.

Ngay trong bụng mẹ, xác phàm đón nhận Chơn Linh và Chơn Thần tạo thành hình tướng của con người gồm Tinh-Khí-Thần. Do đó chúng ta thường nói «*tinh cha, huyết mẹ*» để giải thích xác thân ta được cấu tạo bởi: Khối sanh vật kết hợp và vô vi biến tướng.

Khối sanh vật kết hợp

Phàm xác thân con người…vốn một khối chất chứa vàn vàn, muôn muôn sanh vật. Những sanh vật ấy kết cấu thành một khối. Vật chất ấy có tánh linh, vì chất nuôi sống nó cũng đều là sanh vật, tỉ như rau, cỏ, cây, trái, lúa, gạo…mọi lương vật đều cũng có chất sanh… Cả vật thực vào tì vị, lại biến ra khí, khí mới biến ra huyết. Nó có thể hườn ra nhơn hình, mới có sanh sanh, tử tử của kiếp nhơn loại[102].

---

[101] *Cơ sanh hóa càn khôn đào tạo*
Do âm dương hiệp đạo biến thiên (Kinh Hôn Phối)
[102] TNHT/Q1

Vô vi biến tướng

Xác thân có được hình tướng là nhờ duyên hợp của ngũ hành kết tụ, âm dương biến chuyển nhờ Khí Hư Vô điều động[103]. Xác thân chỉ là vay mượn, là duyên hợp, là giả tạm. Vậy mỗi nhân sanh đều gồm có hai phần, hữu hình với hình thể sắc thân và vô vi ẩn tàng không hình tướng. Hữu hình là sự hình thành và biến chuyển của sắc thân, còn vô vi là cơ biến hóa của Chơn Thần[104].

Vai trò

Đối với tín đồ Cao Đài, đời sống trần thế là giả tạm để sửa soạn cho đời sống vĩnh cửu trong cõi Thiêng Liêng hằng sống. Xác phàm do vật chất cấu tạo, nên chỉ là giả thân, là căn nhà tạm trú, một quán trọ cho khách lữ hành dừng chân một thuở trên dòng tiến hóa.

> *Tôi nay ở trọ trần gian,*
> *Trăm năm về chốn xa xăm cuối trời.*

Giống như con chim, con cá:

> *Con chim ở đậu cành tre,*
> *Con cá ở trọ trên khe nước nguồn.*

Trên đường tu Đại Đạo Tam Kỳ Phổ Độ, xác phàm làm nơi trú ngụ cho Chơn Thần và Chơn Linh lập công bồi đức, tu tập, học hỏi, tấn hóa trên cõi trần và trợ lực cho Chơn Thần sau này dễ dàng siêu thoát.Vậy muốn luyện Đạo thành thì cần phải có xác phàm làm điểm tựa cho Chơn Linh và Chơn Thần[105].

---

[103] Đàn cơ tháng giêng, năm tân mão (1951), Đức Cao Thượng Phẩm giảng giải thân của mỗi nhân sanh đều do duyên hợp như sau: *Trong vũ trụ, vạn vật thảy đều là hữu hình, nhưng trong cái hữu hình lại là vô vi biến tướng. Một hình thể là một sự cấu tạo của những tế bào. Những tế bào ấy lại kết tụ bởi khí ngũ hành. Khí ngũ hành biến chuyển bởi âm-dương, âm dương ấy lại điều động được là nhờ khí Hư Vô vận chuyển* (Do sĩ tài Huỳnh Văn Hưởng biên soạn và Hiến Tài Lê Văn Thêm ghi lại)

[104] HT Lê Văn Thêm, sđd, tr.83

[105] Thượng Đế dạy: «*Đạo Thầy là vô hình, vô dạng. Nhưng cái lý vô-vi ấy cần phải nương với hữu*

Đặc tính

Phàm thân do nguyên tinh thảo mộc, vật chất cấu thành nên mang tính chất một sinh vật có ngũ quan, biết cảm giác xúc động, nên từ sinh hoạt đến nhu cầu sinh lý có bản năng thú tính: *Hình chất con người vẫn là thú*[106].

Xác phàm luôn luôn chịu ảnh hưởng của ngoại vật, chạy theo dục vọng làm cho Chơn Thần ô trược phải luân hồi chuyển kiếp mãi mãi, nếu Chơn Thần nương theo thú chất hình vật của phàm thể. Vì vậy, trên trần thế, xác phàm của người tu tiến phải chịu sự điều khiển của Pháp thân (đệ nhất xác thân) và Linh thân (tức Chơn Linh hay đệ tam xác thân), **nhưng xác phàm vẫn có sinh hoạt riêng bộc lộ bởi bản năng tự lập tách biệt khỏi Chơn Linh như tim đập, tuần hoàn huyết dịch…**

Khi Chơn Linh và Chơn Thần đầu kiếp vào xác phàm là lúc cuộc đời trần thế bắt đầu với đầy đủ ba xác thân: **phàm thể** (do cha mẹ tạo ra), **khí thể** (Chơn Thần làm khuôn viên hình ảnh cho thể xác của hài nhi), **thần thể** (Chơn Linh tạo nên sự sống). Từ đó, Chơn Linh và Chơn Thần phải dựa vào xác phàm mà tu tiến để dấn bước trên con đường về Thầy.

Như vậy, loài người cùng một gốc là Thượng Đế nhưng chia làm hai hạng chính: Hóa Nhân và Nguyên Nhân.
● Hóa Nhân: người nguyên thủy do sự tiến hóa từ thảo mộc, thú cầm mà đạt phẩm người có tam hồn, thất phách;
● Nguyên Nhân: Chơn Linh được Thượng Đế cho đầu kiếp xuống trần làm người, với nhiệm vụ dìu dắt Hóa Nhân để cùng nhau tu Đạo, tiến hóa rồi trở về với Thượng Đế.

---

hình (hồn hiệp xác), chẳng nên lấy cái CÓ mà bỏ cái KHÔNG, mà cũng chẳng nên gìn cái KHÔNG mà quên cái CÓ. Vậy thì «Có» "Không" phải đi cặp nhau. Như hột lúa, các con dùng đặng mà nuôi lấy thân thể ấm no là dùng cái hột gạo ở trong, chớ cái vỏ (trấu) ở ngoài các con dùng sao đặng. Nhưng các con muốn cho có hột gạo phải dùng luôn cái vỏ lúa đặng gieo xuống thì nó mới mọc lên, chớ nếu các con thấy không cần cái vỏ, rồi các con lột ra trụi lủi, còn hột gạo trơ trơ thì các con gieo sao cho nó nứt mọng đặng, các con! Vậy các con tu hành cũng y như lẽ đó. Muốn dưỡng linh-hồn phải cần xác thịt này mà luyện Đạo mới thành».
[106] TNHT/Q1

Khi đã trở thành người sống trên trần thế, dù Hóa Nhân hay Nguyên Nhân đều sống một cuộc đời như nhau được giải thích trong trang 3 triết lý.

Tóm tắt các giai đoạn cấu tạo con người

Thượng Đế

1. Ban cho Chơn Linh tức một Tiểu Linh Quang chiết ra từ Đại Linh Quang

2. Đức Diêu trì Kim Mẫu cấu tạo Chơn Thần bọc lấy Chơn Linh

3. Khoác bên ngoài chiếc áo 7 thể khi giáng trần

4. Chơn Linh và Chơn Thần giáng trần nhập vào xác phàm cấu tạo bởi âm tinh của mẹ và ngươn tinh của cha

Chương 5

Tiến Hóa

Tiến hóa mang ý nghĩa tiến hóa tâm linh theo một vòng tròn của qui luật tiến hóa tâm linh để trở về nguồn gốc là Đại Linh Quang. Về con người trên cõi trần, chúng ta nhận thấy có hai chuyển động tiến hóa tâm linh theo vòng tròn để trở về hiệp cùng Thượng Đế, đó là:

- Chuyển động tiến hóa của Hóa Nhân và Nguyên Nhân cùng tu tiến để đắc quả vị Thần, Thánh, Tiên, Phật.

- Chuyển động xuống trần của Nguyên Nhân để tu tiến.

1. Tiến Hóa Của Hóa Nhân

Hóa Nhân thành người là do luật Tiến hóa tự nhiên[107] từ kim thạch đi lên[108]. So với các tôn giáo khác điểm đặc thù của giáo lý Cao Đài là dùng cụm từ *«gốc ngọn»* để giải thích tiến hóa. Gốc là cái đầu điều khiển cơ thể, là khởi nguồn của sự tinh túy; ngọn là những yếu tố được sanh ra từ gốc. Hãy nhìn gốc ngọn trong thảo mộc, muông thú[109].

---

[107] Thuyết chuyển luân Cao Đài phù hợp với thuyết tiến hóa của Darwin về phần vật chất
[108] Theo Đức Cao Thượng Phẩm : *Hóa Nhân là khi phân Lưỡng Nghi biến thành Bát Quái mà tạo ra vật chất biến thể, lần đến loài người, nên Chơn Thần của họ vẫn còn là thể chất*
[109] Quá trình tiến hóa từ thảo mộc đến con người được phân định theo vị trí gốc và ngọn. Gốc (đầu) được xem là nơi khởi nguồn của sự tinh túy, điều khiển mọi hoạt động. Ngọn là những yếu tố được sinh ra từ gốc, do gốc điều khiển. Thảo mộc có gốc (cái đầu) nằm dưới đất, ngọn đưa lên

• Thảo mộc: ngọn đưa lên trời, gốc (đầu) chui dưới đất (âm), mọi tinh túy đều do khí âm quản lý nên thảo mộc gần như không có trí khôn.

• Muông thú. Gốc (đầu) nằm ngang với cơ thể, tiếp giáp với khí âm dương nên thông minh hơn thảo mộc.

• Con người. Gốc (đầu) nằm trên cùng tiếp nhận nhiều khí dương nên trí tuệ hơn mọi loài.

Khi Hóa Nhân đạt phẩm nhơn loại thì đã thuận theo Thiên Lý, đầu hướng lên trời, chân đạp xuống đất, thân hình thẳng đứng và có đủ Tam Hồn: Sanh hồn, Giác hồn, Linh hồn là 3 điểm Linh Quang của Thượng Đế ban cho Hóa Nhân khi tiến hóa từ thảo mộc đi lên nhân phẩm.

Ở mỗi trình độ tiến hóa, Đức Chí Tôn ban cho một điểm nguyên hồn tạo nên sự sống. Như loài thảo mộc cũng có thọ nơi Thầy một điểm nguyên hồn... Vậy từ thảo mộc có một phần hồn (sanh hồn). Thảo mộc tấn hóa mãi, muôn vàn kiếp mới bước sang qua thú cầm đã đặng hai phần hồn (sanh hồn và giác hồn). Thú cầm mới dần dần tiến hóa mãi, trăm ngàn muôn kiếp, lên đặng làm người (có thêm linh hồn, vậy là trọn đủ tam hồn: sanh hồn, giác hồn, linh hồn). Sự tiến hóa của nguyên hồn đi theo lẽ tự nhiên tức Thiên Luật, đi từng cấp bậc từ dưới đi lên, không có nhảy cấp.

Nhơn hồn

Thú cầm hồn

Thảo mộc hồn

Kim thạch hồn

---

trời cho nên sự tinh túy do khí âm quản lý, khiến trí khôn của thảo mộc gần như không có, chỉ có sanh hồn. Đến khi thảo mộc phát triển thành muông thú. Lúc đó, gốc (cái đầu) nằm ngang với cơ thể, tiếp nhận được nhiều khí âm- dương nên trí khôn phát triển hơn tiếp nhận được giác hồn. Đến khi thành người thì tiếp nhận được linh hồn, gốc (cái đầu) nằm trên cùng tiếp xúc khí dương nhiều hơn, nên thông minh, biết phân biệt phải trái, trắng đen, biết đâu là việc tốt, việc lành...

Còn công trình cấu tạo Hóa Nhân của Đức Kim Mẫu là hòa hợp hai khí Âm quang và Dương quang lại với nhau để biến hóa sanh ra vạn linh. Đức Phật Mẫu đã dùng cái KHÔNG vô hình, vô ảnh biến hóa thành cái SẮC có hình tướng hữu hình. Sau đó, Đức Phật Mẫu vận chuyển bát phẩm Chơn Hồn[110] đem đầu kiếp xuống trần tạo thành chúng sanh.

Càn khôn sản xuất hữu hình
Bát hồn vận chuyển hóa thành chúng sanh[111]

Khi tạo được nhơn vị rồi thì được Đức Chí Tôn ban cho Chơn Linh để Hóa Nhân cùng với Nguyên Nhân tiến hóa bằng tu tiến để dự vào Trường Thi Công Quả. Hóa Nhân bình thường theo trường học 5 lớp từ từ tiến hóa: nhơn đạo, thần đạo, thánh đạo, tiên đạo, phật đạo. Nếu giác ngộ tu hành thì cũng đắc đạo, đạt được ngôi vị cao như Nguyên Nhân trong cõi Thiêng Liêng. Thượng Đế nói lý do: *Mỗi mạng sống đều hữu căn, hữu kiếp, dầu Nguyên Nhân hay Hóa Nhân cũng vậy.*

Về khác biệt trong lý thuyết tiến hóa của vạn linh, chúng ta nhận thấy thuyết tiến hóa của Darwin là tiến hóa của vật chất, còn luật tiến hóa của Đạo Cao Đài là tiến hóa của cả linh hồn lẫn vật chất:

Vòng xây chuyển vong hồn tấn hóa,
Nương xác thân hiệp ngã Càn Khôn[112].

---

[110] Kim thạch, thảo mộc, thú cầm, nhân, thần, thánh, tiên, phật
[111] Phật Mẫu Chơn Kinh
[112] Kinh Giải Oan

2. Tiến Hóa Của Nguyên Nhân

Sau khi xuống trần thế, tiến hóa của Nguyên Nhân là tu tiến và chuyển kiếp nhiều lần để đạt đến quả vị Thần, Thánh, Tiên, Phật. Thượng Đế dạy: *Cái phẩm vị của các con buộc tái sanh nhiều kiếp, mới đến địa vị tối thượng của mình là nơi Niết Bàn*[113]. Tiến hóa từ Nhơn hồn lên Phật hồn có sự can thiệp của chính con người tức là sự tu luyện Nhơn hồn theo đường Thiên Lý. Đạt đến Phật hồn, Chơn Linh tiếp tục tu luyện trong các tầng trời để tiến hóa đến mức tận cùng của chu trình tiến hóa là Đại Hồn[114] của Thượng Đế.

Phật hồn

Tiên hồn

Thánh hồn

Nhơn hồn (của Nguyên Nhân và Hóa Nhân)

Tiến hóa có thể nhanh bằng nhảy cấp nhờ tu Đạo và cũng có thể thoái hóa xuống cầm thú nếu phạm tội Thiên Điều.

Trong thời Tam Kỳ Phổ Độ, với ân huệ của Đức Chí Tôn, nếu tu hành tinh tấn, thì chỉ một kiếp tu có thể đắc thành chánh quả.

---

[113] TNHT/Q1/tr.57
[114] Đồng nghĩa với Thiên Hồn, Thái Cực, Đại Linh Quang

3. XUỐNG TRẦN

Nguyên Nhân thường gọi là khách trần[115], xuống trần là vì những lý do sau:
- Để tiếp tục tu tiến
- Dạy dỗ hóa nhân
- Quả kiếp
- Cứu thế độ nhân do Thiên Mạng

Tiếp tục tu tiến

Các Nguyên Nhân xuống cõi trần là chia khổ với người nơi trần thế, tức phụng sự vạn linh và tiếp tục tu tiến để đạt phẩm vị cao hơn. Vì vậy, Đức Chí Tôn lập Trường Thi Công Quả để con người học tập, lập công bồi đức, luân hồi chuyển kiếp tiến hóa để nâng cao thêm địa vị tại Thiêng Liêng lên hàng Thánh, Tiên, Phật...

Dạy dỗ hóa nhân

Vì Hóa Nhân có trí não ngu ngơ, tánh tình hung ác, dã man nên Đức Phật Mẫu vâng lệnh Đức Chí Tôn cho 100 ức Nguyên Nhân đầu thai xuống trần, để khai hóa Hóa Nhân và học hỏi để tiến hóa lên các phẩm vị. Các Nguyên Nhân[116] này trực tiếp sanh ra từ Thượng Đế, có ngôi vị tại cõi Thiêng liêng, đầu kiếp xuống ở tạm nơi cõi trần dạy dỗ Hóa Nhân và học hỏi

---

[115] Từ những lý do giáng trần, Đức Hộ Pháp chia khách trần (người sống tạm trên trần thế) ra làm 5 hạng :
Hạng trái chủ: hạng quả kiếp, thiếu nợ vì gây ra nhân quả đã nhiều qua bao nhiêu tiền kiếp,
Khối trái chủ nhẳng lo vay trả,
Mới gây nên nhân quả nợ đời
Hạng tác trái: người đã cho vay, xuống trần đòi nợ,
Hạng du học: đến học hỏi thêm đặng tấn hóa về Chơn Linh,
Hạng ta bà: đến du hí du thực, rất ít và hay chết yểu,
Hạng Thiên Mạng: Chơn Linh cao cấp (Thánh, Tiên) vâng mạng Ngọc Hư Cung hay của Lôi Âm Tự xuống trần cứu nhân độ thế như Đức Tiên Tào Quốc Cựu giáng cơ cho biết.
[116] Thuyết Đạo của Đức Hộ Pháp, Nguyên Nhân có thể là Chơn Hồn ở trong Kim Bàn xuất hiện ra với địa vị nhân phẩm của mình

tấn hóa lên các phẩm vị cao hơn.Làm xong nhiệm vụ thì trở về với Thượng Đế.

Quả kiếp

Khởi đầu,khi xuống trần với nhiệm vụ dạy dỗ Hóa Nhân, linh hồn các Nguyên Nhânđều trong sạch, thanh thoát, còn giữ thiên tánh, trí não thông minh. Nhưng, khi xuống trần thì đa số bị nhiễm bụi trần, quên nguồn gốc và nhiệm vụ đã nhận lãnh lúc đi đầu thai, lại gây ra lắm tội lỗi nơi cõi trần mà gây ác nghiệp tiền kiếp nên phải đọa sinh đầu kiếp để trả quả theo luật nhân quả đặng đạt hạnh phúc nơi cõi Thiêng liêng;

Sở dĩ các Nguyên Nhân gây tội lỗi là do quỉ vương cám dỗ làm mất Vạn Cửu Nang[117] của Đức Phật Mẫu ban cho khi giáng trần nên khó qui hồi cựu vị. Có bài kệ rằng:

> *Linh căn ngày đó xuống trần ai,*
> *Cái cái vui mừng nhập mẫu thai.*
> *Vì mất bửu nang, mê nghiệp hải,*
> *Làm sao tỉnh đặng trở hồi lai.*

Vì động mối từ tâm, Đức Chí Tôn mở ra các kỳ phổ độ để dẫn dắt các Nguyên Nhân trở về cựu vị. Vì vậy ngày nay, Đạo Cao Đài có sứ mạng giúp các linh căn tu Đạo đặng «*hồi lai*».

Cứu thế độ nhân do Thiên Mạng

Các Chơn Linh cao trọng giáng trần cứu vớt nhơn loại như Đức Thích Ca, Lão tử, chúa Jésus… Sau đó là cácChơn Linh cao cấp (Thánh, Tiên) vâng mạng Ngọc Hư Cung hay của Lôi Âm Tự xuống trần cứu nhân độ thế như Đức Tiên Tào Quốc Cựu giáng cơ cho biết[118].

---

[117] Vạn cửu nang (nang 囊: cái túi) là cái túi đựngchín muôn điều. Theo ngài Khai Pháp Trần Duy Nghĩa, khi Nguyên Nhân xuống trần, Đức Diêu Trì Kim Mẫu ban cho mỗi vị cái túi Vạn Cửu Nang và dặn nếu mất một món thì không trở về cùng Mẹ được. Đồng thời, Đại Tiên Kim Quang Sứ xuống trần dẫn theo chơn linh 5 quỉ vị biến thành tiền bạc, sắc đẹp, rượu ngọt, nóng giận, nha phiến làm cho linh căn quên nguồn cội.

[118] Vào đêm 17-6-Quí Hợi (30-7-1923) tại Miếu Nổi, Tào Quốc Cựu giáng cơ khuyên tu như sau: «Chư Nhu có phước cơ duyên nên mới gặp Đạo ở kỳ thứ ba «Hữu duyên đắc ngộ Tam Kỳ Độ». Tiên Thánh đều lâm phàm mà độ kẻ Nguyên Nhân» (Đại Đạo căn nguyên)

Về hạng Thiên Mạng, Đạo Cao Đài có rất nhiều chức sắc thuộc hạng này và mang Ngươn Linh[119] của Thánh, Tiên được Đấng Thiêng Liêng giáng cơ cho biết thí dụ như:

⦿ Đức HộPháp Phạm Công Tắc là Ngươn Linh của Thánh Vi Hộ. Tại Báo Ân Đường Kim Biên (19-9-1956), Đức Thanh Sơn Đạo Sĩ (Trạng trình Nguyễn Bỉnh Khiêm) trả lời Đức Hộ Pháp: *Phải, thì trước đầu kiếp vào nhà họ Vi (Vi Hộ), còn nay vào nhà họ Phạm (Phạm Công Tắc)... Việt Nam xuất Thánh thì đã hẳn rồi.*

⦿ Ngài Đầu Sư Thái Thơ Thanh là Ngươn Linh Từ Hàng Bồ Tát. Ngày 8-12-Bính Dần (11-1-1927), Đức Chí Tôn giảng dạy Ngài Thái Thơ Thanh: *Con cùng Chơn Linh cùng Quan Âm Bồ Tát* (Đạo Sử. II, tr. 177).

⦿ Nữ Đầu Sư Lâm Hương Thanh là Ngươn Linh Long Nữ.

Còn rất nhiều vị chức sắc khác là Ngươn Linh của Thánh, Tiên được liệt kê chi tiết trong cuốn sách Bí Pháp Đạo Cao Đài của nữ soạn giả Nguyên Thủy, 2007.

Lúc biết được nguồn cội rồi thì con người mình sống trên cõi đời này mang ý nghĩa gì? Đời người, chết đi hết hay chưa? Câu trả lời của Thượng Đế sẽ được viết trong trang ba triết lý.

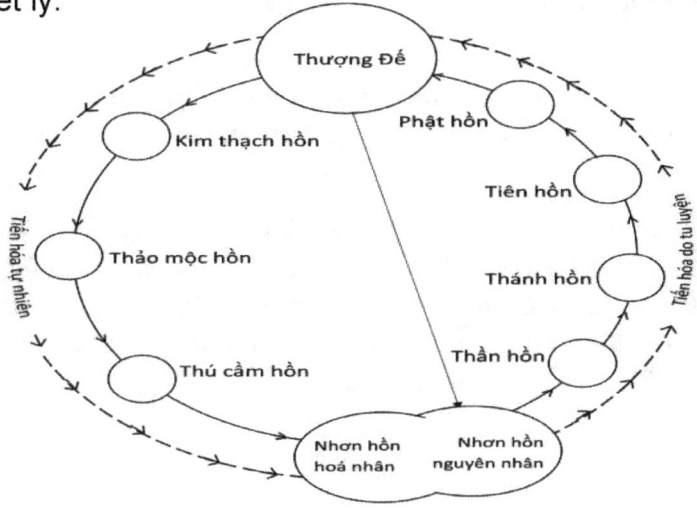

Hướng tiến hóa của Chơn Linh

---

[119]Chơn Linh nguyên thủy

TRANG BA

CÕI TRẦN

Sanh hà ký? 生何寄 Sống gửi vào đâu?

Tại thế hà như? 在世何如 Ở trần thế làm gì?

Sống gởi đâu? Đạo Cao Đài trả lời rằng đời sống trần thế là giả tạm, xác phàm là căn nhà tạm trú cho Chơn Thần và Chơn Linh học hỏi, tu tiến trong thời Đại Đạo Tam Kỳ Phổ Độ.

Đời sống trần thế để làm gì? Để tu Nhơn Đạo và Thiên Đạo[120] nhằm sửa soạn hành trang cho cuộc hành trình trở về cội nguồn trong cõi Thiêng Liêng.

Tu Nhơn Đạo để vừa phục vụ vạn linh vừa lập vị cho người tu, chính yếu là làm công quả *(chương 6)*.

Tu Thiên Đạo là đi theo con đường trở về hiệp với Thượng Đế bằng tu hiệp Tam Bửu theo giáo lý của Tam Kỳ Phổ Độ. Chính yếu của việc tu là tinh khiết hóa Chơn Thần bằng lưu thanh khử trược các nguồn khí Hậu Thiên ô trược như Chơn Khí, khí thất tình lục dục *(chương 8)*

---

[120] Thiên Đạo là con đường để tín đồ theo đó mà trở về hiệp với Thượng Đế

CHƯƠNG 6

Tu Nhơn Đạo

Người tu theo Đạo Cao Đài bắt đầu bằng tu Nhơn đạo để vừa phụng sự vạn linh vừa lập vị cho chính mình tại thế. Tu Nhơn đạo (Thế đạo) là làm tròn đạo làm người ở đời, đó là nguyên tắc và bổn phận mà con người phải tuân theo trong đời sống trần thế. Trong 5 cấp tiến hóa để qui nguyên[121], Nhơn đạo là căn bản. Muốn lên cấp tiến cao hơn thì trước nhất hoàn thành Nhơn đạo.

Nay, trong khung cảnh tu Đạo thời Đại Ân Xá khởi đầu từ ngày lập Đạo (15-10-Bính Dần 1926) đến khi Di Lạc Vương Phật mở Hội Long Hoa mà chúng tôi trình bày phép tu Nhơn đạo bằng hai cách để đắc Đạo:

● Hành Đạo nơi Cửu Trùng Đài, làm công quả là phần quan trọng nhất để đạt vị như Thánh Ngôn dạy: *Thầy đến độ rỗi các con là lập thành một trường công đức cho các con nên Đạo*[122].

● Hành Đạo nơi Cơ Quan Phước Thiện,

Làm tròn Nhơn đạo rồi[123], mới tu Thiên đạo (đạo Trời) bằng phép tu hiệp Tam Bửu theo tu Phổ Độ (chương 7, 8) hay tu chơn để qui hồi Thượng Đế. Chính yếu trong việc tu luyện này là

[121] 5 cấp tiến hóa là: Nhơn đạo, Thần đạo, Thánh đạo, Tiên đạo, Phật đạo
[122] TNHT/Q1/tr.26
[123] Người mới tu, đạo hạnh phải giữ cho hoàn toàn trước về Nhơn đạo cho xong, rồi sau bèn học đến Thiên đạo
Rằng ở đời thì Nhơn Đạo *trọn,*
Trọn rồi Thiên Đạo *mới hoàn toàn.*
Buông trôi ví chẳng tròn Nhơn đạo,
Còn có mong chi đến Đạo *Trời.* (TNHT)

tinh khiết hóa Chơn Thần bằng khử trược các khí Hậu Thiên Chơn Khí (Chương 7), khí thất tình lục dục (chương 8).

1. Tại Sao Phải Tu Bây Giờ?

Theo chu kỳ luân hồi trên địa cầu 68, loài người đã trải qua 2 nguơn:

● **Thượng nguơn** (nguơn Tấn Hóa) là thời kỳ tạo thiên lập địa, của Đại Đạo Nhứt Kỳ Phổ Độ của Cổ Phật, Lão Tổ, Đế Quân

● **Trung nguơn** (nguơn thượng lực) có ngũ chi đại đạo đại diện bởi Phật Thích Ca, Jesus Christ, Lão Tử, Khổng Phu Tử, Khương Tử Nha mở Đại Đạo Nhị Kỳ Phổ Độ giáo hóa chúng sanh.

Trên quả địa cầu 68 hiện tại, loài người cũng như Đạo đã đến thời **Hạ nguơn** (nguơn mạt kiếp, điêu tàn). Vì lý do đó mà trong thời hạ nguơn này, Đấng Chí Tôn đã dùng huyền diệu cơ bút khai sáng Đại Đạo Tam Kỳ Phổ Độ ở miền Nam nước Việt nhằm độ rỗi các linh hồn bước sang nguơn tái tạo, nguơn đầu của Tứ Chuyển, Đạo sẽ được phục hưng như thời thượng nguơn là nhờ Đại Đạo Tam Kỳ Phổ Độ đã độ rỗi chúng sanh trong thời hạ nguơn.

Chu kỳ luân hồi thời Tam Chuyển trên địa cầu 68

Nguơn	Tính chất con người	Tính chất xã hội	Phổ độ	Thời
Thượng Nguơn thời tạo thiên lập địa, thượng đức	Thiên lương Thuần phát lấy **Đức** làm đầu	Thanh bình, an lạc, thuận tùng Thiên Lý. **Xã hội hòa hiệp**	Đại Đạo Nhất Kỳ Phổ Độ: Nhiên Đăng Cổ Phật (Phật giáo); Thái Thượng Đạo Tổ (Tiên giáo); Văn Tuyên Đế Quân	Quá khứ
Trung Nguơn Thượng lực, tranh đấu	Nhân tâm bất nhứt, xa rời thiện lương, mạnh được yếu thua, lấy **sức** làm đầu	Xã hội bất công, áp bức, trường huyết chiến. **Xã hội tranh đấu**	Đại Đạo Nhị Kỳ Phổ Độ: Thích Ca (Phật), Lão Tử (tiên), Khổng Phu Tử (Nho), Jesus Christ (Thánh giáo), Khương Tử Nha (Thần giáo)	Quá khứ
Hạ Nguơn Điêu tàn, mạt kiếp	Con người tương sát, dùng chước quỉ bẫy độc, lấy **cân não** làm đầu	Xã hội tàn sát, khốc liệt, tự tiêu diệt. **Xã hội mạt kiếp**	Đại Đạo Tam Kỳ Phổ Độ do Đức Chí Tôn khai sáng	Hiện tại
Nguơn Tái Tạo Bảo tồn (Thượng nguơn của Tứ Chuyển)	Đạo đức được phục hồi như thời Thượng Nguơn			Tương lai

2. Hành Đạo Nơi Cửu Trùng Đài

Tín đồ theo Hội Thánh Cửu Trùng là người hành đạo vừa phục vụ chúng sanh, vừa lập vị thiêng liêng cho mình. Người tu lập công đoạt Đạo bằng phép tu Tam Lập[124]: lập Ngôn, lập Công, lập Đức. Chơn hồn mượn xác phàm đi theo phẩm trật

---

[124] Đức Hộ Pháp tóm tắt Tam Lập như sau: *Mình học để biết Đạo là Lập Đức, nói Đạo cho thân tộc mình biết là Lập Công, độ toàn nhơn loại là Lập Ngôn. Có làm đủ ba điểm đó mới về được với Đức Chí Tôn bằng con đường Cửu Thiên Khai Hóa.* Tam Lập (Tam bất hủ): ba điều lập nên truyền mãi về sau

Cửu Thiên Khai Hóa, đạt phẩm vị từ Địa Thần, Nhơn Thần, Thiên Thần, Địa Thánh, Nhơn Thánh, Thiên thánh, Địa Tiên, Nhơn Tiên, Thiên Tiên.

Lập Ngôn

Lập Ngôn là nói lời chơn thật, chánh đáng, có đạo đức để người nghe phát tâm hành thiện hay tu hành như Đức Chí Tôn dạy: *Thầy dạy các con phải cẩn ngôn cẩn hạnh, thà là các con làm tội mà chịu tội cho đành, hơn là các con nói tội mà phải mang trọng hình đồng thể».* Phải tuân theo giới cấm thứ 5 là bất vọng ngữ, nói lời xảo trá, gạt gẫm, chê bai…làm hại người.

Lập Công

Đem sức lực và hiểu biết ra phụng sự nhơn sanh là lập công gồm tam công: công phu, công trình, công quả[125].

Công phu

Công phu gồm 2 việc:

◉ **Học tập kinh sách** (Kinh Thiên Đạo, Thế Đạo…) **cho thông hiểu giáo lý** (Thánh Ngôn Hiệp Tuyển, Thuyết Đạo lý luật pháp Đạo, Tân Luật, Pháp Chánh Truyền…). Sự học hỏi kinh sách có thể xếp vào phần công trình bao gồm học hỏi và trau dồi tâm tánh.

◉ **Cúng Đức Chí Tôn vào tứ thời: tý** (12 giờ khuya), **ngọ** (12 giờ trưa), **mẹo** (6 giờ sáng), **dậu** (6 giờ tối). Thất Nương dạy: *«Lễ bái thường hành tâm đạo khởi».* Cúng Đức Chí Tôn là một giai đoạn của thiền định, trong giai đoạn này người tín đồ để hết lòng thành tập trung vào lời kinh, tâm trí không bận rộn với tạp niệm.

---

[125] Công: nỗi vất vả làm nên công việc, phu: làm việc vất vả; trình: cách thức làm việc; quả: kết quả của việc làm có ảnh hưởng đến phẩm vị thiêng liêng

Công trình

Công trình là việc lập hạnh tu hành bao gồm sự tuân theo:

● **Giữ giới luật như ngũ giới cấm**[126] (bất: sát sanh, du đạo, tà dâm, tửu nhục, vọng ngữ). Các điều ngăn cấm, giới luật tôn giáo là hàng rào ngăn cản chúng ta không gây nợ mới thì mới hết đầu thai trả quả.

● **Tứ Đại Điều Qui** ấn định trong Tân Luật (Chương IV) là 4 phép tắc lớn phải theo: Phải tuân lời dạy của bề trên, chớ khoe tài đừng cao ngạo, bạc tiền xuất nhập phân minh, trước mặt sau lưng cũng đồng một bực,

● **Thế Luật** ấn định trong Tân Luật tức luật pháp qui định về phần nhơn đạo của người tín đồ như ăn chay kỳ hay trường v.v.

Công quả[127]

Làm công quả phụng sự nhơn sanh là phần chính yếu của lập vị. Tất cả những việc làm giúp người giúp đời, phụng sự Đạo, phụng sự nhơn sanh, dù phạm vi nhỏ hay lớn, đều gọi là công quả. Làm điều thiện mới trừ được ác nghiệp và đắc Đạo nên Thánh huấn có câu: *«Còn muốn đắc Đạo, phải có công quả»*.

Đức Chí Tôn đại khai ân xá, mở Đạo Kỳ Ba này là lập một Trường Thi Công Quả cho nhơn sanh luyện Đạo đạt phẩm trật Thánh, Tiên, Phật là vì *«Muốn làm Tiên Phật thì phải có công quả».* Công quả phải xuất phát từ lòng tự giác tự nguyện, làm theo trí lực của mỗi người, từ việc lao động chân tay đến trí óc. Làm công quả có hai phần:

● **Độ sanh**

Độ sanh là phụng sự con cái của Ngài về đời sống vật chất, tinh thần và linh hồn.

---

[126] Được qui định trong Tân Luật phần Đạo Pháp, Chương IV
[127] Công: nỗi vất vả làm nên công việc; quả: kết quả của việc làm sẽ ảnh hưởng đến phẩm vị nơi Thiêng Liêng

Về đời sống vật chất, công quả của Cơ Quan Phước Thiện lo cơm ăn, áo mặc cho người thiếu thốn.

Còn về đời sống tinh thần, các chức sắc Cửu Trùng Đài làm công quả mỗi khi gặp tín đồ đau khổ, buồn chán, phải giáo hóa giúp cho vượt qua[128].

● Độ tử

Khi một tín đồ qui liễu, ban trị sự hương Đạo và bổn Đạo lo kinh kệ độ hồn, cầu siêu, làm phép bí tích... lo chôn cất, làm Tuần Cửu, Tiểu Tường, Đại Tường.

Dự thi ở *«Trường Thi Công Quả»*
Nhằm giúp tín đồ làm công quả trừ nghiệp chướng, oan khiên tiền kiếp, Đức Chí Tôn đã lập nên ở trần thế một Trường Thi Công Quả *«Một Trường Thi Công Quả, các con muốn đến đặng nơi Cực Lạc thì phải đi tại cửa này mà thôi».*[129]

Nếu đã có Trường Thi, tất có *«khảo thí»* theo phép công bình Thiên Đạo để được đắc quả rồi mới đạt địa vị thiêng liêng tùy theo công quả và đức hạnh của người hành đạo. Mỗi tín đồ Cao Đài có một cuốn Bộ công quả được Thần Thánh biên chép công quả vào rồi được Đức Di Lạc làm chánh khảo chấm thi công quả[130].

Giám Khảo chấm thi đạo đức: Ma Vương

Vì lẽ công bình, Đức Chí Tôn để Ma Vương làm giám khảo sau khi đã thử thách phẩm hạnh người tu xem có xứng đáng đắc đạo hay chăng. Có hai cách thử thách người tu là ma khảo và cơ Đạo.

---

[128] *Nước mắt chưa lau cơn kiếp trái,*
Có công phổ độ giải tiền khiên.
(TNHT 1-2 hợp nhứt, tr.119)
[129] *Còn Thần Thánh, Tiên,* Phật muốn cho đắc Đạo *phải có công quả* (TNHT 1-2 hợp nhứt, B17)
[130] *Bộ công Di Lạc Tam Kỳ độ sanh* (Kinh Tiểu Tường)

• **Ma khảo.** Ma quỉ cám dỗ bằng mọi cách trên trần thế (sắc đẹp, tiền tài, danh vọng...) để thử thách người tu xem có bị xa ngã không. Ma khảo có công dụng phân biệt người chơn tu với người giả tu nên các Đấng Thiêng Liêng đã nói trước:

> *Vô ma khảo bất thành Đại Đạo,*
> *Đạo bất khảo bất thành Phật.*

• **Cơ Đạo**[131]. Trong khi lập công đức sẽ gặp nghịch cảnh nên cơ Đạo có nội khảo[132], ngoại khảo[133], nghịch khảo[134], thuận khảo[135], khí khảo[136]... để khảo thí đạo đức của tín đồ. Cơ Đạo là phương pháp tôi luyện người tu hành khi lập công bồi đức và làm tiêu chuẩn khảo thí đạo đức.

Tóm lại, tu đạo trong thời kỳ Đại Ân Xá thì: «*Đại Đạo Tam kỳ Phổ Độ chẳng khác chi một Trường Thi Công Quả* [137]». Đức Chí Tôn cũng đã hứa: "*Bao nhiêu công quả bấy nhiêu phần*». Đức Chí Tôn đại khai ân xá, mở Đạo kỳ ba nầy là lập một Trường Thi Công Quả cho nhơn sanh đắc đạo. «*Thầy nói cho các con biết, nếu công quả chưa đủ, nhân sự chưa xong, thì không thể nào các con luyện thành đặng đâu mà mong. Vậy muốn đắc quả thì chỉ có một điều phổ độ chúng sanh mà thôi. Như không làm đặng thế nầy thì tìm cách khác mà làm âm chất, thì cái công tu luyện chẳng bao nhiêu cũng có thể đạt địa vị tối cao.*" (TNHT)

Lập Đức

Lập Đức là dùng sự thương yêu để cứu độ chúng sanh: «*Sự thương yêu là chìa khóa mở cửa Bạch Ngọc Kinh*». Đức Chí Tôn dạy: *Thầy đến độ rồi các con là thành lập một trường công đức*[138] *cho*

---
[131] Cơ Đạo: guồng máy của Đạo
[132] Trả các món nợ tiền kiếp mà không oán than
[133] Kiên nhẫn nhịn nhục mà tu dù bị phản đối, xuyên tạc, vu khống...
[134] Sự trạng của cơ nghịch khảo: bịnh tật, tiền bạc thiếu thốn, ngã lòng thối bước...
[135] Sự trạng của cơ thuận khảo: sa ngã vì sắc đẹp, danh vọng, lợi quyền...
[136] Thí dụ lấy oán báo ân mà không giận
[137] TNHT, tr. 127
[138] Công: nỗi vất vả và làm nên công việc; Đức: việc làm hợp lòng người thuận đạo Trời

các con nên Đạo. **Thượng Đế nói thêm:** *Đạo vẫn tự nhiên, do công đức mà đắc Đạo cũng chẳng đặng*[139]. Lập đức là làm những điều từ thiện, lấy bố thí làm phương tiện[140].

Bố thí gồm:
- Thí tài: đem tiền giúp người nghèo,
- Thí công: đem sức lực giúp công việc người khác,
- Thí ngôn: dùng lời nói, ý kiến giúp người gặp khó khăn,
- Thí pháp: lấy lẽ Đạo cảm hóa giáo dục giúp người mê muội ra giác ngộ, lo tu hành trở nên lành.

Trong Đạo Cao Đài, muốn lập đức cho trọn vẹn thì phải theo con đường Thập nhị đẳng cấp thiêng liêng của Hội Thánh Phước Thiện.

Tu mà không có Tam Lập thì ra sao?

Tu mà không có Tam Lập thì như Đức Hộ Pháp thuyết giảng: «*con người khi sanh ra mặt địa cầu này không có Tam Lập thì giá trị con người không có gì hết. Tam Lập ấy quyết định cho ta, ta phải có mới sống chung với xã hội nhơn quần được*[141]».

> *Buông trôi ví chẳng tròn Nhơn đạo,*
> *Còn có mong chi đến Đạo Trời.* (TNHT)

Cứu cánh của Đạo là mở một con đường giải thoát luân hồi. Nhưng trong một đời tu, người hành đạo phải tự giải thoát bằng cách làm sao lập vị nơi cõi Thiêng Liêng. Muốn lập vị thì trước nhất phải lập công bồi đức tại thế là điều kiện tối yếu của cơ đắc quả[142] tại thế «*Vậy muốn đắc quả thì chỉ có một điều phổ độ chúng sanh mà thôi*[143]». Đắc quả sẽ dẫn đến đắc

---

[139] TNHT/Q1, tr.38
[140] *Tài tuy ít, Đức nên nhiều,*
Nhiều Đức mới tròn bước Đạo theo (TNHT, tr. 225).
[141] TĐHP Q4/06
[142] Đắc quả là đạt được cái kết quả tốt đẹp của việc tu hành và do công phu tu hành mà đạt được phẩm vị Thần, Thánh, Tiên, Phật
[143] TNHT, tr. 81

Đạo[144] trong cõi Thiêng Liêng, tức là được đắc quả rồi mới đắc Đạo.

Đến khi đắc đạo[145] là được thăng vị trở về cõi Thiêng Liêng. Lúc đó gọi là hiệp nhứt qui bổn hay là đắc Đạo hay đắc vị. *«Mỗi khi lập đủ công, tạo đủ đức rồi thì đệ tam xác thân sẽ tùy theo công nhiệp mà thăng vị. Khi được trở về cõi Thiêng Liêng Hằng Sống, cả Chơn Linh và Chơn Thần được hiệp một mà ngự trên đài sen, tức là công nghiệp của sanh hồn tạo nên. Lúc ấy gọi là hiệp nhứt qui bổn hay là đắc vị đó vậy»*[146].

3. HÀNH ĐẠO NƠI CƠ QUAN PHƯỚC THIỆN

Con đường tu thứ hai là đi theo Thập nhị đẳng cấp thiêng liêng, tức là lập công trong Cơ Quan Phước Thiện[147], đi lên dần từ phẩm vị Minh Đức, Tân Dân, Thính Thiện, Hành Thiện, Giáo Thiện, Chí Thiện, Đạo Nhơn, Chơn Nhơn, Hiền Nhơn, Thánh Nhơn, Tiên Tử, Phật Tử.

Mục đích của cơ quan: *«Phước Thiện là cơ quan bảo tồn sanh chúng trên đường sanh hoạt nuôi sống thi hài, tức là cơ quan giải khổ cho chúng sanh, tầm phương bảo bọc những kẻ tật nguyền, cô độc…»* (Thánh Giáo Đức Cao Thượng Phẩm).

Cơ Quan hành Đạo theo tôn chỉ: Cứu kẻ nguy, giúp kẻ khổ (người già, góa phụ, cô nhi...) và theo đường lối phác họa trên hai đôi liễn của Cơ Quan Phước Thiện.

---

[144] Khi xác phàm tinh khiết, Chơn Thần an tịnh, Chơn Linh mới đến được nê hoàn cung mà khai huyền quan khiếu, thường gọi là đắc đạo tại thế. Huyền: mầu nhiệm, Quan: cửa ải, Khiếu: cái lỗ hổng (porte du mystérieux trou). Nê hoàn cung 泥環宮. Nê: bùn, vật gì giống như bùn. Hoàn: vòng tròn. Cung: một bộ phận. Nê hoàn cung là cái mỏ ác ở đỉnh đầu
[145] Đắc Đạo là Đạt được trong cõi Thiêng Liêng phẩm vị của việc tu Đạo
[146] Bát Nương, Luật Tam Thể, tr.24
[147] Phước: điều tốt lành; Thiện: lành; Cơ: máy móc; Quan: then cửa

福德天頒萬物眾生離苦劫
善緣地貯十方諸佛合元人

Phước đức Thiên ban vạn vật chúng sanh ly khổ kiếp,
Thiện duyên địa trữ thập phương chư Phật hiệp nguyên nhân[148].

福德修心樂道和人尋地利
善慈定性安貧合眾識天時

Phước đức tu tâm lạc đạo hòa nhơn tầm địa lợi,
Thiện từ định tánh an bần hiệp chúng thức Thiên thời[149].

Tóm lại, một khi đã hiểu rằng *«Dù cho một vị Đại La Thiên Đế xuống phàm mà không tu, cũng khó mà trở về địa vị đặng[150]»*, thì tín đồ ý thức được rằng tu Đạo nơi trần thế bắt đầu bằng tu Nhơn đạo:

*Rằng ở đời thì Nhơn đạo trọn,
Trọn rồi, Thiên đạo mới hoàn toàn.*(TNHT)

Là vì không có *«Gió Lành»* nào thổi đến người nào không biết đi hướng nào.

4. Tu Thiên Đạo

Tiếp theo tu Nhơn đạo là tu Thiên đạo (đạo Trời) theo phép tu hiệp Tam Bửu của Tam Kỳ Phổ Độ. Hai điểm đầu tiên cần ghi nhớ là:

- Những đặc ân thời Đại Ân Xá,
- Chơn Thần ô trược.

---

[148] Trời ban phước đức cho vạn vật chúng sanh thoát khỏi kiếp khổ nhọc,
Đất chứa duyên lành, chư Phật mười phương độ các nguyên nhân hiệp trở về
[149] Tu tâm để tạo phước đức, vui vẻ trong việc tu hành, thuận hòa cùng mọi người, rồi tìm địa lợi, Giữ tánh cho lương thiện nhơn từ, an phận trong cảnh nghèo, hiệp hòa cùng mọi người, biết được thời Trời.
[150] TNHT/Q1, 1947

Đặc ân thời Đại Ân Xá

Trong thời kỳ Đại Ân Xá, hầu hết các tín đồ đều tu hiệp Tam Bửu theo phép Phổ Độ, Tại sao? Là vì trong thời Đại Ân Xá, Đức Chí Tôn ban nhiều đặc ân để giúp các đẳng Chơn Hồn và chúng sanh có thể đắc Đạo trong một kiếp tu: *Nếu biết ngộ kiếp một đời tu, đủ trở về cùng Thầy đặng.*

Về phép hiệp Tam Bửu, các đặc ân[151] của Đức Chí Tôn ban cho là:
- Có thể Đắc Đạo theo phép Phổ Độ[152]
- Cho phép hiệp Tam Bửu trên đoạn đường vượt Cửu Trùng Thiên như Kinh Tuần Cửu diễn tả (chương 12). *«Lập Tam Kỳ Phổ Độ nầy duy Thầy cho Thần hiệp Tinh Khí đặng hiệp đủ Tam Bửu là cơ mầu nhiệm siêu phàm nhập Thánh»* (TNHT/Q!/tr.12)
- Giúp Thần hườn hư bằng Kinh Tận Độ Tiểu Tường và Đại Tường (chương 11 và 12)

Khái niệm về «*ô trược*»

Về tu hiệp Tam Bửu, lời khuyên chánh yếu trong phép tu Phổ Độ là *«lưu thanh khử trược*[153]*»* có nghĩa là gột rửa:
- Tinh ô trược rút ra từ thực phẩm
- Khí Hậu Thiên ô trược Chơn Khí và khí thất tình lục dục.

---

[151] Các đặc ân khác là: 1. Tha thứ tội lỗi ở các kiếp trước nếu biết hồi đầu hướng thiện : May *đặng gặp Hồng Ân chan rưới, Giải trái oan sạch tội tiên khiên* (KGO), 2. Mở cửa Cực Lạc Thế Giới đón người đắc Đạo trở về. Đặc ân này được thể hiện trong Kinh Tiểu Tường và Đại Tường (chương 13), Đóng địa ngục, mở tầng Thiên,
Khai đường Cực Lạc, dẫn miền Tây Phương.
Đóng cửa địa ngục đưa các tội hồn đến Phong Đô học Đạo chờ ngày tái kiếp,
Vô địa ngục, vô quỉ *quan*,
Chí Tôn đại xá nhứt trường qui nguyên.
3. Người bị tội Tận Đọa hoặc Ngũ Lôi tru diệt được Phật Mẫu hườn lại Chơn Thần đặng tái kiếp chuộc tội.
[152] Đức Hộ pháp cho xây cất Tịnh Thất Trí Huệ Cung, Tri Giác Cung tạo phần căn bản cho sau này vì Đức Chí Tôn chưa cho phép mở Bí pháp luyện Đạo. Trong thời kỳ Đại Ân Xá, Đức Chí Tôn nhắn nhủ nhiều lần:«Vậy muốn đắc quả thì *chỉ có một điều phổ độ chúng sanh mà thôi*» (TNHT hợp nhứt, B 108)
[153] Thanh: là đặc tính của Khí Tiên Thiên thanh khiết như thuở Thái Hư không còn tướng nhơn ngã thiên địa ; Trược: là đấy khí Hậu Thiên nặng nề do ăn mặn và Tâm Tánh chiếu theo thất tình lục dục khiến cho khí Ngũ Thần sanh ra trược khí không tiếp được khí Tiên Thiên nên không qui được Ngũ Thần về Chơn Thần.

«*ô trược*» được hiểu như thế nào? Ô 汙 là dơ bẩn, Trược 濁 (trọc) là dơ đục không thanh cao. Nhưng trong giáo lý Cao Đài, ô trược diễn tả một «*ý niệm*» về «*dơ bẩn*» tại cõi trần gây cản trở cho hiệp Tam Bửu. Ô trược có 3 loại hình thức:

- Ô trược hữu hình phát sanh từ lục dục và Tinh thực phẩm ô trược, đây là nội dung của chương về Tinh và Chơn Khí rút ra từ thực phẩm (chương 7);
- Ô trược vô hình trong Khí Hậu Thiên, thí dụ như hình ảnh Chơn Thần ô trược vì bị dao động thái quá bởi thất tình (hỉ, nộ, ái, ố, ai, lạc, cụ) (xem chương 8);
- Ô trược theo tín ngưỡng.

Ô trược hữu hình trong Tinh

Ô trược hữu hình thường gây ra bởi lạm dụng khí hậu thiên lục dục và hấp thụ Tinh chứa độc tố.

Lạm dụng

Vì lục dục liên hệ chặt chẽ với xác phàm nên lạm dụng khí lục dục sẽ làm ô trược xác phàm với dấu hiệu ô trược cụ thể thí dụ như mập phì bịnh hoạn vì lạm dụng vị dục (ngọt, chất béo), tim hồi hộp mất ngủ là quá ham vị đắng của cà phê, trà đậm đặc...

Tinh chứa độc tố

Xác phàm là Tinh được nuôi dưỡng hàng ngày bởi Tinh thực phẩm. Tinh thực phẩm mà chứa độc tố sẽ làm xác phàm ô trược dưới hình thức bịnh. Độc tố trong Tinh ở 2 trạng thái:

- Trạng thái thiên nhiên thí dụ như Tinh của măng tre[154] (tươi hay khô) và khoai mì (Cassava) chứa độc tố thiên nhiên acid cyanhydric có thể gây ói mửa, ngộp thở, đau đầu... nếu ăn nhiều lại không rửa kỹ.

---

[154] Trong nạc măng chứa hợp chất cyanur (cyanogen) nếu ăn vào dạ dày sẽ phóng thích acid cyan-hydric (HCN) cực độc, chết người. Măng tươi có thể chứa 100mgHCN/100g, khoai mì khoảng 40mg HCN/100g. Muốn giảm bớt chất độc hại, măng phải lột vỏ, cắt thành lát nhỏ ngâm trong nước (vôi, muối...) rồi luộc 2 hay 3 lần cho hết chất đắng. Dù đã rửa, luộc kỹ chất độc vẫn còn lại một ít vì vậy không nên ăn măng nhiều và hàng ngày.

• Trạng thái nhân tạo như hóa chất độc hại chứa trong phụ gia[155]. Thí dụ như nước tương (xì dầu) chứa hóa chất quá cao 3-MCPD theo tiêu chuẩn Âu Châu; Nấm khô trung quốc chứa thuốc trừ sâu carbon disulfide, độc tố Formol (khí formoldehyde tan trong nước) được gian thương dùng trong kỹ nghệ ướp cá hoặc pha trộn với bánh phở, bún... để tránh meo mốc.

Ô trược vô hình trong Khí

Các nguồn khí Hậu Thiên gây ô trược là: Chơn Khí rút ra từ thực phẩm, khí trời, khí Hậu Thiên thất tình lục dục. Khi nói khí Hậu Thiên ô trược có nghĩa là Khí đó làm mờ đục Chơn Thần. Mờ đục là hiện tượng ô trược. Chơn Thần mờ đục sẽ che khuất Thần (Chơn Linh). Lấy vài thí dụ sau.

Trược quang 濁光

Chơn Thần bán hữu hình vì được bao bọc và nuôi dưỡng bởi khí Hậu Thiên Chơn Khí. Chơn Khí có hình sắc hào quang (aura) mà người có huệ nhãn hoặc máy chụp hình kirlian nhìn thấy được. Người đạo đức trường chay, Chơn Thần có hào quang trong sáng. Trái lại người gian tà, ăn mặn rượu thịt đầy khí Hậu Thiên, Tâm Tánh chiều theo thất tình lục dục thì Chơn Thần có hào quang tím đục. Màu ánh sáng tím đục là hình ảnh Chơn Thần ô trược[156].

Trược khí 濁氣

Khí Hậu Thiên thất tình trở thành «*trược khí*» nếu phát ra thái quá làm xáo trộn Ngũ Thần trong ngũ tạng khiến cho

---

[155] Về độc tố nhân tạo, Food standard Agency (Trung ương FSA) cho biết có 22 loại tương trên 100 loại gây ung thư. Có loại vì chứa hóa chất quá cao 3-MCPD theo tiêu chuẩn âu châu, 2/3 loại nước tương chứa hóa chất 1,3-CPD không nên có trong thực phẩm. Các hiệu nước tương nên tránh: Golden Moutain, Jammy Chai, Pearl River Bridge, Lee Kum Kee, Wanjashan, King Imperial, Goldem Mark, Sinsin, Golden Swan, Tung Chun, Kim Lan.
Đọc thêm: - Lạp Chúc Nguyễn Huy, Âm Dương Ẩm Thực, Thánh Thất Seattle xuất bản, 2016;
- Peter Navarro, Death by China: Confronting the Dragon- A global call to action, Kindle Edition, USA, 2011
[156] Đức Cao Thượng Phẩm tả: «*Như Chơn Khí toàn trong trắng, chí Thánh, thì nó là một hào quang sáng chói, còn chưa được Thánh chất thì nó màu hồng;* <u>*còn như ô trược, thì nó lại là màu tím*</u>*. Những hào quang ấy bao phủ lấy thể xác đặng tiếp điển cùng Chơn Linh hay Chơn Thần*»

Chơn Thần mờ tối che lấp Chơn Linh. Thí dụ giận[157] quá thì can khí bốc lên, mặt mày đỏ ké, chân tay run rẩy làm mờ Hồn trong can. Hậu quả là giận quá hóa ngu (sân si) gây oan nghiệt, làm hại đường tu: *Để cho lửa giận một phen bừng cháy thì cũng đủ thiêu đốt Kim Đơn phải rã tan ra nước hết trơn*(TNHT, tr. 36). Đó là hiện tượng «*trược khí*» làm ô trược Chơn Thần và cản trở Ngũ Thần triều nguyên.

Ô trược theo tín ngưỡng

Không tuân theo Tân Luật, sắc dục đưa đến tà dâm, vị dục rượu chè ăn mặn đưa đến sát mạng thượng cầm hạ thú. Ăn mặn làm cho Chơn Thần ô trược gây ra các hậu quả sau: Khí Hậu Thiên nặng nề, gây tội ác, tổn công đức, không vào được Thượng Giới, tiếp tục kiếp đọa trần…Tất cả những tội lỗi oan khiên đó đều do Chơn Thần gánh vác. Đó là hình ảnh Chơn Thần ô trược phải tái kiếp luân hồi (Xem phần ăn mặn trong chương 7).

Ô trược ở đâu?

Dấu hiệu ô trược có thể nhìn thấy hoặc cảm nhận được trên ba xác thân.

Khí *lục dục* gây ô trược hữu hình trên Đệ Nhất xác thân

Lục dục là khí âm Hậu Thiên tác động lên xác phàm để bổ dưỡng và kích thích xác phàm. Do sự liên hệ này mà lục dục để lại dấu tích «*ô trược*» có thể nhìn thấy trên thể xác, thí dụ cơ thể suy nhược, da xanh mét, mắt lờ đờ vì «*thân dục*» đắm say tửu sắc.

---

[157] Nhất niệm sân tâm khởi, bách vạn chướng môn khai (Một niệm khởi sân là muôn ngàn chướng ngại nầy sanh

Khí thực phẩm **làm ô trược Đệ Nhị Xác Thân** (Chơn Thần)

Chơn Thần được bao bọc và nuôi dưỡng bởi Chơn Khí rút ra từ thực phẩm. Vì sự liên hệ này mà Chơn Thần thường bị ô trược bởi Chơn Khí nhất là Chơn Khí rút ra từ thực phẩm ăn mặn làm hại đường tu.

Thực phẩm→ Tinh→Chơn Khí→ Chơn Thần ô trược

Khí *thất tình* biểu hiện ô trược ở Thần (Đệ Tam Xác Thân)

Thất tình là khí dương Hậu Thiên rung cảm thường xuyên với khí Tiên Thiên Chơn Thần qua trung gian Ngũ Thần[158]. Nếu được buông thả không bị kềm chế, khí Thất tình sẽ biểu lộ quá đáng làm Chơn Thần bất ổn và dấu hiệu «*ô trược*» vô hình của Chơn Thần hiện ra ở Thần. Thí dụ như trầm uất, hoảng kinh vô căn, ngày đêm lo sợ… gây ra bởi thất tình phát tiết thái quá.

Ô trược sau khi qui tiên

Tuy thoát khỏi xác phàm và thất tình lục dục, Chơn Thần vẫn còn mang dấu tích trọng trược được nhận thấy lúc thăng thiên và luân hồi.

Dấu tích ô trược của ăn mặn

Chơn Thần ô trược vì còn dấu vết Chơn Khí rút ra từ ăn mặn nên không vào được Thượng Giới: «*Các con nếu ăn mặn mà luyện Đạo thì Chơn Thần bị Khí Hậu Thiên làm cho nhơ bẩn nặng nề mà khó thể xuất ra khỏi vùng Trung Giới được*[159]» **và có thể bị sét đánh**: «*Như rủi bị hườn, thì đến khi đắc Đạo, cái trược khí vẫn còn, mà trược khí là vật chất tiếp điển thì chưa ra khỏi lằn không khí đã bị sét đánh tiêu diệt*».

---

[158] Ngũ Thần là: Thức Thần (tim), Ý (tì), Phách (phế), Chí (thận), Hồn (can)
[159] TNHT/Q1/tr.46

Dấu tích ô trược của thất tình lục dục

Tất cả tội lỗi, oan nghiệt chồng chất do thất tình lục dục gây ra đều được Chơn Linh ghi chép để lưu truyền làm nhân quả. Các ghi chép này là dấu tích ô trược của Chơn Thần.

Đó là lý do tại sao Đức Chí Tôn ban Đặc Ân hườn Chơn Thần: «*Thầy đến đặng hườn nguyên Chơn Thần cho các con đắc Đạo.*[160]».

Bước sang tu Thiên Đạo hiệp Tam Bửu, chính yếu của tu luyện là tinh khiết hóa Chơn Thần nên người tu cần hiểu ý nghĩa ô trược để bắt đầu hai giai đoạn đầu là:

• «*Tinh hóa Khí*». Người tu ăn chay tránh ăn mặn để Tinh hóa ra Chơn Khí tinh khiết nuôi dưỡng Chơn Thần,

• «*Khí hiệp Thần*». Người tu tinh khiết hóa các nguồn khí Hậu Thiên thất tình lục dục để «*đồng khí tương cầu*» với khí Tiên Thiên Chơn Thần.

---

[160] TNHT/Q1/tr.12

CHƯƠNG 7
Tinh Hóa Khí

Tinh hóa Khí là giai đoạn đầu của hiệp Tam Bửu. Động từ Hóa 化 (metamorphosis) được hiểu là một thể nhưng biến dạng sang thể khác cũng như con sâu hóa thành con bướm. Trong tu Tam Bửu, Hóa diễn tả chuyển hóa từ Tinh thực phẩm hữu hình sang Chơn Khí vô hình để nuôi dưỡng Chơn Thần.

Trong giai đoạn này, mục đích của người tu luyện là chọn thực phẩm cung cấp Tinh hóa ra Khí trong lành qua diễn tiến sau:
- Chọn thực phẩm cho Tinh «*hóa*» ra Chơn Khí nuôi dưỡng Chơn Thần.
- Ăn chay để có Tinh tinh khiết,
- Tinh động vật làm Chơn Thần ô trược.

1. TINH, CHƠN KHÍ, CHƠN THẦN

Tinh là chất dinh dưỡng tinh túy được tạng phủ gạn lọc từ thực phẩm. Trong cơ thể mọi người dù tu Đạo hay không đều có chung một tiến trình của Tinh với hiện tượng «*Hóa*» ra khí Hậu Thiên Chơn Khí, Chơn Khí bao bọc và nuôi dưỡng khí Tiên Thiên Chơn Thần.

Điểm khác biệt với người ngoại Đạo là người tu Đạo Cao Đài trực tiếp can thiệp vào tiến trình Tinh hóa Khí bằng cách lựa chọn thực phẩm như thực vật (ăn chay) cho Tinh trong lành; Tinh trong lành sẽ hóa Chơn Khí thanh khiết để nuôi Chơn Thần. Tu luyện bắt đầu bằng ăn chay, giữ giới cấm là vì lý do đó.

Sản xuất Tinh

Khởi đầu, Khí của tạng phủ làm động cơ giúp tạng phủ tác động lên thực phẩm để gạn lọc lấy Tinh. Rồi Tinh được cơ thể xử dụng dưới hai hình thức chính là:

⦿ Vật liệu đi nuôi dưỡng, bảo trì, tác tạo cơ thể vật chất, hữu hình,

⦿ Tinh hóa Khí. Sau khi cơ thể lọc lấy Chơn Tinh của thực phẩm, Chơn Tinh được Hỏa Tinh đốt nóng, bốc hơi trở thành Chơn Khí. «*Hỏa tinh là sức nóng của Dương quang tạo thành. Nhờ sức nóng ấy nung nấu Chơn Tinh mới bốc thành Chơn Khí*[161]». Chơn Khí (khí Hậu Thiên) hiệp với Chơn Thần (khí Tiên Thiên) tạo thành Đệ Nhị Xác Thân. Vì sự kết hợp này mà Chơn Thần có thể ô trược vì Tinh; thí dụ sau khi uống rượu quá chén, ta có nhận xét gì? Mặt ta đỏ, áp xuất máu tăng, người lảo đảo, thần hồn hỗn loạn... Đó là hiện tượng Tinh của rượu «*hóa*» ra Chơn Khí quá dương làm ô trược xác phàm và Chơn Thần.

Trong giai đoạn luyện «*Tinh hóa Khí*», hành giả phải hấp thụ Tinh trong sạch, Tinh trong sạch mới cho Chơn Khí tinh khiết để nuôi dưỡng Chơn Thần. Vậy muốn Chơn Thần không bị ô trược thì hành giả bắt đầu bằng hấp thụ Tinh thanh nhẹ của thực vật bằng ăn chay. Còntrong phép thiền định, khi xác thân yên tĩnh, hô hấp điều hòa thì Tinh hóa Khí.

Cấu tạo Chơn Khí

Theo giải thích của Đạo, Chơn Khí là sự tiết khí của Chơn Tinh thực phẩm, khí trời, trong sạch hoặc ô trược. Thực phẩm

---

[161] Luật Tam Thể, tr.27

vào tì vị, tì vị lọc lấy Chơn Tinh của thực phẩm, Chơn Tinh được Hỏa Tinh[162] đốt nóng, bốc hơi trở thành Chơn Khí.

Khi thực phẩm vào đến trung tiêu (tì, vị, tiểu trường), cơ quan tiêu hóa gạn lọc lấy Tinh của thực phẩm rồi vận chuyển Tinh lên thượng tiêu (tim, phổi) hiệp với khí trời mà biến Tinh hóa Khí (Chơn Khí) và Ngươn Tinh (máu huyết). Từ đó khí huyết trải ra khắp cơ thể. Huyết vận chuyển trong các huyết mạch hữu hình đi nuôi dưỡng các tế bào của nhục thể. Huyết di chuyển được là nhờ Khí làm động cơ chuyển vận nên có câu *Khí tới đâu huyết tới đó* [163].

Nhiệm vụ của Chơn khí là bao bọc và nuôi dưỡng Chơn Thần và hiệp với Chơn Thần làm Đệ Nhị Xác Thân di chuyển cùng với máu huyết khắp cơ thể. Do đó, Chơn Khí trở thành điển quang làm nhiệm vụ:

● trung gian tiếp điển của Chơn Thần và Chơn Linh[164];

● làm sợi dây ràng buộc xác phàm với Chơn Thần. «*Chơn Khí tiết ra bởi bảy dây oan nghiệt*[165]*, mà người ta gọi là thất phách*[166]». Chính qua 7 dây oan nghiệt này mà xác phàm đòi hỏi Chơn Thần thỏa mãn thú tính vật chất nên gây ra nhiều nỗi oan nghiệt và làm cho Chơn Thần ô trược mắc tội. Lúc con người mãn phần, cũng chính 7 dây oan nghiệt này níu kéo Chơn Thần ở lại xác phàm làm cho con người đau đớn[167].

---

[162] *Hỏa tinh là sức nóng của Dương quang tạo thành. Nhờ sức nóng ấy nung nấu Chơn Tinh mới bốc thành Chơn Khí* (Luật Tam Thể, tr.27)
[163] Khí lưu hành trong các kinh mạch vô hình làm nền tảng lý thuyết cho châm cứu
[164] NT, tr.19: *Chơn Khí là một điển quang của thể xác bốc ra, nên nó dung hợp với điển âm dương trong thể xác. Bởi cớ, nó là trung gian tiếp điển của Chơn Thần, là của Phật Mẫu và Chơn Linh của Đức Chí Tôn*»
[165] Vị trí 7 dây oan nghiệt: nê hoàn cung (đầu), giữa 2 chân mày (trán), đầu cuống họng và phổi (cổ), ngay tim, thận (hông trái), hạ đơn điền dưới rún (bụng), gần đầu xương cụt.
[166] Luật Tam Thể, sđd, tr.22 Thất phách là Chơn Khí và 7 lớp tinh chất của 7 cõi bao bọc Chơn Thần khi đi xuống trần đầu thai. Phách cực âm ở đầu xương cụt, phách cực dương ở nê hoàn cung, phách trung ương là thận
[167] Vì lý do đó, Đức Hộ Pháp truyền lại cho chức sắc «Bí tích hành phép Đoạn Căn» để cắt đứt 7 sợi dây oan nghiệt Chơn Khí giúp cho Chơn Thần thoát khỏi xác phàm níu kéo.

Người có huệ quang nhìn thấy được Chơn Khí dưới hình sắc hào quang (aura[168]) sáng chói (Chí Thánh), màu hồng (chưa được thánh chất), màu tím (ô trược)[169]. Hào quang đó là hình ảnh Chơn Khí bao bọc, nuôi dưỡng Chơn Thần, vì vậy mà Chơn Thần «bán hữu hình có thể thấy đặng mà cũng có thể không thất đặng[170]».

Con người có cảm nhận được Chơn Khí không? Dấu hiệu thiếu Chơn Khí cho cảm giác suy yếu, bủn rủn chân tay, thiếu sức lực, tinh thần hoảng hốt như trường hợp bị bỏ đói hoặc bị nhốt kín ngộp thở. Sau khi ăn uống, Chơn Khí sung mãn là trở lại bình thường.

Chơn Khí nuôi dưỡng Chơn Thần

Chơn Thần được bao bọc và nuôi dưỡng bởi Chơn Khí nên Chơn Thần thường bị ô trược bởi Chơn Khí rút ra từ thực phẩm.

Muốn đến trước mặt Thầy, điều kiện đầu tiên là phải có một Chơn Thần tinh khiết *«Cái Chơn Thần ấy mới được phép đến trước mặt Thầy»*[171]. Còn Chơn Thần nhiễm ô trược trần thế, không kềm chế được xác thân mà gây tội lỗi thì đi chuyển kiếp, đầu thai.

Sau nữa là muốn vào được Khí Tiên Thiên thanh nhẹ có chứa điện quang, Chơn Thần buộc phải tinh khiết, thanh nhẹ hơn Khí Hậu Thiên thì Chơn Thần mới vượt ra khỏi được vòng càn khôn vạn vật hữu hình và tránh bị điện quang của

---

[168] Có thể chụp được với máy chụp hình kirlian do một người Nga sáng chế
[169] Đức Cao Thượng Phẩm tả: «*Như Chơn Khí toàn trong trắng, chí Thánh, thì nó là một hào quang sáng chói, còn chưa được Thánh chất thì nó màu hồng; còn như ô trược, thì nó lại là màu tím. Những hào quang ấy bao phủ lấy thể xác đặng tiếp điển cùng Chơn Linh hay Chơn Thần*».
[170] Mỗi kẻ phàm dưới thế nầy đều có hai xác thân: Một phàm gọi là Corporel, còn một thiêng liêng gọi là Spirituel, mà cái thiêng liêng do nơi cái phàm mà ra, nên gọi nó là bán hữu hình, vì có thể thấy đặng và cũng có thể không thấy đặng...Khi nơi xác phàm xuất ra thì lấy hình ảnh của xác phàm như khuôn in rập. (TNHT/Q1, tr.29)
[171] TNHT/Q1, tr.6

Khí Tiên Thiên tiêu diệt[172].

Vậy, muốn có một Chơn Thần tinh khiết thì trước nhất phải có xác phàm tinh khiết[173]. Muốn có xác phàm tinh khiết thì người tu Đạo phải ăn chay.

2. Ăn Chay [174]

Ăn chay hay trai (thanh tịnh sạch sẽ) là ăn các loại thực phẩm phát xuất từ thảo mộc, ngũ cốc, rau trái để giúp khí chất nhẹ nhàng.

Thực phẩm thảo mộc cung cấp Tinh thực phẩm thanh nhẹ, rồi Tinh này hóa thành Chơn Khí (khí Hậu Thiên) tinh khiết nuôi dưỡng Chơn Thần (khí Tiên Thiên), Chơn Thần trong lành sẽ khiến Chơn Linh tinh tấn[175]. Ăn chay có nhiều công dụng trong đời sống tu Đạo tại thế cũng như trên đường qui hồi trong cõi Thiêng Liêng.

- Giữ được giới cấm,
- Biến tính Hậu Thiên thành Tiên Thiên,
- Thăng thiên dễ dàng,
- Tránh luân hồi quả báo.

So sánh thực phẩm từ thịt các động vật, ngoài sự vi phạm đức háo sanh của Đức Chí Tôn, động vật còn có thú tính sợ hãi, đau khổ, thù hận, hung dữ, giận dữ, do các

---

[172] Nó vẫn là khí chất, tức là hiệp với Khí Tiên Thiên, mà trong Khí Tiên Thiên thì hằng có điển quang. Cái Chơn Thần buộc phải tinh tấn, trong sạch mới nhẹ hơn không khí, ra khỏi càn khôn đặng. TNHT/Q1, tr.29-30. Đức Cao Thượng Phẩm giáng cơ giải thích thêm: «Khi thể xác đã mất sự sống của nó thì điển của âm dương trong thể xác bay ra cùng Chơn Thần, hễ là xác trong sạch thì khí dương hợp với Chơn Thần bay về cõi Thiêng Liêng và do nơi nê hoàn cung là cửa. Còn thể xác ô trược thì khí âm tiết ra hợp với Chơn Thần mà giáng xuống vật chất đặng chờ chuyển kiếp mà do nơi đầu ngón chân cái là cửa» (Luật Tam Thể, tr. 20).
[173] Đức Chí Tôn giải thích: «Phải có một thân phàm tinh khiết mới xuất Chơn Thần tinh khiết, nó phải có bản nguyên chí Thánh, chí Tiên, chí Phật mới xuất Thánh Tiên Phật đặng» (TNHT/ Q1, tr30)
[174] Về ăn chay, xin đọc Âm Dương Ẩm Thực của cùng tác giả do Thánh Thất Seattle ấn tống, 2016
[175] Phải có một Chơn Linh tinh tấn mầu nhiệm huyền diệu, phải trường trai mới đặng Linh Hồn tinh tấn. TNHT/Q1/tr.7

kích thích tố tiết ra khi bị giết thịt. Các kích thích tố này khi vào cơ thể con người sẽ tạo cho con người những thú tính tương tự. Ngoài ra các kích thích tố còn gây ra bệnh tật cho các cơ quan như loét bao tử, cao máu, suy tim, suy thận suy gan, suy phổi. Người ăn thịt có tính hung dữ, người ăn chay tâm tính hiền hòa.

Công dụng tại thế

Trong thời gian tu Đạo tại thế, ăn chay sẽ giúp cho người tu giữ được giới cấm và biến Chơn Khí Hậu Thiên trọng trược thành khí Tiên Thiên thanh khiết.

Giữ được giới cấm

Nhờ ăn chay, con người kềm chế được thất tình lục dụcgiữ được giới cấm: lòng dục lắng xuống mà «*bất tà dâm*», lòng tham vật chất chẳng còn nên «*bất du đạo*», tâm hồn thanh cao mà «*bất vọng ngữ*».

Biến tính Hậu Thiên thành Tiên Thiên

Khí Tiên Thiên (Chơn Dương và Chơn Âm) hiện hữu trước khi có trời đất hữu hình và có đặc tính thanh nhẹ, tinh khiết tự nhiên.

Khí Hậu Thiên tức Chơn Khí rút ra từ khí trời và Tinh thực phẩm có nhiệm vụ bao bọc và nuôi dưỡng khí Tiên Thiên. Chơn khí có thể tinh khiết hay ô trược tùy theo thực phẩm hấp thụ của người tu Đạo.

Thánh Ngôn dạy: *Mượn cái xác phàm này mà lấy ngươn tinh (khí, huyết) rồi luyện ngươn tinh cho thành ngươn khí thì* **tính Hậu Thiên trở thành tính Tiên Thiên**… *Luyện ngươn khí là nuôi lấy ngươn Thần cho sáng suốt*[176].

Tại sao phải biến tính Hậu Thiên trở thành Tiên Thiên? Vì cả hai đều ở thể khí và tuân theo nguyên lý «*đồng khí tương*

---
[176]TNHT, tr.20

cầu» tức là hai khí cùng tính chất, cùng tần số điện sẽ tìm đến hòa hiệp với nhau. Muốn khí Hậu Thiên tiếp được khí Tiên Thiên thanh nhẹ trong cõi Thiêng Liêng thì khi sống trên cõi trần phải tinh khiết hóa Chơn Khí (khí Hậu Thiên) để có cùng khí chất tinh khiết của Chơn Thần (khí Tiên Thiên). Đó là tiến trình biến tính Hậu Thiên thành tính Tiên Thiên khi cả hai đều tinh khiết, thanh nhẹ trong tiến trình *«Khí hiệp Thần»* của hiệp Tam Bửu. Diễn biến này trông cậy vào ăn chay vì vậy mà:

- Sự ăn chay là bổ cho Tiên Thiên, còn ăn mặn lại bổ cho Hậu Thiên[177].
- *Vì vậy, Thầy buộc các con trường trai mới đặng luyện Đạo*[178].

Công dụng sau khi qui tiên

Trên đường thăng hoa qua các tầng trời và các cõi của thể tinh khí, Chơn Thần là chiếc xe chuyên chở Chơn Linh. Mức độ và tốc độ thăng hoa của Chơn Linh tăng theo tỉ lệ thuận với phẩm lượng tinh khiết của Chơn Thần. Ăn chay tại thế sẽ cho một Chơn Thần thanh nhẹ thăng thiên dễ dàng và tránh được giáng phàm đầu kiếp.

Thăng thiên dễ dàng

Bát Nương giáng cơ chỉ dạy: *Muốn qua khỏi cửa Âm Quang thì phải ăn chay. Vì vậy Thượng Đế buộc ăn chay là để qua cái quan ải ấy.*

Nếu xác phàm trường chay, Chơn Thần xuất ra trong sáng nhẹ nhàng, dễ dàng bay ra khỏi bầu khí quyển có hào quang trắng, sáng chói trong suốt.

Tránh luân hồi quả báo

Thảo mộc và ngũ cốc là hai thứ sanh vật được Thượng Đế dành để nuôi người. Ăn chay là thuận theo Thiên Ý để mở rộng vòng nhân ái từ bi, chủ trị phàm tâm, phát huy thiên tánh, tránh tạo nghiệp ác báo, hỗ trợ cho trì giới, nhất là giới sát sanh[179]. Khi sống ăn thảo mộc, chết thì xác phàm trở về

---

[177] TNHT, tr.46
[178] TNHT, tr.27
[179]HT Lê văn Thêm, Bí pháp dâng tam bửu, bí pháp giải thoát, Ban Thế Đạo Hải Ngoại, Hoa Kỳ, 2013, tr.31

đất: *Nhục thể thổ sanh hoàn tại thổ*[180] và thảo mộc ăn lại xác thân, thế là hòa không ai nợ ai mà tránh được quả báo luân hồi. Ăn chay và làm công quả mới đạt ngôi vị Tiên, Phật là thế.

3. ĂN MẶN

Ăn mặn là ăn thực phẩm từ động vật. Thực phẩm động vật cung cấp Tinh ô trược. Tinh ô trược sản xuất ra Chơn Khí ô trược. Chơn Khí ô trược bao bọc và nuôi dưỡng Chơn Thần khiến Chơn Thần ô trược với dấu hiệu tại thế và sau khi qui tiên.

Ô trược tại thế

Theo giáo lý, trong vấn đề ăn uống, bản năng thú tính[181] của xác phàm thích ăn mặn có thể cản trở con đường tu Đạo[182] tại thế với các dấu hiệu khí Hậu Thiên nặng trược, gây tội ác, phạm Tân luật.

Khí Hậu Thiên nặng nề

Ăn mặn nhiều huyết nhục nên sản xuất ra nhiều trược khí Hậu Thiên (Chơn Khí) bao phủ Chơn Thần (khí Tiên Thiên) khiến Chơn Thần ô trược, u tối mờ đục che lấp Chơn Linh. Chơn Linh bị che lấp, Chơn Thần sẽ không kềm chế được đòi hỏi của xác phàm nên chẳng tránh khỏi thất tình lục dục[183] sai khiến mà gây ác nghiệt, oan khiên.

---

[180] Câu đối trên thuyền Bát Nhã do Ngài Bảo Pháp Nguyễn Trung Hậu sáng tác và được Đức Lý Giáo Tông giáng cơ chỉnh văn: *Vạn sự viết vô, nhục thể thổ sanh hoàn tại thổ*

[181] «*Hình chất con người vẫn là thú, phải ăn uống mới sống*» TNHT/Q1.

[182] «*Thân thể con người là một khối Chơn Linh cấu kết, những Chơn Linh ấy đều hằng sống, phải hiểu rằng: Hình chất con người là thú, phải ăn uống mới nuôi sự sống... để vật chất ô trược vào trong, sanh vật mỗi khối ăn nhằm phải bịnh, một ngày thêm một chút, hết cường tráng, cốt tủy lần lần phải chết, thì thân thể các con phải bị chết theo.*» TNHT/Q/2/tr.65

[183] Thất tình là ái, ố, hỉ nộ, ai lạc, cụ; lục dục là 6 điều ham muốn: Sắc dục, thính dục, hương dục, vị dục, xúc dục, pháp dục

Gây tội ác, tổn công đức

Tất cả các thứ thịt đều là chất tinh huyết ô uế còn chứa lòng uất hận của con vật bị giết nên biến thành độc khí lưu trữ trong tế bào. Hơn nữa, chất đạm chứa nhiều chất độc nên tiêu hóa chậm hay khó[184], làm ô trược xác phàm và Tinh. «*Vì vậy Thầy buộc các con trường trai mới đặng luyện Đạo* [185]».

Tân Luật

Vì những lý do trên mà Tân Luật cấm sát sanh[186], cấm dùng vật thực cúng tế vong linh mà phải dùng toàn đồ chay[187]. Người bổn đạo đã làm nghề sát sanh, hại vật cũng như buôn bán rượu mạnh, a phiến thì phải đổi nghề[188].

Lục dục thất tình không nhất thiết chỉ phát sinh từ ăn mặn. Ăn chay là một phương thức tương đối, bằng chứng là tín đồ khi ăn chay được 10 ngày trở lên thì được phép luyện Đạo (Tân Luật, chương 13). Khi nào thiền định vào giai đoạn cuối, được hiệp nhứt cùng Đức Chí Tôn, hành giả muốn vào Bạch Ngọc Kinh thì phải trường chay.

Có người ăn chay mà tâm không chay, vẫn còn đầy tham sân si, dục vọng. Còn có người không ăn chay như trong đạo Thiên Chúa mà lại có tâm bồ tát, thương yêu và phục vụ chúng sanh. Yếu tố quan trọng nhất để chế ngự thất tình lục dục là phải tu tâm luyện tánh.

Ô trược sau khi khuất bóng

Sau khi qui tiên, dù không còn thất tình lục dục quấy nhiễu nữa nhưng Chơn Thần vẫn mang dấu vết ô trược của Chơn Khí rút ra từ động vật và gánh chịu các tội lỗi (sát sanh, tửu

---

[184] Theo quan sát của khoa học: trái cây ở trong bao tử chừng 20 phút, ngũ cốc 2 giờ, thịt từ 4 đến 6 giờ
[185] TNHT/Q1/tr.30
[186] Tân Luật, Đạo Pháp, chương IV, Điều thứ hai mươi mốt
[187] Thế Luật, Điều thứ mười bảy: Trong việc cúng tế vong linh không nên dùng hi sanh, dùng toàn đồ chay...
[188] Thế Luật, Điều thứ hai mươi: Người bổn đạo chẳng nên chuyên nghệ gì làm cho sát sanh hại vật... không được buôn bán các thứ rượu mạnh và a phiến

nhục...) do ăn mặn gây ra. Hậu quả là Chơn Thần khó ra khỏi xác phàm, không vào được Thượng Giới nên phải tiếp tục kiếp đọa trần.

Khó ra khỏi xác phàm

Trên đường thiên lý ngoại, Chơn Thần là động cơ chuyên chở Chơn Linh thăng lên các tầng Trời. Tốc độ thăng thiên phụ thuộc vào tính thanh nhẹ hay ô trược của Tinh thực phẩm. Nếu bỏ Khí Hậu Thiên để nuôi dưỡng khí Tiên Thiên bằng ăn mặn sẽ làm cả xác phàm lẫn Chơn Thần ô trược. Lúc qui liễu, Chơn Thần và Linh Hồn khó thoát khỏi xác phàm. Vì vậy mà Thượng Đế ban cho bí pháp Phép Đoạn Căn cứu giúp tín đồ lúc qui tiên.

Không vào được Thượng Giới

Ăn mặn sẽ làm xác phàm và Chơn Thần ô trược khiến Linh Hồn khó bề thăng thiên, sẽ không vào được Thượng Giới: «*Các con nếu ăn mặn mà luyện Đạo thì Chơn Thần bị Khí Hậu Thiên làm cho nhơ bẩn nặng nề mà khó thể xuất ra khỏi vùng Trung Giới được*[189]».

Tiếp tục kiếp đọa trần

Nếu ăn mặn thì hãy nghe Thượng Đế dạy: «*Nếu như các con còn ăn mặn luyện Đạo rủi có ấn chứng thì làm sao giải tán cho đặng? Như rủi bị huờn, thì đến khi đắc Đạo, cái trược khí vẫn còn, mà trược khí là vật chất tiếp điển thì chưa ra khỏi lằn không khí đã bị sét đánh tiêu diệt. Còn như biết khôn thì ẩn núp tại thế làm một bậc «Nhân Tiên», thì kiếp đọa trần chưa mãn*».

Vì những lý do trên mà người luyện Đạo cầu thanh tịnh nên mới ăn chay tránh ăn mặn.

---

[189] TNHT/Q1/tr.46

CHƯƠNG 8

Khí Hiệp Thần

Hiệp 協: Hòa hợp. Câu *«Khí hiệp Thần»* có ý nghĩa là khí Hậu Thiên (Chơn Khí) tinh khiết thanh nhẹ như khí Hư Vô thì sẽ hòa hợp (harmonize) được với khí Tiên Thiên (Chơn Thần). Động từ hiệp đánh dấu chuyển hóa từ khí Hậu Thiên nặng trược (Chơn Khí, thất tình lục dục) sang khí Tiên Thiên thanh nhẹ như khí Hư Vô. Lời Đức Hộ Pháp dạy: *Luyện Khí hóa Thần là giai đoạn luyện tánh cho thuần đạo-đức hiền lương, chế-ngự các tình-cảm thấp kém, nuôi dưỡng các tình-cảm cao-thượng thì sẽ làm cho khí thanh. Khi cơ thể được nuôi dưỡng bằng khối thanh khí luân-chuyển điều-hoà, thì ngũ quan con người sẽ sống theo thiên-lý, thần trí được an-tịnh sáng-suốt.*

1. VỀ SỰ HÒA HIỆP CHẤT KHÍ

Trong phép tu hiệp Tam Bửu, hành giả phải hiểu điều kiện hòa hiệp được hai chất khí và hiểu hai thể khí Hậu Thiên thất tình lục dục.

Đồng khí tương cầu

Hai thể khí có thể hòa hiệp với nhau với điều kiện là hai thể khí phải có cùng một bản chất thanh nhẹ (hoặc ô trược) tức có cùng luồng sóng điện (même longueur d'ondes). Thí dụ muốn cho khí Hậu Thiên Chơn Khí ô trược hiệp một với khí Tiên Thiên tinh khiết Chơn Thần, hành giả phải điều chỉnh tần số của Chơn Khí bằng khử trược lưu thanh để Chơn Khí rung động cùng tần số với khí Tiên Thiên thanh nhẹ. Công việc giống như một nghệ sĩ lên dây đàn (accord) điều chỉnh âm thanh. Vì vậy giai đoạn tu luyện «*Khí hiệp Thần*» khó khăn nhất vì người tu hành xử như một nghệ sĩ tự mình phải lên dây đàn có nghĩa tự mình phải tinh khiết hóa các nguồn khí Hậu Thiên liên hệ đến Chơn Thần (Khí). Chơn Thần phải tinh khiết như thuở Thái Hư thì mới hiệp được với Thần trong khí Hư Vô theo nguyên lý «*đồng khí tương cầu* [190]» như Đức Cao Thượng Phẩm nói về bửu pháp Long Tu Phiến: «*Cả cơ thu và xuất của Long Tu Phiến với Chơn Thần đều do luật **đồng khí tương cầu** mà thành tựu, nghĩa là: Nếu Chơn Thần đạo đức thì Long Tu Phiến hấp dẫn đến gần và đưa vào Cực Lạc Thế Giới; còn nếu Chơn Thần nào trọng trược thì Long Tu Phiến đẩy ra xa và lần hồi đi đến cõi U Minh* 幽冥 *đen tối.*»

Khí Hậu Thiên thất tình lục dục

Thất tình lục dục là hai luồng khí âm dương Hậu Thiên tiềm ẩn tự nhiên trong ngũ tạng[191]. Khí lục dục gây ô trược có thể nhìn thấy trên xác phàm còn khí thất tình là nguồn khí ô trược cảm nhận được qua những biến động bất thường của Tâm. Hai nguồn khí này tạo nên cái quan ải vượt qua rất khó khăn cho người tu luyện.

---

[190] Các khí có cùng khí chất thì tìm đến nhau và cùng hiệp với nhau (khí thanh nhẹ hiệp với khí thanh nhẹ), nếu khác bản chất (khí ô trược và khí thanh nhẹ) thì sẽ dang xa nhau.
[191] *Trong mọi người đều có thất tình lục dục, những tình dục ấy phát sinh ra do nơi lục phủ ngũ tạng, nhưng chủ của nó là Chơn Thần đó vậy*
(Luật Tam Thể, tr.20).

Lục dục tác động lên xác phàm.

Lục dục là khí âm Hậu Thiên liên kết với xác phàm để bổ dưỡng và kích thích xác phàm. Do sự liên hệ này mà lục dục để lại dấu tích «*ô trược*» có thể nhìn thấy trên thể xác, thí dụ mập phì vì ham ăn uống nhất là vị ngọt và béo, cơ thể suy nhược, da xanh mét, mắt lờ đờ vì «*thân dục*» đắm say tửu sắc.

Thất tình tác động lên tinh thần

Thất tình là khí dương Hậu Thiên rung cảm thường xuyên với khí Tiên Thiên Chơn Thần qua trung gian Ngũ Thần[192]. Nếu được buông thả không bị kềm chế, khí Thất tình sẽ biểu lộ quá đáng làm Chơn Thần bất ổn và dấu hiệu «ô *trược*» của Chơn Thần hiện ra trên bình diện tinh thần. Thí dụ như tay múa miệng hát có thể trở thành điên cuồng vì vui quá độ; ngày đêm lo sợ, hoảng hốt vô căn thì Khí thất tình trở thành trược khí gây bệnh về suy nhược thần kinhkhiến tu luyện mà không hiệp được Tam Bửu để đắc Đạo.

2. Nguồn Gốc Thất Tình Lục Dục

Theo giải thích của Đức Cao Thượng Phẩm thì «*Trong mọi người đều có thất tình lục dục, những tình dục ấy phát sinh ra do nơi lục phủ ngũ tạng, nhưng chủ của nó là Chơn Thần đó vậy*[193]», có nghĩa là khí thất tình lục dục tiềm ẩn trong ngũ tạng, và nghe theo sự sai khiến của chủ là Chơn Thần. Vậy ngũ tạng được hình thành như thế nào?

---

[192] Ngũ Thần là: Thức Thần (tim), Ý (tì), Phách (phế), Chí (thận), Hồn (can)
[193] Luật Tam Thể, tr.20

Về ngũ hành

Trong trời đất vạn vật không có vật chi hóa sanh biến dưỡng mà không có Tiên Thiên Ngũ Hành và Hậu Thiên Ngũ Hành. Hậu Thiên Ngũ Hành hữu hình là hình tướng của Tiên Thiên Ngũ Hành vô hình. Khi nhập vào xác phàm, Ngũ Hành Tiên Thiên biến tướng thành Ngũ Hành Hậu Thiên vật chất hữu hình từ đó phát xuất thất tình lục dục mà con người cảm nhận được qua sự rung cảm của Chơn Thần.

Ngũ hành Tiên Thiên

Trong xác thân thiêng liêng (Chơn Thần) đã chứa sẵn:

1. Tinh Tiên Thiên của Ngươn Chất đựng trong Kim Bồn để Đức Diêu Trì cấu tạo hình hài con người
2. Khí Tiên Thiên tức Khí Sanh Quang nguồn sống của vạn vật.
3. Ngũ hành Tiên Thiên.

Trong ngũ hành Tiên Thiên vô hình đã chứa sẵn Ngũ Ngươn hữu danh tức ngũ khí Tiên Thiên[194]:

> Ngươn tinh thuộc thủy nằm trong tạng thận,
> Ngươn tánh thuộc mộc nằm trong tạng can
> Ngươn khí thuộc Thổ nằm trong tạng tì
> Ngươn thần thuộc hỏa nằm trong tạng tâm
> Ngươn tinh thuộc kim nằm trong tạng phế.

Ngũ hành Hậu Thiên

Ngũ Hành Hậu Thiên là hình tướng của Ngũ Hành Tiên Thiên. Sau khi thụ thai, Chơn Thần nhập vào xác phàm và Ngũ Hành Tiên Thiên biến tướng thành Ngũ hành Hậu Thiên hữu hình, hữu sắc là tâm, tì, phế, thận, can. Và trong mỗi tạng, Ngũ Ngươn hữu danh cũng biến tướng thành Ngũ

---

[194] Ngũ hành Tiên Thiên sanh ngũ khí là Huỳnh, Thanh, Bạch, Xích, Huyền.

Ngươn hữu chất. Ngũ Ngươn hữu chất vào cư ngụ trong Ngũ Hành Hậu Thiên để sanh ra ngũ thức hay Ngũ Thần: Thức Thần trong tim (Hỏa), Vọng Ý trong tì (Thổ), Qủi Phách trong phế (Kim), Chí trong thận (Thủy), Du Hồn trong can (Mộc)[195].

Thất tình lục dục

Bước vào Cửu Trùng Đài, chúng ta sẽ nhìn thấy bài giáo lý được hữu hình hóa bởi con rắn 7 đầu biểu tượng thất tình và tượng đúc hình rồng há miệng, phun ra sáu chia[196] đỡ dưới giảng đài để diễn tả lục dục.

Thất tình là: Ái (yêu thương), ố (ghét), hỉ (mừng), nộ (giận), ai (buồn), lạc (vui sướng), cụ (sợ hãi).

Lục dục (sáu ham muốn) là: sắc dục (sanh ra bởi sắc đẹp), thính dục (sanh ra bởi âm thanh), hương dục (sanh ra bởi ham muốn ngửi mùi thơm), vị dục (sanh ra bởi vị tức miệng ham ăn món ngon vật lạ), xúc dục (sanh ra bởi ham muốn của thân ý), pháp dục (sanh ra bởi lòng dục của thân).

Trong ngũ tạng đã tiềm ẩn một cấu trúc vô hình (khí) gồm:
- Lục dục (khí âm Hậu Thiên của tạng),
- Thất tình (khí dương Hậu Thiên của tạng),
- Ngũ Thần (khí Tiên Thiên) liên đới trực tiếp với Chơn Thần.

Trong cấu trúc này, Chơn Thần là «*chủ*» của các dây liên hệ (xem bảng chỉ dẫn) và mọi sanh hoạt của thất tình lục dục và Ngũ Thần (Ngũ thức).

Về liên hệ với nhau, mỗi tạng liên hệ với một Thần, một tình cảm và một ham muốn[197]. Thí dụ vị dục và hỉ lạc chạy

---

[195] Kim, mộc, thủy, hỏa, thổ là do 5 sắc khí của Ngũ khí Tiên Thiên kết tạo ra ngũ hành Hậu Thiên: Khí đen tụ trên không sanh ra nước, khí đỏ ra lửa, khí xanh ra cây cỏ (mộc), khí trắng ra kim, khí vàng ra đất. Cho nên đất có ngũ hành là thủy, hỏa, mộc, kim, thổ.

[196] **Sáu chia** của miệng rồng hàm ý nhắc lại tích xưa, Đức Văn Xương Đế Quân đạp sáu chia trong miệng rồng để cảnh tỉnh vua Phò Dư hôn mê điều trần tục, làm thống khổ nhơn sanh: Mắt không ngó điều đạo đức, miệng không nói lời nhân nghĩa, lưỡi nói điều nham hiểm, thân không hy sinh cho đạo nghĩa, ý không nhớ đến đạo đức, tai không nghe lời thiện lương mà làm việc nghĩa

[197] Nếu thất tình biểu lộ thái quá thì Ngũ Thần sanh ngũ tặc:
Vui do Thức Thần Tánh tham phát sanh
Buồn do Trược tinh tánh si phát sanh
Mừng do Quỷ Phách tánh thiện phát sanh
Giận do Du Hồn tánh dữ phát sanh
Muốn do vọng ý tánh phát sanh

về tim làm dao động Thức Thần trong tim như bảng chỉ dẫn dưới đây.

Bảng liên hệ trong cấu trúc vô hình của ngũ tạng

Ngũ Hành	Ngũ tạng	Ngũ Thần	Thất tình	Lục dục
Hỏa (đỏ)	Tim (lưỡi)	Thức Thần	Hỉ lạc (vui mừng)	Vị dục
Thổ (vàng)	Tì (miệng)	Ý	Ái ố (lo âu)	Xúc dục, pháp dục
Kim (trắng)	Phế (mũi)	Phách	Ai (buồn)	Hương dục
Thủy (đen)	Thận (tai)	Chí	Cụ (sợ hãi)	Thính dục
Mộc (xanh)	Can (mắt)	Hồn	Nộ (giận dữ)	Sắc dục

Tiếp cận với trần thế

Cấu trúc vô hình của ngũ tạng tiếp cận với trần thế bằng 5 cửa hay «*tượng*» của ngũ hành: Mắt cửa của can, lưỡi cửa của tim, miệng cửa của tì, mũi cửa của phế, tai cửa của thận[198]. Khi 5 cái cửa này mở ra tiếp xúc với lục trần thì khí Hậu Thiên thất tình lục dục phát động và giao cảm với khí Tiên Thiên Ngũ Thần. Cường độ giao cảm đó đều đặt dưới trách nhiệm của Chơn Thần trong việc kềm chế hay buông thả các rung động của khí trong ngũ tạng.

Thất tình lục dục phát động như thế nào?

Có hai trường hợp làm phát sanh thất tình lục dục:
- Cửa (lục căn) của ngũ tạng mở ra tiếp xúc với lục trần,
- Ý nghĩ (lục thức) trong đầu làm nảy sanh lục dục thất tình.

Lấy thí dụ một hộp quẹt và một que diêm.

Hộp quẹt ví như thể xác với cửa của ngũ tạng tức lục căn (mắt thấy, tai nghe, mũi ngửi, lưỡi nếm, thân ham, ý phải quấy).

---

[198] Năm cái cửa này được kiểm nghiệm trong sự chẩn bệnh của đông y. Đầu lưỡi đỏ chót là dấu hiệu tim bệnh (hư nhiệt); lãng tai ở người già là do thận khí yếu; phế bịnh vì phong hàn, cửa của phế (mũi) hắt hơi, sổ mũi; Khi can bất thường, cửa của can (mắt) cũng mang nhiều triệu chứng bất thường; tì khí bất ổn thì cửa của tì (miệng) lở loét…

Que diêm ví như lục trần (06 cảnh nơi cõi trần)[199]: **sắc** (màu sắc xấu, đẹp), **thinh** (âm thanh êm ái), **hương** (ngửi thấy ngũ hương[200]), **vị** (lưỡi nếm ngũ vị[201]), **xúc** (cảm thân xác mát mẻ), **pháp** (tư tưởng mưu tính thực hiện cho thỏa ý).

Quẹt diêm vào hộp quẹt sẽ làm xuất hiện ngọn lửa. Điều này chứng tỏ ngọn lửa đã tiềm ẩn tự nhiên trong bao quẹt. Ngọn lửa xuất hiện khi que diêm (lục trần) đụng vào bao quẹt (ví như ngũ tạng). Cũng giống như ngọn lửa này, thất tình lục dục tiềm ẩn sẵn trong ngũ tạng và phát sanh khi chạm vào lục trần trong 2 trường hợp:

⦿ Khi cửa của ngũ tạng (mắt, tai, mũi, lưỡi, miệng) mở ra tiếp xúc với lục trần. Thí dụ mắt thấy, mũi ngửi, lưỡi nếm… cao lương mỹ vị mà sanh ra lục dục (vị dục, hương dục) và thất tình (vui mừng vì sắp được ăn ngon). Vậy, lục dục thất tình khởi sinh khi cửa của ngũ tạng (lục căn) nhìn thấy lục trần giống như hiện tượng que diêm quẹt vào hộp quẹt.

⦿ Dù lục căn bị bít kín không thấy lục trần, nhưng với ý nghĩ trong đầu (lục thức), thất tình lục dục vẫn phát sinh trong cơ thể. Nằm yên nhắm mắt chẳng nhìn thấy lục trần cũng cảm thấy vui buồn. Xác phàm thiếu một chất dinh dưỡng nào đó thì có tín hiệu

«*thèm*» được phát ra từ Hypothalamus trong não bộ. Thí dụ cơ thể thiếu nước, thiếu ăn thì có tín hiệu «*khát, đói*» và thèm ăn uống dù không có lục trần trước lục căn. Điều này chứng tỏ thất tình lục dục tiềm ẩn tự nhiên trong cơ thể và cho thấy khí Hậu Thiên lục dục rất cần thiết cho việc nuôi dưỡng và kích thích xác phàm. Lục dục là biểu hiện sự sống của phàm thể, nhưng lục dục quá độ cũng có thể trở thành trược khí làm phàm thân ô trược nên giáo lý mới khuyên răn phải kềm chế lục dục trong trường hợp lạm dụng.

---

[199] Lục trần (bụi) là 6 cảnh nơi trần thế:
Sắc: cảnh vật có màu sắc xinh đẹp
Thinh: âm thanh êm ái,
Hương: ngửi thấy hương thơm,
Vị: lưỡi nếm mùi ngon
Xúc: trang sức lụa là, da thịt mát mẻ.
Pháp: tư tưởng mưu tính thực hiện cho thỏa ý.
[200] Ngũ hương: hôi mốc (gan), khét cháy (tim), thơm (tì), khai (phế), thối (thận)
[201] ngọt (tì), mặn (thận), cay (phế), đắng (tim), chua (can) của đồ ăn

3. Xác Phàm Và Lục Dục

Điều ghi nhận đầu tiên là khí lục dục để lại dấu tích ô trược trên xác phàm và cản trở con đường thăng thiên.

Lục dục thất tình phát khởi lúc cửa của ngũ tạng (lưỡi, miệng, mũi, tai, mắt) tiếp cận với trần thế theo như tiến trình sau:

Cửa của ngũ tạng lục căn → lục trần → lục thức → lục dục, thất tình

Sự xuất hiện của thất tình lục dục làm chuyển động guồng máy Tâm, Tánh, Xác phàm. Ý nghĩ trong Tâm chuyển đến Tánh, Tánh (Chơn Thần) sai khiến Xác phàm để cụ thể hóa ý nghĩ của Tâm bằng hành động:

Ý nghĩ (Tâm, Chơn Linh) → hành động (Tánh, Chơn Thần) → tác nhân (Xác phàm).

Trong giai đoạn chuyển động Tâm Tánh, Tánh là chủ của thất tình lục dục nên Tánh có thể giữ lục dục ở trạng thái bình thường vì lục dục là khí âm Hậu Thiên rất cần thiết cho việc nuôi dưỡng, kích thích xác phàm. Trái lại, Tánh chiều theo đòi hỏi của xác phàm lạm dụng liều lượng quá độ khiến lục dục biến thành trược khí trên 3 bình diện:

- xác phàm ô trược với dấu hiệu cụ thể như thể xác mập phì vì vị dục ăn nhiều đồ béo, ngọt, như đau lưng, da xanh xao vì dâm dục quá độ,
- Phạm Tân Luật tức không giữ giới cấm,
- Cản trở đường tu vì làm cho Chơn Thần ô trược.

Lục dục nuôi dưỡng xác phàm

Để diễn tả vai trò lục dục nuôi dưỡng thể xác, tôi lấy thí dụ vị dục và ngũ vị.

- vị dục do thiệt thức (biết do lưỡi nếm các vị)
- Ngũ vị là: đắng (đi về tim), ngọt (tì), cay (phế), mặn (thận), chua (can) do cây cỏ hấp thụ khí của đất rồi biến hóa ra[202].

---

[202] Luật Tam Thể giải thích ngũ vị: *Các thứ cây đều có tế bào của kim thạch... Chất ngọt do đạm khí và lân chất, chất đắng do kim khí, chất mặn do kim và thạch khí lộn với đạm khí và lân khí; chất chua do thạch khí và thổ khí lộn với thủy khí* Tập san Thế Đạo, số 58, tr.47

Tại sao có lúc cơ thể ta thèm ăn vị này hay vị kia? Cảm giác *«thèm»* sẽ phát sanh ra vị dục. Vị dục là tín hiệu cơ thể thiếu vị đó và đòi hỏi chúng ta phải bồi bổ cơ thể. Vị dục báo hiệu *«thiếu»* như thế nào?

Thí dụ thèm vị ngọt. Sau khi làm việc mệt nhọc trí não hay lo âu, người sẽ cảm thấy uể oải, bủn rủn chân tay, thiếu sáng kiến và thèm vị ngọt. Đó là triệu chứng tì khí thiếu hụt. Ăn vị ngọt (cà rem, bánh ngọt...) vào là trở lại bình thường ngay. Lý do là vị ngọt làm tăng khí Hậu Thiên (tì khí) để nuôi dưỡng xác phàm và khí Tiên Thiên là Ý.

Thí dụ thèm vị mặn. Nếu độ mặn trong máu xuống quá thấp vì đổ mồ hôi quá nhiều nhất là sau khi đi bộ dưới nắng gay gắt hoặc tập dượt thể thao, con người có thể ngất xỉu. Đó là dấu hiệu thiếu khí Hậu Thiên (vị mặn của muối) để nuôi dưỡng máu huyết và khí Tiên Thiên Chí trong thận. Một ly chanh muối là giải quyết vấn đề.

Thí dụ thèm ân ái nam nữ. Đó là dâm dục cần thiết cho trường tồn nòi giống.

Lục dục có nhiệm vụ quan trọng như vậy mà tại sao giáo lý Cao Đài lại dạy phải kềm chế?

Trược khí lục dục

Khi lục dục biểu lộ thì làm rung động Ngũ Thần và làm chuyển động 3 xác thân Tâm (Chơn Linh), Tánh (Chơn Thần) và xác phàm (Tinh). Tâm có ý nghĩ, ý nghĩ của Tâm (Thần) tác dụng lên Tánh (Khí) để can thiệp vào sự phát tiết lục dục có thuận theo Đạo lý hay không để hướng dẫn xác phàm (Tinh) hành động theo chiều hướng sau:

Ý nghĩ (Tâm, Chơn Linh) → hành động (Tánh, Chơn Thần) → tác nhân (Xác phàm).

Trở lại hình ảnh ngọn lửa của que diêm biểu tượng lục dục phát sanh. Nếu ngọn lửa dùng đúng liều lượng đủ để thắp sáng, chụm củi lửa... có nghĩa là ngọn lửa tùng đạo lý. Trái lại nếu ngọn lửa dùng để đốt cháy một mảnh tường nhà gây hỏa hoạn thì chẳng khác chi lạm dụng liều lượng làm khí lục dục trở thành tác nhân gây xáo trộn khí của tạng và làm xác phàm ô trược.

Lấy việc lạm dụng vị dục làm thí dụ để minh họa chuyển biến của 3 xác thân gây ra ô trược trên bình diện thể xác, thể khí và tôn giáo.

Ô trược cụ thể trên xác phàm

Xác phàm ô trược với dấu hiệu cụ thể vì sắc dục, thân dục quá độ mà người xanh xao, vị dục ăn nhiều vị ngọt và béo khiến người mập phì, lạm dụng vị đắng (cà phê, trà) làm tim đập, mất ngủ...

Ô trược vô hình trong khí

Ham muốn tiệc tùng, nhậu nhoẹt, đình đám, rượu chè là cảm thấy ngay khí bị ô trược nhận thấy qua màu sắc hào quang (aura[203]) của Chơn Thần. Người gian tà, ăn mặn rượu thịt đầy khí Hậu Thiên, Tâm Tánh chiều theo thất tình lục dục thì Chơn Thần có hào quang tím đục. Màu ánh sáng tím đục là hình ảnh Chơn Thần ô trược. Đó là hình ảnh Khí bị ô trược bởi vị dục.

Ô trược theo tín ngưỡng

Theo tín ngưỡng, sắc dục đưa đến tà dâm, vị dục rượu chè ăn mặn đưa đến sát mạng thượng cầm hạ thú gây tội ác, tổn công đức. Chơn Thần phải gánh vác tất cả những tội lỗi oan khiên này nên Chơn Thần ô trược phải tái kiếp luân hồi.

---

[203] Người có huệ nhãn hoặc máy chụp hình kirlian nhìn thấy được hình sắc hào quang (aura)

Vậy, chỉ trong trường hợp lạm dụng lục dục giáo lý mới dạy phải kềm hãm như các trường hợp sau:

- sắc dục (ham muốn sắc đẹp), sanh ra dục tính mà phạm giới cấm bất tà dâm.
- thính dục. Tai (nhĩ) ham muốn nghe âm thanh êm tai, nghe điều cám dỗ, nghe điều phi lễ.
- hương dục. Mũi (tỷ) ham muốn ngữi mùi thơm mà, sanh dục vọng.
- vị dục. Lưỡi (thiệt), miệng ham ăn món ngon vật lạ, đồ mỹ vị cao lương, nên phạm tội sát sanh, bị sa đọa vào Lục đạo.
- Ý dục. Ham muốn của ý là mối đại hại cho con người.
- Pháp dục. Lòng dục của thân làsự dâm dục quá độ, mới hao tán nguơn Tinh, nguơn Khí làm cho thể xác bệnh hoạn thiếu sức lực, da xanh nhớt, mắt mờ, đau lưng ngang thận hoặc là ham muốn quyền thế để mưu cầu lợi lộc (Dục quyền cầu lợi[204]).

Lục dục rất cần thiết cho thân được tráng kiện, nhưng để thỏa mãn lòng tham thì sẽ dẫn đến thất tình và tội lỗi. Người tu hành phải chế dục. Muốn chế phục phải biết đủ (tri túc). Khi kềm chế được lục dục thì sẽ kềm chế được thất tình

4. Chơn Thần và Thất Tình

Chơn Thần là do Phật Mẫu dùng khí âm dương tạo thành nên bán âm bán dương, có thể bị ô trược, mà có thể được thanh cao. Khi Chơn Thần nghe lời dạy dỗ của Chơn Linh, kềm chế được thất tình lục dục thì Chơn Thần thanh cao, còn ngược lại thì bị ô trược. Lúc đó Chơn Thần bị vật chất quyến rũ che mờ lương tâm, con người chỉ vâng theo đòi hỏi của xác thân vật chất sống trong đam mê tội lỗi.

---

[204] *Nghe điều cám dỗ, mê luyến hồng trần, ăn cho phải đọa, dâm cho phải bị đày, nên phải chịu nạn áo cơm, dục quyền cầu lợi.* TNHT

Điều ghi nhớ là khí thất tình làm Chơn Thần ô trược nhưng dấu hiệu ô trược hiện ra ở Thần.

Thất tình là: Ái (yêu thương), ố (ghét), hỉ (mừng), nộ (giận), ai (buồn), lạc (vui sướng), cụ (sợ hãi). Mỗi tình cảm dao động với khí và Thần của tạng tương ứng.

Khí vui (hỷ, lạc) giao cảm với khí tim và Thức Thần,
Khí ái, ố với tì khí và Ý,
Khí nộ với can khí và Hồn,
Khí ai với phế khí và Phách,
Khí cụ với thận khí và Chí.

Điểm tương đồng giữa thất tình và lục dục là cả hai đều:
⦿ Tiềm ẩn tự nhiên trong ngũ tạng và phát sanh khi cửa của ngũ tạng (tai, mắt, mũi, miệng, lưỡi) mở ra đụng chạm với lục trần,
⦿ Làm rung động Ngũ Thần kéo theo cơ chuyển động guồng máy của Tâm Tánh diễn tiến trong cơ thể theo chiều hướng:

Ý nghĩ (Tâm, Chơn Linh) → hành động (Tánh, Chơn Thần) → tác nhân (Xác phàm).

Điểm khác biệt là:
⦿ Khí lục dục làm chuyển động Tâm, Tánh theo chiều hướng bồi dưỡng xác phàm. Nếu lạm dụng, khí lục dục trở thành ô trược để lại dấu vết cụ thể trên xác phàm. Theo giáo lý, sau khi qui tiên, vì dấu vết ô trược vô hình của lục dục còn bám vào Chơn Thần nên Chơn Thần trọng trược không vào được Thượng Giới.
⦿ Còn khí thất tình giao cảm với khí Tiên Thiên Ngũ Thần[205], làm Chơn Thần ô trược nhưng dấu hiệu ô trược hiện ra ở Thần (Chơn Linh).

Thất tình thường phát tiết hai trạng thái:

⦿ Phát tiết hài hòa trở thanh tác nhân kích thích Ngũ Thần,

⦿ Phát tiết bất hòa với khí Tiên Thiên nên trở thành trược khí làm Chơn Thần ô trược. Trong trường hợp này thì giáo lý mới khuyên phải kềm chế thất tình.

---

[205] Thức Thần trong tim, Ý trong tì, Phách trong phế, Chí trong thận, Hồn trong can

Phát tiết hài hòa

Khi thất tình tiềm ẩn trong ngũ tạng chưa phát ra thì gọi là Trung, phát ra đúng tiết điệu hòa hài cảm ứng với nội tâm ngoại cảm thì gọi là Hòa.

Trung Hòa 中和 là đạt đến yếu tố trong định ngoài an. Vậy Trung Hòa là cái tính tự nhiên của thất tình cũng như của Trời Đất và «*Đạo của Trời Đất cũng bất ngoại hai chữ Trung Hòa*[206]».

Khi khí thất tình phát ra đúng tiết điệu hòa hài cảm ứng với nội tâm ngoại cảm thì trở thành tác nhân kích thích khí Ngũ Thần. Thí dụ nhận được một tin vui nhẹ nhàng làm phấn khởi tinh thần, tại sao? Là vì khí Tiên Thiên Thức Thần trong tim được tình cảm vui kích động vừa đủ.

Phát tiết bất hòa

«*Chơn Thần là chủ của thất tình*» nên mọi tội lỗi gây ra bởi thất tình, Chơn Thần phải gánh chịu mà thành ô trược. Khí thất tình trở thành quỉ khi phát tiết thái quá trái với tính tự nhiên của Trời Đất. Quỉ thất tình làm Chơn Thần vọng động, che mờ Tâm mà gây ra oan trái và dấu hiệu ô trược hiện ra ở Thần như các thí dụ dưới đây.

- Giận quá (nộ) thì can khí bốc lên, mặt mày đỏ ké, chân tay run rẩy làm mờ Hồn trong can và Thần trong tim. Nộ giận là một tội ác trong tam độc (tham, sân, si) và thập ác[207]. Hậu quả là giận quá hóa ngu (sân si) gây oan nghiệt, làm hại đường tu: *Để cho lửa giận một phen bừng cháy thì cũng đủ thiêu đốt Kim Đơn phải rã tan ra nước hết trơn*(TNHT, tr. 36). Đó là hiện tượng khí «*Bất Hoà*» làm ô trược Chơn Thần và cản trở Ngũ Thần triều nguyên tức trở về hiệp nhứt với khí Tiên Thiên Chơn Thần sau khi qui tiên nên Thượng Đế phải «*Khuyên một điều con khá giảm hờn*».

---

[206] TNHT, tr. 152
[207] Thập ác: 3 ác của thân (sát sanh, du đạo, tà dâm), 4 ác của khẩu (vọng ngữ, ý ngữ, lưỡng thiệt, ác khẩu), 3 ác của ý (tham, sân, si)

• Buồn (ai) thái quá làm phế khí co lại và giáng xuống, mặt xám, tay lạnh ngắt, hại đến Chơn Thần ở phế (Phách) làm khó thở, khiến cho Thần suy nhược, yếm thế;

• Vui (hỉ) thái quá làm tán khí tim, Thức Thần lay động Thần trong tim khiến người muốn hóa điên cuồng, miệng nói tay múa[208]; Hỉ nộ (mừng, giận) không chừng mực làm *ngũ khí, tam huê*[209] mau hao kém là vậy;

• Thần ở tì (Ý) chán nản, mệt mỏi nếu lo âu, yêu ghét (ái ố) quá đáng làm tổn thương tì khí, ngồi buồn thiu chẳng buồn đuổi ruồi muỗi[210];

• Sợ hãi (cụ) làm hao tổn Tinh (thận tồn trữ Tinh vô hình) thí dụ như mỗi lần sợ hãi vì căng thẳng (stress) thượng thận phải xuất tinh dưới hình thức hormone (adrénaline, cortisol...) lâu ngày có thể gây bệnh tâm thần như trầm uất, hoảng hốt vô căn, lo âu kinh hoàng, bất lực...

Tóm lại, khí thất tình phát ra mà không hợp với tiết độ là sanh ra bất thiện vì tình che lấp Thần, Thần mờ tối thì bản năng thú tính của thể xác sẽ chiều theo cám dỗ của lục dục, thất tình và khi đó «*Chơn Thần kềm thúc không nổi, thì lục dục thất tình dấy động, làm cho Chơn Khí tiết ra một chất ô trược, khiến cho Chơn Thần không đến đặng mà chế ngự được nữa*[211]». Lúc đó, thất tình lục dục trở thành ma quỉ khiến con người phạm lỗi oan khiên. Chơn Thần ô trược là thế. Vì quỉ thất tình phụ sự, ma lục dục giúp tay, con người phạm tội lỗi, mà hễ có tội lỗi thì phải chịu đọa đầy trong vòng quả báo. Vì vậy mà giáo lý Cao Đài khuyên răn người tu Đạo phải «*tu*[212] *Tâm luyện*[213] *Tánh*» để kềm chế thất tình lục dục giữ cho trong định ngoài an tức không cho thất tình tàn phá khí ngũ tạng khiến Thần phải thương tổn.

---

[208] Hỉ nộ (mừng, giận) không chừng mực làm *ngũ khí, tam huê tức tam Bửu hiệp nhứt ở đỉnh đầu mau hao kém*;

[209] Tam huê (hoa). chỉ Tam Bửu hiệp nhứt, tụ tại đỉnh đầu chỗ nê hoàn cung (huyền quan khiếu), đắc đạo thành Tiên, Phật tại thế (Tam huê tụ đỉnh); Ngũ khí: khí của ngũ tạng (tâm, tì, phế, thận, can)

[210] Ái ố (yêu, ghét): tinh huyết, thần lực chóng giảm suy;

[211] Luật Tam thể, tr.20

[212] " *Tu là trau giồi đức tánh cho nên hiền, thuận theo ý Trời đã định trước*" (TNHT);

[213] Luyện là trau giồi cho sáng suốt hoàn toàn, giũa mài rèn đúc cho trơn tru khéo léo

5. TÂM TÁNH

Tâm

Tâm chỉ Ngươn Thần, Chơn Linh, điểm Linh Quang chiết ra từ khối Đại linh quang của Thượng Đế để làm Đệ Tam Xác Thân có nhiệm vụ dạy dỗ «*Tánh*». Tánh chính là Chơn Thần[214] (Đệ Nhị Xác Thân) do Đức Phật Mẫu ban cho để làm xác thân thiêng liêng bao bọc Chơn Linh. Nhờ có Chơn Thần mà con người đầu kiếp xuống cõi trần để có thêm một xác thân phàm.

Tánh

Đức Hộ Pháp giải thích:«*Tánh của mỗi chúng ta là hình thể thứ nhì của ta. Hình thể thứ nhứt là Tâm tức chơn linh; thứ nhì là Tánh tức chơn thần, thứ ba là xác phàm thú chất nầy… Tánh là chơn tướng của chơn thần, còn Tâm là chơn tướng của chơn linh*[215]». Từ giải thích trên mà chúng ta hiểu rằng: Tâm, Tánh, xác phàm thuộc về ba xác thân (Chơn Linh, Chơn Thần, xác phàm). Tâm, Tánh, xác phàm luôn luôn tác động hỗ tương là vì sự liên quan chặt chẽ đó.

Giáo lý Cao Đài luôn luôn khuyên tu Tâm dưỡng Tánh có nghĩa Chơn Linh (Tâm) dạy dỗ Chơn Thần (Tánh), là tu trí huệ, tu Thiên Đạo cho Chơn Thần đạt sáng suốt, giác ngộ, thanh tịnh, thánh thiện để hiệp nhất với Tâm tức đắc Đạo.

Điểm đặc biệt của Tâm và Tánh

Tâm tự thánh tự thiện là chủ tể,

Tánh là Khí nên chủ động và làm chủ các biến động của khí thất tình lục dục trước lục trần. Có nghĩa là Tánh có trách nhiệm kềm hãm sự phát tiết để tiến gần về Tâm trở thành thánh thiện hoặc buông thả thỏa mãn đòi hỏi của xác phàm để cho Chơn Thần thoái hóa ô trược thoát xa Tâm. Đó là lý do tại sao phải tu Tâm luyện Tánh.

---

[214] Chơn Thần ở trong tim gọi là Thức Thần (phàm Tâm),
[215] Đức Hộ Pháp thuyết Đạo

Guồng máy chuyển động

Tâm-Tánh chuyển động như thế nào? Chúng ta hãy nhìn:
- Tiến trình chuyển động của thất tình lục dục,
- Hình ảnh một người có tu Tâm luyện Tánh hay không.

Thất tình lục dục thường phát tiết qua 2 giai đoạn:
- Giai đoạn xuất hiện. Xuất hiện khi cửa của ngũ tạng (lục căn[216]) mở ra tiếp cận với lục trần[217] rồi được lục thức[218] phân tích để phát sanh lục dục[219] và thất tình.
- Giai đoạn phát tác thành hành động. Sự xuất hiện lục dục thất tình làm làm phát sanh ý nghĩ trong Tâm, Ý nghĩ đưa đến hành động của Tánh, Xác phàm cụ thể hóa ý nghĩ của Tâm qua trung gian Tánh theo cơ chuyển động guồng máy của Tâm Tánh diễn tiến trong cơ thể theo chiều hướng:

Ý nghĩ (Tâm, Chơn Linh) → hành động (Tánh, Chơn Thần) → tác nhân (Xác phàm).

Để làm sống động chuyển biến của lục dục, chúng ta lấy hình ảnh ông A đứng trước một người đàn bà. Nhờ có mắt (lục căn), nên nhìn thấy một người đàn bà (lục trần), biết là đẹp (lục thức). Sắc dục phát động guồng máy Tâm, Tánh, Xác phàm qua các giai đoạn sau trong cơ thể ông A.

- Giai đoạn Tâm. «*Nhãn thức*» Mắt cho biết là người đàn bà đẹp,
- Giai đoạn Tánh. Nhãn thức đưa đến «*sắc dục*». Sắc dục tác động lên Khí tức Tánh (Chơn Thần) làm khí huyết lưu chuyển nhanh, người nóng, dẫn đến «*thân dục*» dấy lên làm Tánh rung cảm mà có ý nghĩ ham muốn ân ái nam nữ;

---

[216] Lục căn là 6 gốc rễ có sức nảy sanh: mắt, tai, mũi, lưỡi, thân, ý thường trực tiếp xúc với lục trần; Mắt ưa nhìn màu sắc đẹp, tai thích nghe lời êm ái, mũi tìm ngửi mùi thơm, lưỡi ham nếm đồ thơm ngon, thân thì ham vật dục, ý nhiều tư tưởng phá quấy
[217] Lục trần (trần: bụi). Lục trần là sắc, thinh, hương, vị, xúc, pháp.
[218] Lục thức (hiểu biết): nhãn thức, nhĩ thức, tỷ thức, thiệt thức, ý (xúc) thức, thân thức
[219] Lục dục (sáu ham muốn): sắc dục, thính dục, hương dục, vị dục, xúc dục (sanh ra từ thân thức), pháp dục (sanh ra từ thể xác).

● Giai đoạn xác phàm. Cường độ dấy mạnh của Khí (Tánh) sai khiến xác phàm bằng hành động cụ thể của ông A. Hành động của xác phàm phản ánh Tâm thiện hay Tâm ác của ông A và cho thấy sự khác biệt giữa người tu Tâm luyện Tánh và người phàm Tâm.

Phản ứng Tâm Tánh của ông A

Trường hợp ông A là người tu Tâm luyện Tánh

Nếu ông A tu Tâm luyện Tánh thì Tâm lương thiện, chơn chánh, sáng suốt, phân biệt thiện ác, chánh tà, tốt xấu, tức là có được lương tri lương năng, Tâm (Chơn Linh) của ông A sẽ kềm chế được Tánh (Khí, Chơn Thần), hạ giảm Khí dấy động tiến dần đến trạng thái Trung-Hòa trong định, ngoài an. Nhờ vậy mà Tánh cũng thuận tùng Thiên lý như Tâm và không để cho Tánh chiều theo xác phàm luông tuồng sanh giặc phạm giới luật tà dâm.

Trường hợp ông A thiếu tu dưỡng

Trái lại, nếu ông A có phàm Tâm thiếu tu Tâm dưỡng Tánh, thì Tâm để Tánh chiều theo xác phàm thỏa mãn thân dục. Đó là lúc Tâm đi theo đường tà bất thiện, hậu quả là xác phàm phản ứng theo Tánh mà phạm giới tà dâm. Tánh đi vào đường tà thì Chơn Thần ô trược, lục dục trở thành ma phá hoại công đức của người tu mắc phải bẩy lục dục của Ma Vương buông tủa khắp nơi để thử người tu Đạo.

Đó là lý do tại sao có tượng thất đầu xà bị kềm chế bởi Đức Hộ Pháp tại Hiệp Thiên Đài, và tại sao Thánh ngôn dạy phải tu Tâm luyện Tánh cho đến mức Tâm và Tánh tận thiện tận mỹ, chí diệu chí linh, để hiệp nhứt vào Chơn lý hằng hữu bất biến. Và Đạo là con đường dẫn Tánh về Tâm, đạt Đạo khi Tâm hiệp với Chơn Tâm tức bản thể Thượng Đế, là Thái Cực. Thành Tiên tác Phật cũng do nơi Tâm, mà trở lại làm loài cầm thú mang lông đội sừng cũng do Tâm. Còn nếu không tu Tâm luyện Tánh thì chỉ hoài công tu:

Đường Tâm cửa Thánh dầu chưa vẹn,
Có buổi hoài công bước Đạo tầm.

6. Lời Khuyên «Tu Tâm dưỡng Tánh[220]»

Kinh Khai Cửu đã làm sống động giáo lý tu Tâm dưỡng Tánh bằng mô tả con thuyền trong biển khổ (khổ hải), muốn về đến bến **Thiên** (Trời) thì phải cắt đứt thất tình (đoạn tình) và đóng kín lục dục (yểm dục).

Ngó chi khổ hải sóng xao,
Đoạn tình yểm dục đặng vào cõi Thiên.

Với hình ảnh này, con người như chiếc thuyền buồm nhỏ lênh đênh trên biển cả, nước ví như Tinh, thất tình lục dục tựa như gió thổi tự nhiên trên mặt nước. Con thuyền không trở về được bến xưa (Thượng Đế) nếu để cho gió «*thất tình, lục dục*» nổi thành bão tố, gây sóng lớn trên mặt nước có thể làm chìm đắm con thuyền (con người). Thí dụ như giận dữ thái quá thành phẫn nộ làm can hỏa bốc lên như bão tố dìm con người trong ác nghiệp khiến phải luân hồi trả quả. Nhìn con thuyền lao chao muốn chìm, chúng ta hiểu ngay tại sao các Đấng Thiêng Liêng và giáo lý Cao Đài có những lời khuyên kềm chế thất tình lục dục thái quá để biến bão tố thành ngọn gió lành thổi êm dịu trên mặt nước.

---

[220] Tu Tâm là giữ cho lòng vật dục lặng yên, làm cho cái Tâm được tỏ rạng, mạnh mẽ, đứng lên làm chủ nhơn ông bản thân mình, mà điều khiển lục dục thất tình, đem chúng vào đường đạo đức. Luyện Tánh là rèn luyện cái Tánh không để cho thất tình lục dục trỗi lên thành gió bão tàn phá Khí (Chơn Thần) và che lấp bổn tính lương thiện của Tâm.

Lời khuyên của Đấng Thiêng Liêng

Lời khuyên của Đức Phật Mẫu[221] thì: *Mẹ khuyên các con, dầu Hiệp Thiên hay Cửu Trùng, nên gắng sức lập Tâm đặng để công vào Đạo.*

Gắng sức trau giồi một chữ Tâm.
Đạo đời muôn việc khỏi sai lầm.
Tâm thành ắt đoạt đường tu vững,
Tâm chánh mới mong mối Đạo cầm.

Lời khuyên của giáo lý

Thất tình, lục dục là sự hiện hữu tự nhiên trong ngũ tạng không thể hủy diệt được khi người còn sống. Vì không thể trừ dứt được nên người tu phải suy nghĩ về lời khuyên của giáo lý mà cố gắng làm chủ nó và chuyển hóa thất tình thành những tình cảm cao thượng để giúp chúng sanh tiến hóa. Thí dụ giận mình không làm được nhiều công quả, buồn bực vì không giữ được ngũ giới…đó là dẫn thất tình về với Tánh bổn thiện.

Nếu biết cách thâu phục nó được thì con ma lục dục trở nên «*Lục thông*» là đắc Đạo. Hai cách thâu phục lục dục là:

⦿ Hiểu cơ chuyển động của chúng rồi dùng Tâm Tánh đưa chúng tùng theo Thiên Lý bằng kềm chế như Đức Cao Thượng dạy:

Ruộng cày sáu mẫu (lục dục) *lo vun quén,*
Nhà ở bảy căn (thất tình) *gắng vẹn gìn.*

⦿ Chuyển lục dục về hướng cao thượng phục vụ vạn linh, lập công quả. Thí dụ, lục trần bày ra cảnh khổ nơi trần thế mà làm rung động lục thức, lục thức rung động làm nảy nở lục dục cao thượng như ham muốn ăn chay tránh sát giới, nghe Chơn Lý, say mê phục vụ nhơn sanh…

---

[221] Giáng cơ tại Báo Ân Từ ngày 15-8-Đinh Hợi (1947)

⦿ Thất tình lục dục nổi lên như cơn giông tố là lúc Ma Vương thử thách người tu. Muốn vượt qua thử thách đó thì phải tập tự chế ngự giông tố bằng giữ Tâm an tịnh, không để cho Tánh (Khí) bốc lên thái quá biến thành Hỏa[222] đốt cháy các thành quả của tu Đạo.

Phương pháp «Kềm chế»

Trước nhất phải nhớ 2 điều:

⦿ Thất tình lục dục là «*thể khí hậu thiên*».

⦿ Nguyên tắc muốn kềm chế khí thì phải dùng khí. Vậy, muốn kềm chế khí hậu thiên thất tình lục dục thì phải dùng khí Tiên Thiên tức Tâm (Chơn Linh) và Tánh (Chơn Thần) do đó mà có lời khuyên tu Tâm dưỡng Tánh để kềm chế thất tình lục dục.

Kềm chế như thế nào? Kềm chế có nghĩa là *kềm chế khí* không cho phát tác quá đáng. Trong thực tiễn, kềm chế thường được áp dụng dưới 03 hình thức:

⦿ Đọc Kinh. Khí âm thanh làm cho khí Tiên Thiên Tâm Tánh an tịnh, Tâm Tánh an tịnh thì khí thất tình lục dục lắng dịu như ngọn gió lành thổi êm mát trên mặt nước.

⦿ Thiền. Ngồi thiền là ngồi yên lặng, hô hấp điều hòa để tìm lẽ Đạo. Trên đường đi tìm lẽ Đạo thì Tâm Tánh vượt khỏi «*cõi dục giới*» (cõi còn ưa muốn). Nói về thiền thì rất nhiều phương pháp, môn phái rất phức tạp nhưng nguyên tắc chung của cơ thiền định là nghịch chuyển cơ biến hóa âm dương của Hậu Thiên để khử trược lưu thanh thí dụ đem Tánh về Tâm. Cơ chuyển hóa âm dương của thiền định là lấy khí Hậu Thiên nuôi dưỡng khí Tiên Thiên, lấy khí Tiên Thiên chế phục khí Hậu Thiên.

⦿ Ăn chay cho Tánh (khí) thanh tịnh, ôn hòa, lòng bớt ham muốn: «*Khuya sớm tương dưa hết dục lòng*». (TNHT)

---

[222] Điều này dễ thấy ở người bị nhức đầu như búa bổ (chứng thực) vì can khí thăng lên thái quá mà biến thànhhỏa

Soạn giả Trần văn Rạng có đề cập đến phương pháp trị tâm của Đức Hộ Pháp thí dụ như: Ai có oán kẻ thù của mình thì khó giữ thanh tâm công chánh cho đặng, thắng đặng khí nộ thì không chọc ai giận dữ, lấy lòng quảng đại đặng mở tâm lý hẹp hòi v.v.

Để tóm tắt phép tu hiệp Tam Bửu, chúng ta nhìn hình ảnh chậu nước và gió bão.

⦿ Một chậu nước ví như xác phàm chứa đầy Chơn Khí rút ra từ động vật (ăn mặn),

⦿ Cơn bão thất tình lục dục xô đẩy nước trong chậu làm vẩn đục nổi lên không ngừng.

Chơn Khí nuôi dưỡng và bao bọc Chơn Thần nên tạo ra hình ảnh Chơn Thần ngâm trong chậu nước Chơn Khí (khí Hậu Thiên) bị gió bão thất tình lục dục làm điên đảo.

Vậy công phu tu luyện là:

⦿ Biến hóa nước trong chậu từ chỗ đục thành trong, từ trược hóa thanh, từ Hậu Thiên tiếp Tiên Thiên tức: *tinh khiết Chơn Khí bằng ăn chay.*

⦿ Tu Tâm dưỡng Tánh thì mới có Tâm định, Tánh yên để biến cơn bão thất tình lục dục thành ngọn gió lành nhẹ nhàng thổi trên mặt nước trong chậu. Ngọn gió lành chỉ thổi đến với người *tu Tâm luyện Tánh* mà thôi.

Bảng tóm tắt diễn tiến thất tình lục dục thái quá đưa đến xác phàm và Chơn Thần ô trược

Ngũ tạng	Tim	Tì	Phế	Thận	Can
Cửa ngũ tạng Lục căn↓	Lưỡi	Miệng, thân	Mũi	Tai	Mắt
Lục trần↓	Vị	Xúc, Pháp	Hương	Thinh	Sắc
Lục thức↓	Thiệt thức	Thân thức Ý thức	Tỷ thức	Nhĩ thức	Nhãn thức
Lục dục↓	Vị dục	Xúc dục Pháp dục	Hương dục	Thính dục	Sắc dục
Thất tình↓	Hỉ, lạc	Ái, ố (yêu ghét)	Buồn (ai)	Sợ hãi (cụ)	Giận (Nộ)

↓↓↓

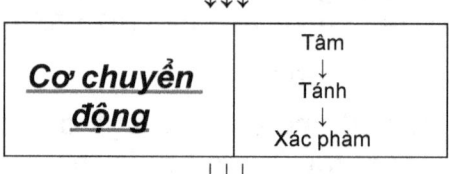

↓↓↓

	Thất tình	Lục dục
Ô trược hữu hình	Dấu hiệu ô trược vô hình ở Thần	Dấu hiệu ô trược cụ thể trên xác phàm
Ô trược vô hình (khí)	Khí Tiên Thiên Ngũ Thần xáo trộn	Khí Hậu Thiên xáo trộn trong thể xác
Ô trược theo giáo lý	Chơn Thần ô trược không vào được Thượng Giới	Xác phàm ô trược không được Phép đến trước mặt Thầy

Bảng tóm tắt ý nghĩa đời sống trên trần thế của tín đồ Cao Đài

Đời sống trần thế	Phương cách tu Đạo	Kết quả
Tu Nhơn Đạo và Thiên Đạo để hưởng đặc ân của Đại Ân Xá	Tu Tam lập để đắc quả tại thế	Đắc vị tại cõi Thiêng Liêng
Ăn chay để cho Chơn Khí trong sáng nuôi dưỡng Chơn Thần -Kềm thất tình lục dục	Khử trược lưu thanh Chơn Thần để hưởng Đặc Ân hiệp Tam Bửu khi vượt Cửu Trùng Thiên	- Ngũ Thần qui về Chơn Thần; - Chơn Thần thanh nhẹ đưa Chơn Linh vượt qua các tầng Trời

CHƯƠNG 9

Chết

Về cái chết, đạo Cao Đài quan niệm như sau:
- Chỉ có xác phàm vật chất mới chết;
- Xác phàm chết là để Chơn Thần đầu thai tái kiếp trả quả, hoặc giúp cho Chơn Thần và Chơn Linh trở về cội căn: *«Hồn trời hóa trở về Thiên cảnh*[223]*»* để *«quay về hiệp nhứt với Đại Linh Quang»*;
- Người chết thực sự là người phạm tội nặng Thiên Điều hoặc đánh mất điểm Chơn Dương biến thành ma quỉ chờ bị hủy diệt.

1. Chết Của Xác Phàm

Thánh Ngôn dạy chỉ có xác phàm là chết vì thuộc thế giới vật chất hữu hình nên tuân theo luật thay đổi, hủy diệt của Tạo Đoan[224]. Đức Cao Thượng Phẩm giải thích cái chết: *«Khi thể xác đã mất sự sống của nó thì điển của âm dương trong thể xác bay ra cùng Chơn Thần, hễ là xác trong sạch thì khí dương hợp với Chơn Thần bay về cõi Thiêng Liêng và do nơi nê hoàn cung là cửa. Còn thể xác ô trược thì khí âm tiết ra hợp với Chơn Thần mà giáng xuống vật chất đặng*

---
[223] Kinh đệ nhứt cửu
[224] Tạo Đoan: Tạo là dựng nên, Đoan: cái đầu mối. Đấng Tạo hóa, Đấng sáng tạo ra Càn Khôn Vũ Trụ và vạn vật.

chờ chuyển kiếp mà do nơi đầu ngón chân cái là cửa[225]». Dấu hiệu xác phàm chết hiện ra cả nơi trần thế lẫn trong cõi Thiêng liêng.

Dấu hiệu chết trên trần thế

Dấu hiệu chết của xác phàm hiện ra trần thế với nghi lễ hành bí pháp và nghi lễ đọc Kinh.

Nghi lễ hành Bí Tích[226] cho người chết

Trong thời kỳ Đại Ân Xá, Đức Hộ Pháp vâng lịnh Đức Chí Tôn truyền cho các chức sắc hàng thánh thể [227] của Cửu Trùng Đài, Hiệp Thiên Đài hay Phước Thiện đi hành Đạo ở địa phương, bảy Phép Bí Tích[228] hầu cứu độ nhân sanh phần xác lẫn phần hồn. Với người qui tiên đã lập Minh Thệ, gìn giữ Luật Đạo, ăn chay được 10 ngày mỗi tháng, thì được hưởng Hồng Ân là thọ các Phép Bí Tích như Phép Độ Hồn[229], Phép Tận Độ, Kinh Cửu Cửu, Tiểu Tường, Đại Tường (chương 11 và 12).

Một thí dụ về chức sắc hành Bí tích như Phép Độ Hồn, gồm 3 giai đoạn:

⦿ **Phép Xác.** Sau bài tụng kinh Cầu Siêu và kinh Khi đã Chết rồi, chức sắc hành Bí tích Phép Xác[230] nhằm tẩy rửa Chơn Thần cho trong sạch là vì:

---

[225] Đức Cao Thượng Phẩm giáng cơ, Luật tam thể. Tr. 20
[226] Bí: giấu kín, Tích: dấu vết, pháp thuật
[227] Từ phẩm Giáo Hữu đổ lên và có sắc ấn Hội Thánh
[228] Phép Tắm Thánh, Phép Giải Oan, Phép Hôn Phối, Phép Giải bịnh, Phép Xác, Phép Đoạn Căn, Phép Độ Thăng. Đối với các tín đồ Cao Đài giữ tròn Minh Thệ, thì trong thời kỳ phổ độ lần thứ ba này, Chơn Hồn được hưởng ân huệ của Đại Ân Xá và các phép Bí Tích giúp tín đồ mau được giải thoát khỏi luân hồi trả quả. Đức hộ Pháp được Thượng Đế truyền cho các bí pháp để Ngài nắm cả thế pháp (cơ quan giải khổ) và bí pháp (cơ quan giải thoát) của Đạo.
[229] Ở hải ngoại, vì thiếu chức sắc Thiên Phong, nên các chức sắc áp dụng hành pháp Độ Hồn Vô Vi được mô tả trong bản thảo cuốn Tang lễ nơi hải ngoại, Hiền Tài Nguyễn Trung Đạo, San Diego, 2005, tr.40-41
[230] Phép Xác: chức sắc dùng Cam Lồ Thủy (nước âm dương cúng nơi Thiên Bàn, dùng cành dương liễu vẩy lên Chơn Thần) tẩy rửa Chơn Thần người chết, trước khi làm Phép Đoạn Căn cắt 7 dây oan nghiệt. Theo Thiên Vân Hiền Tài Quách Văn Hòa : người hành pháp dùng bí pháp chơn truyền luyện Ma Ha thủy, rồi sau lấy nhành dương nhúng vào nước Ma Ha rải vào thân xác người mất để tẩy rửa cho Chơn Thần tinh khiết.

Dây oan xe chặt buộc mình,
Nhớp nhơ lục dục thất tình nhiễm thân.
Chịu ô trược Chơn Thần nặng chĩu,
Mảnh hình hài biếng hiểu lương tâm. (Kinh Giải Oan)

● **Phép Đoạn Căn.** Khi tụng kinh Cầu Siêu lần thứ nhì, chức sắc hành Bí tích Phép Đoạn Căn[231] tức cắt đứt 7 sợi dây oan nghiệt cho vong hồn được siêu thăng. Nhờ đó, Chơn Thần và Chơn Linh thoát ra khỏi xác phàm, bay vào cõi Thiêng Liêng, trở thành một người với hai xác thân[232].

● **Phép Độ Thăng.** Khi tụng kinh Cầu Siêu hiệp ba, Chức sắc hành Phép Độ Thăng[233] cho hồn được siêu thăng vào cõi Thiêng Liêng[234].

Nghi lễ đọc Kinh

Để giúp đỡ vong hồn siêu thăng rồi đi vào con đường giải thoát, người sống trần thế đọc các Kinh sau.

Đọc Kinh Tận Độ Vong Linh[235] nhằm giúp «*âm nhơn*» mau giải thoát đau khổ.

Tụng Kinh Cầu Hồn Khi Hấp Hối để cho Chơn Hồn hãy dứt khoát từ bỏ cõi trần, cố lánh xa địa ngục[236].

Tụng Kinh Cầu Siêu[237] để cầu xin các Đấng Thiêng Liêng ban ân xá cho vong hồn, Chơn Thần thoát khỏi xác phàm và cứu giúp Linh Hồn cho được siêu thăng.

---

[231] Vị hành pháp cầm cái kéo nơi tay trái (cây kéo biểu hiệu cây Thư Hùng Kiếm của Đức Thượng Sanh) đi vòng quanh quan tài để cắt đứt 7 sợi dây oan nghiệt (thất tình) ở ngay: mỏ ác, trán, cổ, tim, hông bên trái, dạ dưới, xương khu
[232] Nếu không làm phép, Chơn Thần phải chờ khi nào xác trần ô trược tan rã thì mới thoát ra được
[233] Vị hành pháp tay trái bắt ấn, tay mặt cầm 9 cây nhang vẽ bùa rồi triệu Chơn Thần người chết lên ngồi trên ngọn nhang để người hành pháp đưa vào cõi hư linh.
[234] Ngài Bảo Đạo Hồ Tấn Khoa nói: Còn Phép Độ Thăng là để giúp cho linh hồn những chức sắc được nhập vào Bát Quái Đài dễ dàng hơn
[235] Điều kiện hưởng Kinh Tận Độ: tín đồ Cao Đài, giữ trai kỳ 10 ngày đổ lên
[236] Theo giáo lý, địa ngục là những địa cầu âm u dưới đáy vũ trụ. Theo HT Nguyễn Long Thành, Bát Nương dùng từ ngữ Cõi Âm Quang để thay thế cho Địa Ngục, Diêm Đình, Phong Đô, Địa Phủ, Âm Ty, Thập Điện Diêm Vương… Các từ ngữ này mang nhiều sắc thái mê tín trong quần chúng và mâu thuẫn trong giáo lý thí dụ khi nói «đóng địa ngục, mở tầng Thiên» hoặc khi mô tả địa ngục trong Kinh Sám Hối thỉnh về từ Minh Lý đạo cho thấy địa ngục có 10 từng, gọi là Thập điện diêm vương, do 10 vị Vương (vua) quản lý cho ta thấy những hình ảnh đọa đày tra tấn thời Trụ Vương nhà Thương như trụ đồng, hình bào lạc, đốt lửa lên cho nóng rồi trói người vào đó xát chà …
[237] Cầu: xin; siêu: vượt lên cao

Tụng Kinh Khi Đã Chết Rồi để vong hồn hưởng phép siêu thăng tịnh độ.

Kinh Đưa Linh Cữu cầu các vị Thần Linh trấn nhậm ở địa phương giúp gìn giữ Chơn Hồn không cho xác phàm níu kéo.

Tụng Kinh Hạ Huyệt.

Sau khi chết được 9 ngày thì đọc Kinh Tuần Cửu tại Thánh Thất để độ Hồn leo lên 9 từng Trời, tiếp theo là đọc Kinh Tiểu Tường và Đại Tường độ Hồn lên Cõi Phật.

Dấu hiệu chết trong cõi Thiêng liêng

Một bông hoa héo tàn trong vườn Ngạn Uyển 岸苑[238] tại tầng Trời 1 là dấu hiệu chết của một xác phàm. Vườn Ngạn Uyển là vườn hoa của Đức Phật Mẫu, trồng 12 sắc hoa. Mỗi mạng người tượng trưng bởi một bông hoa. Khi một bông hoa sắp tàn thì biết có một người sắp mãn kiếp, bông hoa nở ra lại là báo hiệu tái kiếp.

Vườn Ngạn Uyển sanh hoa đã héo
Khối hình hài đã chịu rã tan[239].

Xác phàm trở về đâu?

Xác phàm là Tinh do cha mẹ sanh ra và do nguyên tinh của thảo mộc và vật chất từ đất cấu tạo nên. Xác phàm chết sẽ bị hủy diệt vì bị luật thay đổi của Tạo Đoan:

Xác phàm hườn nguyên về bản chất tự nhiên của nó từ đất để rồi chuyển hóa sang hình hài khác nữa. Điều này được diễn giải qua:

Câu đối trên thuyền Bát Nhã viết: *Nhục thể thổ sanh hoàn tại thổ*[240].

---

[238] Ngạn: bờ chỉ bờ bên kia của biển khổ, Uyển: vườn. Ngạn Uyển chỉ vườn hoa nơi cõi Thiêng Liêng Hằng sống
[239] Kinh Đệ Nhứt Cửu
[240] Câu đối trên thuyền Bát Nhã do Ngài Bảo Pháp Nguyễn Trung Hậu sáng tác và được Đức Lý Giáo Tông giáng cơ chỉnh văn: *Vạn sự viết vô, nhục thể thổ sanh hoàn tại thổ.*

Và kinh Tẫn Liệm đọc:

Khối vật chất vô hồn viết tử,
Đất biến hình tự thử qui căn.

Linh Hồn do Trời sanh thì trở về cõi Trời, thể xác do đất sanh nay được lịnh trở về đất nên có câu:

Hồn Trời hóa trở về Thiên cảnh,
Xác đất sanh đến lịnh phục hồi[241].

Vậy Đạo Cao Đài quan niệm về cái chết là xác phàm chết khi Chơn Thần và Chơn Linh rời khỏi xác phàm để rồi tái kiếp luân hồi hoặc về sống nơi Thiêng Liêng Hằng Sống.

2. Người Chết Thực

Trên trần gian, đâu đâu cũng là trường thử thách do Đức Chí Tôn đặt ra cho con người tu luyện, tấn hóa. Ma quỉ cũng tạo nên những phép màu nhằm cám dỗ, lôi cuốn con người vào tội lỗi và chết thực. Người chết thực có hai loại: người đánh mất điểm chơn dương và người phạm Thiên Điều.

Người đánh mất điểm Chơn dương

Chỉ những người ác đức mới đánh mất điểm chơn dương, chỉ còn lại giả thân thuần âm mới chết thực sự.

Những người này như «*hạt lúa thúi*» chẳng trổ bông đặng, trở thành tà quái, ma quỉ, bám vào mây gió để chờ tự hủy diệt vì không tìm được nơi nương tựa chờ chuyển kiếp đầu thai.

---

[241] Kinh Tẫn Liệm

Trong thời Đại Ân Xá, những người tu Đạo chưa đủ, lại làm điều ác đức nhưng vẫn còn một ít Chơn Dương, tội hồn được phép đi vào Phong Đô tại Diêu Trì Cung, hoặc đến Diêm Phủ[242]. Đối với tội hồn, Đức Chí Tôn lập ra cõi Âm Quang riêng biệt gọi là Phong Đô cho tội hồn đến đó học Đạo, định tâm tịnh trí nhìn lại lỗi lầm, nếu biết ăn năn, sám hối tội tình thì được cho đi đầu kiếp trả cho xong nghiệp quả, tu hành lập công chuộc tội. Tại đây, các Đấng Phật, Tiên đến giáo hóa, an ủi. Đức Địa Tạng Vương lãnh phần giáo hóa các nam tội hồn chứ không trừng phạt, Thất Nương Diêu Trì Cung giáo hóa nữ tội hồn[243].

Hình phạt

Sau điểm Chơn Dương bị mất là những người phạm Thiên Điều một cách nặng nề hay phạm Minh Thệ[244] sẽ bị hình phạt: Thiên tru Địa lục, Tận đoạ tam đồ bất năng thoát tục.

Thiên tru Địa lục

Hình phạt bị Trời Đất giết chết vì phạm tội nặng. Cũng như hình phạt Ngũ Lôi tru diệt tức bị 5 vị thần Sấm Sét giết chết vì phạm Thiên Điều hoặc phạm thệ. Chơn Thần bị Ngũ Lôi đánh tan ra thành những ngươn chất được Diêu Trì Cung thâu lại. Chơn Linh phiêu lạc phải chờ cuộc Đại Ân Xá, Đức Phật Mẫu ban cho một Chơn Thần mới để trở về đầu kiếp xuống trần lập công trả quả và tiến hóa[245].

---

[242] Là những địa cầu ẩm ướt, đen tối u minh chìm sâu dưới đáy vũ trụ làm chốn đọa đầy con người phạm nhiều tội lỗi ác đức
[243] Từ khi mở Đạo Cao Đài, Đức Chí Tôn đại khai ân xá, ra lệnh đóng cửa địa ngục, mở của Trời đón tiếp người đắc Đạo trở về.
[244] Minh thệ: thề giữ chắc lời phải theo đúng điều đã nguyện
[245] Luật Tam Thể, tr.25: bị ngũ lôi tru diệt thì luồng điện của Chơn Linh bị đánh tảng không hiệp được với Chơn Thần

Tận đoạ tam đồ bất năng thoát tục [246]

Bát Nương giải thích: *Chơn Linh bị ngăn cản không được hiệp với Chơn Thần, làm cho đệ nhị xác thân phải trở lại chuyển kiếp từ bực kim thạch cho đến làm người, và phải chuyển kiếp trở lại đủ ba vòng mới được khởi lập công lại.* Gặp kỳ Đại Ân Xá có thể được tha thứ cho đi đầu kiếp.

3. THĂNG, GIÁNG

Sau ngày phán xét tại Trung Giới, Chơn Thần và Chơn Linh sẽ giáng xuống hay thăng lên.

Thăng lên: người tu đắc quả

Những linh hồn được thăng lên cõi Thiêng Liêng là người tu đắc quả nơi trần thế thì được trọn lành thăng hoa về cõi Thiêng Liêng hằng sống. Đức Hộ Pháp giảng: *Ai biết noi theo chơn truyền luật pháp giữ trai kỳ 10 ngày trở lên đến ngày công viên quả mãn đặng thọ truyền bửu pháp, Chơn Thần siêu thăng»* và thời Đại Ân Xá «*Ai ngộ được một đời tu cũng đủ trở về cựu vị*».

Đức Chí Tôn dạy: *Người dưới thế gian này muốn giàu có phải kiếm phương thế làm ra tiền. Ấy là về phần xác thịt, còn muốn đắc Đạo phải có công quả».*

Giáng xuống: Hai loại người bị đọa giáng trần

Hai lý do chính của con người bị đọa giáng trần là:
- Vì «*thất quả*» nên phải luân hồi chuyển kiếp trả nợ nhân quả, học hỏi tu tiến dưới trần gian,
- Làm mất Vạn Cửu Nang.

---

[246] Tận đọa: đày đọa hết mức; tam đồ: ba con đường, ý nói ba vòng luân hồi từ kim thạch lên đến nhơn loại; bất năng thoát tục: không thể thoát ra khỏi cõi trần

Luân hồi trả quả

Tại Chơn Thần nương theo thú chất xác phàm nên chỉ Chơn Thần mới đi chuyển kiếp vì mang tội phước, phải luân hồi chuyển kiếp mãi mãi, tức là *bị đọa luân hồi*[247]. Với người lãnh tội đi đầu thai trả quả thì Chơn Thần chờ chuyển kiếp khi có một Chơn Linh hiệp vào để đầu thai xuống trần thế. Ý nghĩa luân hồi là để tấn hóa, tu luyện, trở nên khôn ngoan, thánh thiện dần dần đến mức toàn năng, hoàn thiện trở về hiệp một cùng Thượng Đế.

Làm mất Vạn Cửu Nang[248]

Với luật tiến hóa của Bát Hồn mà sanh ra loài người đầu tiên, nhưng trí não ngu ngơ, tánh tình hung ác, dã man. Lúc đó Đức Phật Mẫu vâng lệnh Đức Chí Tôn cho 100 ức Nguyên Nhân đầu thai xuống trần, để khai hóa Hóa Nhân và học hỏi để tiến hóa lên các phẩm vị. Do đó, Nguyên Nhân là người có linh hồn từ lúc khai thiên lập địa, có sẵn ngôi vị nơi cõi Thiêng Liêng, trực tiếp đi từ cõi Thiêng Liêng giáng sanh xuống cõi phàm trần hoặc là Chơn Hồn ở trong Kim Bàn xuất hiện ra với địa vị nhân phẩm của mình[249]. Khởi đầu, linh hồn này trong sạch, thanh thoát, còn giữ thiên tánh, trí não thông minh. Nhưng, khi xuống trần thì đa số bị nhiễm bụi trần, quên nguồn gốc và nhiệm vụ đã nhận lãnh lúc đi đầu thai lại gây ra lắm tội lỗi nơi cõi trần nên bị đọa luân hồi. Vì động mối từ tâm, Đức Chí Tôn mở ra các kỳ phổ độ để dẫn dắt các Nguyên Nhân trở về cựu vị. Sở dĩ các Nguyên Nhân gây tội lỗi là do quỉ vương cám dỗ làm mất Vạn Cửu Nang[250] của

---

[247] Đức Cao Thượng Phẩm giảng giải thêm về luân hồi: *Còn như những kẻ bị tội phải chuyển kiếp tái sinh là do khi các tế bào khi tan ra lại lẫn lộn hột điển âm cùng với điển dương nên chẳng rời nhau được khiến cho khí Lưỡng Nghi ở trong thể xác không hợp được với khí Lưỡng Nghi của khí Hư Vô. Vì vậy phải luân hồi mãi mãi cho tới ngày tế bào đã phân rõ âm dương mới thôi. Những Chơn Hồn này: lơ lửng ở chốn không trung, nơi mà các điển quang giao hợp, chờ cho đến đúng thời hay đúng hạn, để mà thăng lên hay giáng xuống* (Luật tam thể, tr.14)
[248] Theo ngài Khai Pháp Trần Duy Nghĩa, khi Nguyên Nhân xuống trần, Đức Diêu Trì Kim Mẫu ban cho mỗi vị cái túi Vạn Cửu Nang và dặn nếu mất một món thì không trở về cùng Mẹ được. Đồng thời, Đại Tiên Kim Quang Sứ xuống trần dẫn theo chơn linh 5 quỉ vị biến thành tiền bạc, sắc đẹp, rượu ngọt, nóng giận, nha phiến làm cho linh căn quên nguồn cội
[249] Thuyết Đạo của Đức Hộ Pháp
[250] Vạn cửu nang: (nang 囊: cái túi). Cái túi đựng chín muôn điều của Đức Diêu Trì Kim Mẫu ban cho mỗi Nguyên Nhân khi xuống trần.

Đức Phật Mẫu ban cho khi giáng trần nên khó qui hồi cựu vị.Có bài kệ rằng:

> *Linh căn ngày đó xuống trần ai,*
> *Cái cái vui mừng nhập mẫu thai.*
> *Vì mất bửu nang, mê nghiệp hải,*
> *Làm sao tỉnh đặng trở hồi lai.*

Nên Đạo Cao Đài có sứ mạng giúp các linh căn tu Đạo đặng «*hồi lai*».

Kết luận trang ba

Cõi đời trần thế đều phải có sống chết, sinh diệt theo nguyên lý duyên sinh, duyên diệt.

Cái sống nơi cõi trần là sống tạm với xác phàm là giả thân giúp cho Chơn Thần và Chơn Linh dựa vào mà tu Đạo, học hỏi, tiến hóa.

Chết là chỉ có xác phàm vật chất là bị hủy diệt trở về với đất để Chơn Linh và Chơn Thần quay về cõi Thiêng Liêng với Thượng Đế. Chết là một *chuyển hóa từ dạng vật chất sang dạng khí vô hình.*

Vậy, sống chết là quá trình chuyển hóa Chơn Thần và Chơn Linh trên 3 đoạn đường:

• Đoạn đường 1 với 2 xác thân: Chơn Linh và Chơn Thần đi từ Thượng Giới xuống trần tức từ cõi khí Tiên Thiên xuống cõi khí Hậu Thiên;

• Đoạn đường 2 với 3 xác thân: xác phàm, Chơn Linh, Chơn Thần sống nơi trần thế phải tích cực tu hành phụng sự chúng sanh để có thể qui hồi cựu vị;

• Đoạn đường 3 với 2 xác thân: Chơn Linh và Chơn Thần hành trình nghịch chiều từ vùng khí Hậu Thiên nặng trược đi lên (tức trở về) vùng khí Tiên Thiên thanh nhẹ của khí Hư Vô. Để đi được đoạn đường này, người tu bắt buộc phải có một Chơn Thần tinh khiết, đó là lý do «*lưu thanh, khử trược*» trong phép tu luyện nơi trần thế

Trang Bốn
Con Đường Giải Thoát

Tử hà qui? 死何歸 Chết về đâu?
Hậu thế hà như? 後世 何 如 Sau này sẽ ra sao?
Trang bốn minh giải giáo điều 2:
Nhất bản tán vạn thù, vạn thù qui nhất bản
(Một gốc Thượng Đế phân tán ra vạn linh, vạn linh quay về một gốc Thượng Đế)

Con người tán than:

> *Lai như lưu thủy hề, thệ như phong;*
> *Bất tri hà xứ lai hề, hà sở chung.*
> (Sinh ra như dòng nước chảy, biến đi như gió,
> Không biết từ đâu đến, chẳng biết kết thúc ra sao)

Rồi tự hỏi

Tử hà qui? Chết về đâu? Thượng Đế trả lời rằng sau khi qui tiên, Linh Hồn sẽ đến Tòa Phán Xét tại Trung Giới để biết được giáng hay thăng (chương 10).

Hậu thế hà như? Sau này sẽ ra sao? Đâu là cứu cánh cuối cùng của con người? Nếu được phép thăng thiên, Linh Hồn sẽ hiệp Tam Bửu khi vượt Cửu Trùng Thiên (chương 11) rồi hành trình vào con đường giải thoát trở về cội nguyên là Thượng Đế (chương 12).

CHƯƠNG 10
Đường Lên Trung Giới

Khi đã tới thời kỳ xác phàm không còn hữu dụng nữa, Chơn Linh và Chơn Thần rời bỏ xác phàm bay lên Trung Giới đến Tòa Phán Xét. Các phán xét dựa vào: «*Các Đấng trọn lành nơi Ngọc Hư Cung, nhứt nhứt điều lành và việc dữ đều ghi chép không sai, đặng dâng vào Tòa Phán Xét*».

1. Minh Giải Vài Điều Trong Cõi Vô Hình

Trước khi theo dõi Chơn Hồn đi vào cõi vô hình, chúng ta dựa vào Thánh Ngôn và nội dung các bài Kinh để có vài ý niệm về hình ảnh cõi vô hình, xác thân của người tu, tốc độ Chơn Thần, các vùng đi qua nhưng không ghé.

Hình ảnh cõi vô hình

Đức Cao Thượng Phẩm giảng giải hình ảnh cõi vô hình: *còn vô hình lại là khí điển quang mà thôi*[251]. Những hình ảnh Cung, Điện, đều dưới dạng ánh sáng, điển quang, hào quang khi ẩn khi hiện.

---

[251] Đàn cơ tháng giêng, năm tân mão (1951) do sĩ tải Huỳnh Văn Hưởng biên soạn và Hiền Tài Lê Văn Thêm ghi lại

> ***Hào quang*** *chiếu chín từng mây bạc,*
> *Tây Phương cõi Phật chói lòa.*
> *Hào quang chiếu diệu Cao Đài*

Đàn cơ ngày 1-1 năm Bính Dần (1926) mô tả Bạch Ngọc Kinh, nơi ngự của Đức Chí Tôn cũng là hào quang biến đổi không ngừng:

> *Chư thần chóa mắt màu thường đổi,*
> *Liệt thánh kinh tâm phép vẫn cao,*

Ngoài Bạch Ngọc Kinh, Thượng Đế còn ngự nơi Linh Tiêu Điện bằng hào quang tại Ngọc Hư Cung ở tầng trời Hư Vô Thiên:

> *Vạn trượng hào quang từng thử xuất,*
> *Cổ danh bửu cảnh lạc Thiên Thai.*

Xác thân trong cõi vô hình

Vào cõi hư linh là vùng của Khí vô hình, con người cũng như các đấng Thần Thành, Tiên, Phật chỉ có hai xác thân: Chơn Thần và Chơn Linh gọi chung là Chơn Hồn đều dưới dạng ánh sáng, điển quang.

Ngôn ngữ là ý tưởng

Trong cõi Thiêng Liêng không có thinh âm, các Chơn Linh liên lạc với nhau bằng ý nghĩ, tư tưởng. Điều này giải thích sự mầu nhiệm của bí pháp đọc kinh Độ Hồn, Tận Độ...với sức rung động âm thanh huyền diệu trong câu kinh và tư tưởng chân thành trong lòng tin của người đọc Kinh.

Về sự liên lạc bằng tư tưởng giữa các Chơn Linh tại Cung Vạn Linh, Đức Hộ Pháp thuyết pháp: *Muôn trùng thiên hạ vạn điệp Chơn Linh... Ngôn ngữ nơi cảnh ấy duy có tưởng mà đặng thông* công cùng nhau mà thôi, tưởng cái gì có cái nấy... **Đến Linh Tiêu Điện** (Ngọc Hư Cung) : Hễ chúng ta tưởng cái gì thì có hiện tượng ra cái nấy, quyền phép vô biên của Đức Chí Tôn từ trước đã thành tướng, nó là vạn pháp thành hình, nó huyền diệu vô biên vô đối[252].

Tốc độ Chơn Thần

Tốc độ của Chơn Thần như là ánh sáng. Chơn Thần có khả năng đến và đi một cách nhẹ nhàng, nhanh như làn sóng điện, nhẹ như đám mây bay.

Năng lai năng khứ khinh khinh,
Mau như điển chiếu, nhẹ thành bóng mây.

Động cơ di chuyển

Sau khi lìa khỏi xác phàm, Chơn Thần làm động cơ chuyên chở Chơn Linh về Trời như Thượng Đế dạy:

Chơn Thần xuất khỏi xác phàm phu,
Nương gió bay lên cảnh tuyệt mù.

Các vùng đi qua

Chơn Thần sẽ đi ngang qua ba giới, bảy cõi.

Ba giới:
Hạ Giới: Thất Thập Nhị Địa,
Trung Giới: Tứ Đại Bộ Châu Hạ, Tam Thiên Thế Giới,
Thượng Giới: Tứ Đại Bộ Châu Thượng, Cửu Trùng Thiên, cõi Phật, Tam Thập Lục Thiên.

Bảy cõi

Chơn Hồn sẽ vượt qua 7 cõi. Qua mỗi cõi, Chân Thần phải cởi bỏ cái thể của cõi đó rồi mới bay lên được cõi trên. Thí dụ, muốn bay lên Trung Giới, Chơn Thần phải cởi bỏ cái thể Phách bao bọc bên ngoài và để lại ở Trung Giới, lúc đó cái Vía của cõi Thượng Giới lộ ra ngoài, vì nó thích hợp với cõi Thượng Giới nên nó bay lên nhập vào cõi Thượng Giới.

---

[252] Nữ soạn giả Nguyên Thủy, Đường về (Lời thuyết Đạo của Đức Hộ Pháp, 1948-49), tr. 135, 148

Cứ tiếp tục như thế, qua mỗi cõi, Chơn Thần để lại cái thể của cõi đó[253].

2. Đoạn Đường Đến Tòa Phán Xét

Nhờ hưởng bí pháp hành Phép Xác[254], Phép Giải Oan[255], Phép Đoạn Căn[256], Chơn Thần thoát khỏi thể xác để đưa Chơn Linh về trú tại miền Trung Giới chờ ngày đến trước Tòa Phán Xét. Sau khi được phán xét rồi, Chơn Thần và Chơn Linh sẽ đi một trong hai con đường giáng (đọa) hay thăng.

Con đường giáng: Tái kiếp luân hồi

Tùy theo tội lỗi, ân oán trả quả mà Chân Thần phải tái kiếp xuống trần. Còn các tín đồ thất thệ, không giữ tròn luật Đạo được đưa đến cõi Âm Quang học Đạo, tịnh tâm xét mình[257].

Con đường thăng hoa

Trong thời kỳ Tam Kỳ Phổ độ, Đức Chí Tôn ban hành luật Đại xá cho phép:

⦿ Ngộ kiếp một đời tu cũng được trở về với Đức Chí Tôn[258], đó là người tu đắc đạo tại thế[259], Tinh Khí Thần hiệp nhứt tức tam huê tụ đỉnh. Sau khi qui tiên, Chơn Linh về thẳng cõi Phật ở tầng Trời Hư Vô Thiên.

---

[253] «Ngày nào các con bỏ xác phàm này là ngày các con cởi bỏ bớt một cái áo của các con, rồi các con:
- qua Trung Giới, thì các con cắt lìa cái Phách,
- đến Thượng Giới thì bỏ cái Vía,
- đến Bồ Đề thì bỏ cái Hạ Trí,
- đến Tứ Tượng thì bỏ cái Thượng Trí.
- đến Lưỡng Nghi thì bỏ cái Kim Thân,
- đến Thái Cực thì linh hồn hiệp cùng Tạo Hóa» TNHT

[254] Phép Xác: chức sắc dùng Cam Lồ Thủy (nước âm dương cúng nơi Thiên Bàn, dùng cành dương liễu vẩy lên Chơn Thần) tẩy rửa Chơn Thần người chết, trước khi làm Phép Đoạn Căn cắt 7 dây oan nghiệt.

[255] Phép Giải Oan: cởi bỏ hết các oan nghiệt (thù hận) đã gây ra từ kiếp trước

[256] Phép Đoạn Căn: cắt đứt 7 dây oan nghiệt

[257] Trong thời Tam Kỳ Phổ Độ, Thượng Đế đại ân xá cho mở cửa Cực Lạc, đóng cửa địa ngục, Đức Kim Mẫu giáo hóa Chơn Hồn tội lỗi

[258] Thánh Giáo 19-12-1926

[259] Là lúc Chơn Linh đến nê hoàn cung mà khai huyền quan khiếu (Luật Tam thể, tr.24)

◉ Người tu nhơn đạo và đã làm «*tròn nhơn đạo*» cũng được về với Thượng Đế. Đó là:

1. Tín đồ Cao Đài giữ tròn lời minh thệ, ăn chay được 10 ngày mỗi tháng, làm công quả đã đủ thì linh hồn và Chơn Thần được hưởng ơn huệ của Đức Chí Tôn trong Đại Ân Xá kỳ ba này. Nếu có tội thì được Đức Chí Tôn cứu vớt ở lại cõi Thiêng Liêng tu luyện thêm hoặc cho tái kiếp xuống trần trả quả.

2. Với người có phước đức, thọ hưởng Hồng Ân của Thầy ban đáp thì Chơn Thần làm phương tiện chuyên chở đưa những Chơn Linh trong sạch nhập vào cõi linh thiêng để về với Thầy.

Linh hồn nào được Tòa Phán Xét cho thăng hoa thì sẽ sửa soạn hành trình vào đoạn đường vượt Cửu Trùng Thiên.

3. Hai Ngả Thăng Thiên

Chơn Thần sẽ thăng hoa sau 9 ngày thoát xác ở trường đình[260]. Tùy theo địa vị nhơn phẩm đã đạt, sự thăng hoa lên các tầng trời diễn tiến bằng hai cách:

◉ Vượt thẳng lên tầng Trời tương ứng với nhơn phẩm đã đạt,

◉ Leo lên từng tầng Trời một nhờ tu Đạo và sự giúp đỡ của các Đấng Thiêng Liêng.

Vượt lên thẳng theo nhơn phẩm đã đạt được

Nhờ tu và đã làm tròn nhơn đạo[261], con người đoạt được địa vị nhơn phẩm tức phẩm vị ở dương thế. Mỗi nhơn phẩm cũng như phẩm tước tại thế của các chức sắc Thiên Phong tương ứng với một Thiên phẩm tại 9 tầng Trời nơi cõi Thiêng Liêng. Trong trường hợp đó, Chơn Thần đưa Chơn Linh lên thẳng tầng Trời tương ứng với phẩm vị đã đạt được tại thế do công tu hành hay do Thiên Phong. Thí dụ, chức sắc hàng tiên vị thì đăng tiên, Chơn Thần lên thẳng tầng Trời Hư Vô

---

[260] Nơi để quan tài, trạm dừng chân để từ biệt nhau
[261] Làm tròn nhơn đạo hay không là do các Đấng Thiêng Liêng phán xét

Thiên, không qua Cửu Trùng Thiên nên không làm Tuần Cửu và Phép độ thăng[262].

Chơn Hồn thăng lên một tầng Trời rồi thì ở đó tu luyện với sự giúp đỡ của các Nữ Phật để thăng lên tầng Trời cao hơn, nếu không tu tiến sẽ phải luân hồi.

Đi lên từng tầng Trời một

Nếu giữ tròn lời minh thệ[263], ăn chay được 10 ngày mỗi tháng, được hưởng ân xá của Đức Chí Tôn trong kỳ ba này thì Chơn Hồn được được hướng dẫn hiệp Tam Bửu khi vượt Cửu Trùng Thiên[264]. Tại các tầng Trời có Cửu Vị Tiên Nương Diêu Trì Cung[265] và các Đấng Thiêng Liêng dạy Đạo, hướng dẫn lên các tầng Trời[266], như 9 bài kinh Tuần Cửu[267] diễn tả.

Sau đường lên Trung Giới, các Chơn Hồn sẽ đi vào Thượng Giới qua 3 đoạn đường sau:

⚫ Đoạn đường «*hiệp Tam Bửu*» khi vượt Cửu Trùng Thiên được mô tả trong Kinh Tuần Cửu (chương 11);

⚫ Đoạn đường «*Thần huờn hư*» đi vào cõi Phật diễn tả trong Kinh Tiểu Tường và Đại Tường (chương 12);

⚫ Đoạn chót là «*hư huờn vô*» tức nhập vào cõi «*Không*» của Thượng Đế.

---

[262] Các chức sắc vào hàng Thánh thì **được** làm phép độ thăng để giúp cho linh hồn siêu thăng lên cõi Thiêng Liêng Cực Lạc
[263] Tín đồ thất thệ, không giữ tròn luật Đạo được đưa đến cõi Âm Quang học Đạo chờ chuyển kiếp. Bát Nương nói:«Cõi Âm Quang là nơi giải thần định trí» (Giải thần: xóa bỏ tư tưởng tà vạy tồn đọng trong ký ức của Chơn Thần; Định trí: Tập trung tư tưởng để soi xét một vấn đề trong tâm tư.
[264] Cửu Trùng Thiên: 9 tầng trời từ dưới đi lên là Tầng Trời 1, Tầng Trời 2, Thanh thiên, Huỳnh thiên, Xích thiên, Kim thiên, Hạo thiên nhiên, Phi tưởng **thiên**, **Tạo hóa thiên**
[265] Nhất nương, Nhị nương, Tam nương, Tứ nương, Ngũ nương, Lục nương, Thất nương, Bát nương, Cửu nương
[266] Sự thăng hoa này được mô tả trong kinh Tuần Cửu
[267] Kinh Cửu Cửu là do các Tiên Nương giáng cơ bút ban cho

Quyết định thăng giáng của Tòa Phán Xét

Cõi Phật

Cửu Trùng Thiên

Người tu Đạo đắc quả

Thăng

Vong linh đến Tòa Phán Xét

Giáng↓	Giáng↓	Giáng↓
Tín đồ thất thệ, phạm tội được ân xá đến Phong Đô học Đạo	Người chuyển kiếp luân hồi trả quả	Người phạm tội nặng chờ ân xá Người mất hết chơn dương trở thành ma quỉ

CHƯƠNG 11

Vượt Cửu Trùng Thiên

«Hiệp Tam Bửu»

Sau đoạn đường lên Trung Giới, các Chơn Hồn sẽ đi vào Thượng Giới, vượt Cửu Trùng Thiên [268] để «*hiệp Tam Bửu*». Trên đoạn đường này, muốn có năng lực siêu phàm vượt lên các tầng Trời, Chơn Hồn cần có những sự giúp đỡ sau:

Sự giúp đỡ của bí pháp.

Kinh Tuần Cửu, Tiểu Tường, Đại Tường là bí pháp độ hồn cho vong linh lần lượt vượt lên các từng Trời. Trong thời Đại Ân Xá, Đức Chí Tôn cho đóng Địa Ngục, mở từng Thiên đưa các Chơn Hồn siêu thăng theo đường Cửu Thiên Khai Hóa. Về bí pháp của Kinh, Đức Lý Giáo Tông dạy:«*Về mặt bí pháp, có Thiêng Liêng chuyển hóa... chuyển hóa sẽ đạt*»[269].

Đọc Kinh Tuần Cửu

Các chức sắc hướng dẫn cúng Cửu và đọc Kinh Tuần Cửu [270] giúp cho Tâm chuyển và vượt các tầng Trời mà hiệp Tam Bửu thoát luân hồi chuyển kiếp.

---

[268] Cửu Trùng Thiên: 9 tầng trời từ dưới đi lên là Tầng Trời 1, Tầng Trời 2, Thanh thiên, Huỳnh thiên, Xích thiên, Kim thiên, Hạo thiên nhiên, Phi tưởng thiên, Tạo hóa thiên
[269] «*Lập Tam Kỳ Phổ Độ nầy duy Thầy cho Thần hiệp Tinh Khí đặng hiệp đủ Tam Bửu là cơ mầu nhiệm siêu phàm nhập Thánh*»(TNHT/Q1/tr.12
[270] Kinh Cửu Cửu là do các Tiên Nương giáng cơ bút ban cho

Sự giúp đỡ của các Đấng Thiêng Liêng

Tại các tầng Trời có Cửu Vị Tiên Nương Diêu Trì Cung[271] và các Đấng Thiêng Liêng dạy Đạo, hướng dẫn lên các tầng Trời[272].

> *Ngó Cực Lạc theo hườn Xá Lợi,*
> *Cửu Trùng Thiên mở lối qui nguyên.*

Các Vị này sẽ giúp cho Tam Bửu có thể biến ứng với Tinh Lực và Sinh Khí tức tần số điện lực của các tầng Trời theo qui luật *«đồng thanh tương ứng»* (đối đáp qua lại với nhau), *đồng khí tương cầu* (cùng cần nhau). Nhờ vậy mà các đẳng Chơn Hồn và chúng sanh có thể đắc Đạo trong một kiếp tu mà về với Thượng Đế[273].

Tại sao cần có sự trợ giúp trên? Là vì Chín tầng Trời và Chơn Thần đều ở thể khí. Tầng Trời càng cao thì càng nhẹ, càng nhiều dương quang. Chơn Thần còn ít nhiều nặng trược nên phải có trợ giúp của Kinh Tuần Cửu và các Đấng Thiêng Liêng.

Muốn hiểu diễn trình hiệp Tam Bửu trên đoạn đường này, chúng ta phải áp dụng một phương pháp tìm hiểu về Kinh Tuần Cửu diễn tả các trạng thái biến đổi của Chơn Hồn qua 3 trạng thái Thần, Thánh, Tiên trên đoạn đường vượt Cửu Trùng Thiên.

---

[271] Nhất nương, Nhị nương, Tam nương, Tứ nương, Ngũ nương, Lục nương, Thất nương, Bát nương, Cửu nương
[272] Sự thăng hoa này được mô tả trong kinh Tuần Cửu
[273] *Thầy cho một quyền rộng rãi, cho cả nhơn loại* càn khôn thế giới, nếu biết ngộ kiếp một đời tu, đủ trở về cùng *Thầy đặng*(TNHT/Q1/tr.61)

1. Phương Pháp Tìm Hiểu Và Cảm Nhận

Minh giải hành trình con người vào cõi vô hình thì thật là khó khăn, lý do là hiện không có tài liệu minh thị tả rõ hành trình qui hồi như thế nào, mà chỉ có tài liệu trong Kinh Tận Độ: Kinh Tuần Cửu, Tiểu Tường, Đại tường và rải rác trong Thánh Ngôn giải thích bí pháp trong cõi vô hình. Để giải bày bí pháp trên đoạn đường đó, các Đấng Thiêng Liêng phải dùng ngôn ngữ phàm trần để truyền đạt bằng cách chỉ dẫn với bí pháp đọc Kinh mà thôi. Nếu cứ dựa vào nghĩa đen và bề mặt của ngôn ngữ thì phàm tâm có thể hiểu cảnh vô hình giống như hình ảnh vật chất tại thế mà chỉ nhìn thấy sự thể chứ không cảm nhận được bản chất của sự thể tức là Đạo.

Từ những tài liệu đó mà chúng tôi mô tả và giải thích đoạn đường bằng cách áp dụng một phương pháp tìm hiểu để từ phương pháp đó mà minh giải việc tu tiến hiệp Tam Bửu khi vượt Cửu Trùng Thiên.

Trước khi diễn giải hành trình thăng hoa của Chơn Hồn qua Cửu Trùng Thiên, chúng tôi muốn nhắc lại ý nghĩa vài từ ngữ xử dụng trong bài này.

Chơn Hồn[274] nghĩa thông thường là Chơn Linh, Linh Hồn, nhưng trên đường thăng thiên, Chơn Thần bao bọc Chơn Linh nên gọi chung là Chơn Hồn ;
Vong Hồn hay vong linh là Linh Hồn người chết;
Chơn Linh, Linh hồn, Điểm Linh Quang và **Tâm** đều đồng nghĩa;
Chơn Hồn ô trược là bởi Chơn Thần; Chơn Linh bao giờ cũng thanh khiết;
Trên đường thăng hoa qua Cửu Trùng Thiên, việc tu tiến chỉ liên quan đến hai xác thân (Chơn Thần và Chơn Linh) và Chơn Linh giúp cho Chơn Thần giải trừ oan khiên tiền kiếp nhờ Hồng Ân Đại Ân Xá để hiệp được Tam Bửu.
Tâm Nhãn ý muốn nói trong cõi Thiêng Liêng vô hình chỉ có Tâm cảm nhận và huệ nhãn nhìn thấy chứ phàm nhãn thì không.

---

[274] Đức Nguyệt Tâm Chơn Nhơn dùng từ ngữ Chơn Hồn để chỉ Chơn Thần trong các kinh:
Kinh cầu hồn khi hấp hối: *Phép Lục Nương gìn giữ Chơn Hồn*
Kinh khi đã chết rồi: *Kêu Chơn Hồn vịn níu Chơn Linh*
Kinh Đệ Tam Cửu: *Chơn Hồn khoái lạc lên đàng vọng thiên.*

Sau đó, phương pháp tìm hiểu dựa trên các yếu tố sau:
- ⦿ Kinh phát xuất từ cõi Thiêng Liêng
- ⦿ Cảm nhận qua ngôn từ của Kinh,
- ⦿ Tâm Nhãn của Đức Hộ Pháp, người đã tùng tướng nhập tâm,
- ⦿ Ý niệm ẩn dụ,
- ⦿ Biến đổi trạng thái Tâm theo các tầng Trời.

Nguồn gốc và ý nghĩa của Kinh

Hai điểm đặc thù phát xuất của Kinh phải được ghi nhận ngay là:

- ⦿ Các bài Kinh đều do các Đấng Thiêng Liêng sống tại các tầng Trời ban cho chứ không phải người nơi trần thế viết ra, thí dụ như Kinh Đệ Thất Cửu do Thất Nương ban cho, Thất Nương có nhiệm vụ dẫn dắt Chơn Hồn từ Kim Thiên lên tầng Trời 7 Hạo Nhiên Thiên.

- ⦿ Chính Đấng Thiêng Liêng sống tại chỗ đích thân ban cho kinh và mô tả quang cảnh tại mỗi tầng Trời với Cung, Đài, Điện ở đó do các Ngài trách nhiệm hướng dẫn Chơn Hồn.

Về bí pháp của Kinh, trong thời Đại Ân Xá, Đức Chí Tôn cho đóng Địa Ngục, mở từng Thiên đưa các Chơn Hồn siêu thăng theo đường Cửu Thiên Khai Hóa. Đấy là lý do cúng Cửu và đọc Kinh Tuần Cửu, Tiểu Tường, Đại Tường tiếp tục diễn ra trong vòng 581 ngày. Kinh Tận Độ là bí pháp giúp tín đồ tu trong một kiếp sanh, Chơn Hồn có thể lên đến Bạch Ngọc Kinh. *Thầy cho một quyền rộng rãi, cho cả nhơn loại càn khôn thế giới, nếu biết ngộ kiếp một đời tu, đủ trở về cùng Thầy đặng*[275].

Cảm nhận qua ngôn từ trong Kinh

Các Kinh Tuần Cửu, Tiểu Tường, Đại Tường là bí pháp độ hồn cho vong linh lần lượt vượt lên các từng Trời. Trong

[275] TNHT/Q1/tr.61

mỗi bài Kinh Tuần Cửu do Đấng Thiêng Liêng ban cho đều mô tả Cung, Đài, Điện, quang cảnh tại mỗi tầng Trời. Trong thời kỳ Đại Ân Xá, Đọc Kinh Tuần Cửu là giúp cho Chơn Hồn được hướng dẫn lên các tầng Trời, hiệp Tam Bửu mà thoát luân hồi chuyển kiếp.

Các Đấng Thiêng Liêng phải xử dụng ngôn ngữ thế gian mà truyền đạt ý nhằm chỉ dẫn cho người tu Đạo dần dần thẩm thấu ngôn ngữ ngoài thế gian tức là Đạo. Tuy nhiên, câu hỏi của chúng tôi, người không có Tâm nhãn và huệ nhãn, thì làm cách nào hiểu được ngôn ngữ của Kinh mà hình dung được cảnh vô hình? Vậy, đâu là câu trả lời?

Đức Hộ Pháp trả lời câu hỏi như thế nào?

Nhìn được cảnh vô hình, con người phải có Huệ Nhãn đạt được do tu Đắc Pháp[276] hoặc được Thượng Đế đặc ân mở như trường hợp Đức Hộ Pháp. Nhờ đó mà Ngài thuyết giảng như sau: *«Nơi cảnh vô hình thế nào thì chữ Tâm cũng thế ấy, không ai biết rõ. Nếu ta đạt pháp xuất ngoại xác thân, tương hội cùng các bạn cõi vô hình thì ta thấy khác hẳn theo tánh chất phàm tâm tưởng tượng».*

Khi đọc thuyết pháp của Đức Hộ Pháp thì Tâm phàm mới hiểu hình ảnh vô hình trong cõi Thiêng liêng như mô tả trong Kinh Tuần Cửu là những hào quang huyền diệu khi ẩn khi hiện theo tần số điển quang và trình độ tu tiến của Chơn Hồn. Vì vậy mà Chơn Thần cũng là ánh sáng nên biến đổi theo hào quang đó mà nhìn thấy được cảnh vô hình tùy theo ở vào trạng thái nào của tầng Trời. Thí dụ, Cửu Trùng Thiên có ba trạng thái: Thần, Thánh, Tiên, nếu Chơn Linh thăng lên tầng Trời 8 Phi Tưởng Thiên thuộc trạng thái Tiên thì Chơn Linh nhìn thấy **Cung Tận Thức**, **Cung Diệt Bửu** v.v. Điều này được ấn chứng bởi Tâm Nhãn thiêng liêng của Đức Hộ Pháp: *Khi chúng ta bước vào Tòa Tam Giáo Bát Quái Đài rồi thì chúng ta thấy <u>hào quang chiếu diệu xông lên rồi biến mất</u>, kế thấy một Cây Cân Công Bình hiện ra trước mắt, rồi cũng biến mất. Chúng ta thấy mình*

---

[276] Người tu đắc Pháp *có huệ nhãn thì thấy được, có huệ nhĩ* thì *nghe được, có huệ tỷ thì người được, có huệ tâm thì ứng được* (Luật Tam Thể, tr.44)

chẳng khác nào như khán giả đứng trước Đài kia, coi lại cả kiếp sanh của chúng ta…». Về **Ngọc Hư Cung** (nơi họp triều đình của Thượng Đế), **Đức Hộ Pháp thuyết giảng**: «Đó là một thế giới đẹp đẽ vô cùng… <u>hào quang chiếu diệu, mà màu sắc ấy biến đổi luôn, rất huyền diệu. Chơn Thần của chúng ta phải biến hóa theo những màu sắc ấy</u> thì mới nhập được vào Ngọc Hư Cung, còn nếu biến đổi không được thì bị đuổi ra. Trong Ngọc Hư Cung không dùng lời nói, chỉ nói truyện với nhau bằng tư tưởng». Đức Hộ Pháp nhìn Bạch Ngọc Kinh:«màu sắc thay đổi sáng rỡ, mà cả thoại khí 瑞氣[277] bao quanh làm như thể vận chuyển hình trạng của nó vậy…nó vận hành như con vật sống vậy, thay đổi mầu sắc vô cùng vô biên. Bí pháp ấy không thể gì tả đặng».

Lời của Đức Hộ Pháp cũng trùng hợp với ngôn từ trong Kinh, thí dụ như trong Kinh khi đã chết rồi mô tả:

Kinh Bạch Ngọc muôn lần điển chiếu

Chơn Hồn cũng di chuyển như ánh sáng, điển chiếu:

Năng lai năng khứ khinh khinh,
Mau như điển chiếu, nhẹ nhàng bóng mây.

Cảm nhận với ý niệm «ẩn dụ[278]»

Trước nhất chúng ta giải thích từ ngữ Cung (tòa nhà lớn), Đài (tòa nhà cao) thí dụ: **Cung Tuyệt Khổ** ý nghĩa diệt trừ hình thể vật chất thấy được; **Đài Nghiệt Cảnh**[279]: tấm gương soi nghiệp ác (nghiệt: mầm ác, nghiệp ác; cảnh: tấm gương soi). Tiếp theo, lấy ý niệm **«ẩn dụ»** của hiền huynh Hà Ngọc Duyên[280] về các Cung, Đài, Điện cùng các Đấng Thiêng Liêng trong Kinh Tuần Cửugiúp cho chúng ta hiểu rằng:

- **«***Cung***»** (tòa nhà lớn) có nghĩa ẩn dụ nội giới của Tâm. Thí dụ, **Cung Lập Khuyết** nghĩa là Tâm nhìn vào nội giới mà dựng nên các thiếu sót; **Cung Ngọc Diệt Hình**, nội giới của Tâm trừ bỏ vật chất hữu hình (diệt: trừ bỏ, hình: hình thể vật chất thấy được);

---

[277] Thoại khí 瑞氣: Chất khí tốt lành, đó là Hỗn ngươn khí, là khí Sanh quang để nuôi dưỡng vạn linh
[278] Ẩn dụ (métaphore) là đem gán cho một vật cái tên để chỉ vật khác hay là sự thay thế hai yếu tố giống nhau
[279] Đài Nghiệt Cảnh là nơi rọi sáng các lỗi lầm (TNHT/Q1/tr. 83)
[280] Bản tin Đại Đạo, số:15/79, Maryland, Tr.76-96

● «**Điện**» (nơi thờ), «**Đài**» (tòa nhà cao) có nghĩa ẩn dụ ngoại giới của Tâm; **Đài Nghiệt Cảnh** (nghiệt: mầm ác, nghiệp ác, cảnh: tấm gương soi) cũng như **Đài Chiếu Giám** (Đài gương sáng) đặt trong Tòa Tam Giáo, phản chiếu lại rõ ràng tội phước; **Đài Huệ Hương** (huệ: sáng suốt, dứt điều mê muội; hương: mùi thơm) tẩy Chơn Thần sạch sẽ khỏi hết ô trược. **Linh Tiêu Điện** (Linh: thiêng liêng, huyền diệu, Tiêu: khoảng không gian trống không) có nghĩa ẩn dụ Tâm sống trong cảnh tiêu diêu.

● Theo Bát Nương, hào quang của điện, đài nơi cõi Hư Vô tượng trưng cho cõi vô hình sắc tướng đối lại với cõi vô hình vô tướng của cõi Dương Quang (Thượng Đế). *Nơi cõi Hư Vô, là cõi vô hình theo sắc tướng; song đối lại với Dương Quang vô tướng thì nó lại hữu hình*[281].

Trạng thái của Tâm tại mỗi tầng Trời

Các tầng Trời mang hình ảnh chiếc thang để các Chơn Hồn leo lên. Các nấc thang là những vùng điển quang với nhiều tần số khác nhau tương ứng với tần số luồng điện của Thần, Thánh, Tiên, Phật. Mức độ tu tiến sẽ làm thay đổi tần số điện quang của các Chơn Thần và giúp cho Chơn Thần leo dần lên các tầng Trời phù hợp với tần số luồng điện của mỗi tầng Trời. Suốt đoạn đường Cửu Trùng Thiên, tốc độ thăng thiên phụ thuộc vào thanh nhẹ và ô trược tức là tần số điển quang của động cơ chuyên chở là Chơn Thần. Vì lý do đó mà ở mỗi tầng Trời, với sự giúp đỡ của các Đấng Thiêng Liêng, Chơn Linh làm công việc gội sạch sẽ Chơn Thần qua ý nghĩa ẩn dụ bằng các hình ảnh Cung, Đài, Điện với mục đích làm thay đổi tần số điển lực của Chơn Thần.

Cửu Trùng Thiên biểu tượng ba trạng thái của các tầng Trời: Thần, Thánh, Tiên được biểu tượng tại Cửu Trùng Đài, chơn tướng của Cửu Thiên Khai Hóa tại thế. Ba trạng thái Thần, Thánh, Tiên có thể nhìn thấy qua bảng đối phẩm giữa Cửu Trùng Đài và Cửu Thiên Khai Hóa khi các chức sắc và tín đồ hành lễ triều kính đức Chí Tôn, chư Phật Tiên Thánh thần.

---

[281] Luật Tam Thể, tr.44

Bảng đối phẩm

Cửu Trùng Đài	Cửu Thiên Khai Hóa	Cửu Trùng Thiên
Đạo hữu	Địa thần	Tầng Trời 1
Chức việc BTS	Nhơn thần	Tầng Trời 2
Lễ sanh	Thiên thần	Thanh Thiên
Giáo hữu	Địa thánh	Huỳnh Thiên
Giáo sư	Nhơn thánh	Xích Thiên
Chánh phối sư, Phối sư	Thiên thánh	Kim Thiên
Đầu sư	Địa tiên	Hạo Nhiên Thiên
Chưởng pháp	Nhơn tiên	Phi Tưởng Thiên
Giáo Tông	Thiên tiên	Tạo Hóa Thiên

Mỗi tầng Trời tương ứng với trình độ tu tiến tức với tần số điển quang Chơn Thần của người tu. Đến tầng Trời nào thì Chơn Hồn biến đổi theo trạng thái của tầng Trời đó nhờ có cùng tần số điển quang. Cảnh tầng Trời, Cung, Điện, Đấng Thiêng Liêng chưởng quản đều có nghĩa ẩn dụ ba trạng thái đó của Cửu Trùng Thiên.

Nhờ nhìn hình ảnh vô hình qua ý nghĩa ẩn dụ mà chúng tôi hiểu rằng là từ khi bắt đầu thăng lên các tầng Trời thì Chơn Thần không còn nghe tiếng nói của xác phàm lôi cuốn vào vòng tội lỗi nữa, nay chỉ còn nghe theo tiếng nói của Tâm Linh để tu tiến, gội sạch các oan khiên, ác nghiệp mà làm tròn nhiệm vụ động cơ chuyên chở Chơn Linh lên các tầng Trời. Tại mỗi tầng Trời, có vị Tiên Nương hướng dẫn vượt Cửu Trùng Thiên và có các Đấng Thiêng Liêng dạy Đạo để hiệp Tam Bửu (Tinh, Khí, Thần) và lánh luân hồi như Kinh Tuần Cửu diễn tả.

2. Hình Ảnh Các Giai Đoạn Hiệp Tam Bửu

Phương pháp khảo cứu trên cho phép chúng tôi mô tả cuộc hành trình của Chơn Hồn leo lên các tầng Trời như sau.

Từ tầng Trời 1 đến 3: Chơn Hồn (Tâm) ở trạng thái Thần

Khi Chơn Hồn biến đổi theo trạng thái Thần của 3 tầng Trời đầu tiên, thì Tâm nhìn biết xác phàm đã chết (hoa héo), được sửa soạn đi vào Vô Vi (ăn trái Đào), đang ở mức độ tu tiến của Ông Hiền (gặp bảy Lão). Tất cả trạng thái này của Tâm được ẩn dụ qua các hình ảnh mô tả trong Kinh như sau.

Tầng Trời 1

Đến vườn Ngạn Uyển 岸苑[282] xem hoa của mình đã héo tàn, dấu hiệu xác phàm đã chết, bảy dây oan nghiệt hết ràng. Nhứt Nương giúp cho định tĩnh Chơn Thần:

Khá tỉnh thức tiền duyên nhớ lại,
Đoạn cho rồi oan trái buổi sanh.

và giúp Chơn Hồn biết xác phàm đã chết rồi thì không còn thập ác[283], lục trần[284] cám dỗ nữa:

Vườn Ngạn Uyển sanh hoa đã héo,
Khối hình hài đã chịu rã tan
Bảy dây oan nghiệt hết ràng[285].

---

[282] Vườn Ngạn Uyển trồng 12 sắc hoa khác nhau, ứng với 12 con giáp (thập nhị chi), mỗi hoa tượng hình một người, hoa héo tàn là chết, tái kiếp xuống trần thì hoa nở lại; làm điều đạo đức hoa tươi thắm, gian ác hoa ủ dột. Bà Nhất Nương giải thích: mỗi cái hoa là một Chơn Hồn của cả kẻ Nguyên Nhân, thạnh suy, thăng đọa cũng do nơi khối sanh hoa khi ấy, định sanh mạng của mỗi người. (Đàn cơ 12-10-1934). Ngạn: cái bờ bên kia của biển khổ, thuộc cõi TLHS. Uyển: vườn hoa. Ngạn uyển là cái vườn hoa nơi cõi TLHS của Đức Phật Mẫu, do Nhứt Nương cai quản.
[283] Thập ác: sát sanh, du đạo, tà dâm, nói dối, nói ác, nói chia rẽ, nói phù phiếm, tham lam, sân giận, si mê
[284] Lục trần (lục cảnh): sắc, thinh, hương, vị, xúc, pháp
[285] Kinh Đệ Nhứt Cửu

Tầng Trời 2

Chơn Hồn được ăn trái Đào Tiên, dự tiệc trường sanh đó là phần thưởng cho các Chơn Linh đắc đạo trở về ăn vào để được hằng sống, ý nghĩa ẩn dụ là Chơn Hồn được sửa soạn hành trình vào cõi Vô Vi

Tây Vương Mẫu vườn Đào[286] ướm chín,
Chén trường sanh có linh ngự ban[287].

Tầng Trời 3 Thanh Thiên

Trời trong ánh sáng mầu xanh, Chơn Hồn gặp bảy ông Hiền ở rừng trúc, sau tu thành bảy vị Tiên[288] ở động Thiên Thai, nơi Bồng Đảo (đảo Bồng Lai) nước Cam Lồ rửa sạch thất tình lục dục; ý nghĩa ẩn dụ: Chơn Hồn ở trạng thái người Hiền, hết thất tình, lục dục, tu tiến lên Tiên phẩm.

Cõi Thanh Thiên lên miền Bồng đảo,
Động Thiên Thai Bảy Lão đón đường[289].

Tâm ở trạng thái Thánh: tầng Trời 4 đến 6

Khi Chơn Hồn đi vào trạng thái Thánh của các tầng Trời, Tâm nhìn thấy nội giới và ngoại giới của Tâm qua các Cung, Đài.

Nội giới của Tâm qua các Cung (tòa nhà lớn) đều mang ý nghĩa ẩn dụ:

Cung Lập Khuyết, Tâm dựng nên các thiếu sót,

Cung Tuyệt Khổ, Tâm cắt đứt mọi nỗi khổ để đến giai đoạn chót «khổ» của Đạo Cao Đài là «*tuyệt khổ*»[290],

Cung Ngọc Diệt Hình, Tâm diệt trừ hình thể vật chất thấy được,

---

[286] Vườn Đào Tiên do Phật Mẫu chưởng quản, có 3600 cây đào, dùng trái Đào Tiên để làm phần thưởng
[287] Kinh Đệ Nhị Cửu
[288] Nguyễn Tịch, Kê Khang, Hương Tú, Lưu Linh, Sơn Đào Nguyên Hàm, Vương Nhung
[289] Kinh Đệ Tam Cửu
[290] Những giai đoạn khổ trong ngũ chi Đại Đạo là tùng khổ (nhân đạo), thắng khổ (thần đạo), thọ khổ (thánh đạo), thoát khổ (tiên đạo), giải khổ (phật đạo), tuyệt khổ (đạo Cao Đài)

Cung Vạn Pháp ẩn dụ Tâm ở tịnh thất để biết nghiệp cũ, tìm thấy ngôi vị cũ.

Ngoại giới của Tâm qua các **Đài** (tòa nhà cao) phản chiếu như tấm gương soi

Đài Nghiệt Cảnh (nghiệt: nghiệp ác, cảnh: tấm gương soi) cũng như **Đài Chiếu Giám** tức Đài gương sáng (chiếu: soi rọi; giám: gương soi) đặt trong Tòa Tam Giáo; ý nghĩa ẩn dụ là Tâm xem lại rõ ràng tội phước «*Đài Nghiệt Cảnh rọi chẳng biết bao nhiêu tội tình lắm người đưa chơn tìm đến*» (TNHT).

Đài Huệ Hương (huệ: sáng suốt, dứt điều mê muội; hương: mùi thơm); ý nghĩa ẩn dụ Tâm tẩy sạch sẻ hết ô trược của Chơn Thần.

Sau đây là Kinh Tuần Cửu mô tả cảnh các tầng Trời.

Tầng Trời 4 Huỳnh Thiên

Có ánh sáng mầu vàng, Lôi Thần dùng roi thần trừ quái khí, giải tán trược quang, vào **Cung Tuyệt Khổ** yết kiến Huyền Thiên Quân[291], ý nghĩa ẩn dụ Tâm cắt đứt mọi nỗi khổ: *Vào Cung Tuyệt Khổ kiến Huyền Thiên Quân* [292]

Tầng Trời 5 Xích Thiên

Có ánh sáng mầu hồng, bước lên **Đài Chiếu Giám**. Khi Tâm đứng trước tấm gương đặt trước Đài, bao nhiêu tội phước đều hiện ra rõ ràng:

> *Đài Chiếu Giám Cảnh Minh nhẹ bước,*
> *Xem rõ ràng tội phước căn sinh*[293].

Vào **Cung Ngọc Diệt Hình,** ý nghĩa ẩn dụ là Chơn Hồn trừ bỏ hình thể vật chất,

---

[291] Hóa thân của Thượng Đế
[292] Kinh Đệ Tứ Cửu
[293] Kinh Đệ Ngũ Cửu

Mở **Vô Tự Kinh**[294]: đứng trước quyển kinh, Chơn Hồn thấy tên họ mình hiện ra cùng với các kiếp sanh, nhìn thấy phẩm vị của mình. Ý nghĩa ẩn dụ là Tâm nhìn thấy các tiền kiếp, thông suốt việc trên Trời, dưới đất nên Tâm tự làm tòa xử lấy.

Tầng Trời 6 Kim Thiên

Có ánh sáng vàng, Chơn Hồn đến:
Cung Vạn Pháp, tức tịnh thất chứa pháp của các tôn giáo, có nghĩa ẩn dụ Chơn Hồn vào tịnh thất biết nghiệp cũ, tìm thấy ngôi vị cũ ở Thiêng Liêng,
Cung Lập Khuyết, ẩn dụ Tâm dựng nên các thiếu sót,
Đài Huệ Hương (huệ: sáng suốt, dứt điều mê muội; hương: mùi thơm), ẩn dụ Tâm tẩy Chơn Thần sạch sẻ khỏi hết ô trược.

> *Vào Cung Vạn Pháp xem qua,*
> *Cung Lập Khuyết tìm duyên định ngự;*
> *Đem Chơn Thần đến tận Đài Huệ Hương.*

Tâm ở trạng thái Tiên: tầng Trời 7 đến 9

Đến các tầng Trời trong trạng thái Tiên, Tâm vào:
Cung Chưởng Pháp (nơi phụ trách luật pháp), ẩn dụ Tâm tìm hiểu luật pháp của Càn Khôn Vũ Trụ và giúp cho Chơn Hồn giác ngộ,
Cung Tận Thức (tận: hết, thức: hiểu biết), Tâm nhận biết phép biến hóa huyền diệu của cả Càn Khôn Vũ Trụ nên thấy Kim Mao Hầu tượng trưng cho năng lực dũng mãnh của người tu ở Thượng Giới, có thể đến Tịch San, Niết Bàn,
Cung Diệt Bửu (diệt: trừ, bửu: quí báu), ẩn dụ Tâm thấy sự nghiệp của người tại cõi trần hiện ra mà từ bỏ,
Cung Bắc Đẩu, ẩn dụ Tâm lên chỗ cao xem căn quả trong sổ bộ Thiên Tào 天曹[295], cho biết số phận của mình, học tập lễ nghi,

---

[294] Theo thuyết Đạo của Đức Hộ Pháp: *Khi con người gây tội lỗi thì chính Chơn Linh của mình chép tội tình ấy nơi cuốn kinh Vô Tự, khi Chơn Hồn thoát xác về Thiêng Liêng, thì cuốn kinh ấy phơi bày ra trước mắt, không có cách nào chối cãi đặng*

[295] Thiên tào 天曹 là cơ quan chuyên trách của Thiên triều, chỉ triều đình của Đức Chí Tôn. Mỗi Thiên tào là một từng trời.

Cung Tri Giác (tri: biết, giác: cảm biết do giác quan), ẩn dụ Tâm đã cảm biết trụ Tinh, dưỡng Khí, Tồn Thần tức hiệp Tam Bửu, đắc Đạo và sửa soạn đăng lên cõi Phật cảnh.

Tại các tầng Trời này, gặp **Chuẩn Đề Bồ Tát, Phổ Hiền Bồ Tát,** ẩn dụ trình độ tu tiến của Tâm ở mức độ Bồ Tát.

Sau đây là mô tả các tầng Trời trong Kinh.

Tầng Trời 7 Hạo Nhiên Thiên[296]

Gặp Đức Chuẩn Đề Bồ Tát, Đức Phổ Hiền Bồ Tát (ở động đá Phổ Hiền) mở cái vòng Kim Cô[297] (vòng bằng vàng đặt trên đầu) ra khỏi đầu, ẩn dụ ban cho Chơn Hồn ánh sáng Thiêng Liêng biết đường bay lên; vào **Cung Chưởng Pháp** nơi phụ trách luật pháp của Càn Khôn Vũ Trụ.

Tầng Trời 8 Phi Tưởng Thiên[298]

Tâm rất xa mùi uế trược trần thế, nghe tiếng chuông theo gió, uống rượu tiên làm ngây ngất, dùng nước Cam Lồ rửa sạch bi ai của kiếp người; đến **Cung Tận Thức** thấy Kim mao hầu ẩn dụ có mãnh lực dũng mãnh của người tu, tại **Cung Diệt Bửu** thấy sự nghiệp của người tại cõi trần hiện ra mà từ bỏ, gặp Đức Từ Hàng Bồ Tát, ẩn dụ mức tu đã đến hàng Bồ Tát.

Tầng Trời 9 Tạo Hóa Thiên[299]

Theo Kinh Tuần Cửu, sau 81 ngày, Chơn Hồn thăng lên tầng Trời Tạo Hóa Thiên, khi đến **Cung Tri Giác**, Tâm cảm biết đã hiệp Tam Bửu, đắc Đạo và sửa soạn đăng lên cõi Phật cảnh.

---

[296] Trời lớn rộng. Hạo 昊 rộng lớn vô cùng, nhiên 燃 cháy
[297] Khi Chơn Thần xuống thế thì Nê hoàn cung bị bế bởi một Kim Cô vô hình
[298] Trời không ý sai quấy
[299] Trời tạo hóa vì tại đây Phật Mẫu nắm cơ sanh hóa thay quyền Đức Chí Tôn, tạo dựng Càn Khôn vũ trụ và vạn vật

> *Cung Tri Giác, trụ tinh thần,*
> *Huờn hư mầu nhiệm thoát trần đăng Tiên*[300].

Sau đó Chơn Thần được vào Diêu Trì Cung bái kiến Phật Mẫu, được ban rượu tiên, vào **Cung Bắc Đẩu** xem căn quả cho biết số phận của mình, học tập lễ nghi vào Linh Tiêu Điện chầu lạy Đức Chí Tôn.

Tại tầng Trời 9 Tạo Hóa Thiên, Tinh, Khí, Thần đều an tức hiệp nhứt.

> *Đã qua chín từng Trời đến vị,*
> *Thần đặng an, Tinh, Khí cũng an.*[301]

Đến đây Tâm đã được trang bị hành trang cho đoạn đường «*Thần huờn hư*» đi vào cõi Phật hư vô với sự trợ giúp của đọc Kinh Tiểu Tường và Đại Tường[302] nhằm độ Chơn Hồn. Sau cùng là đoạn đường «*hư huờn vô*», Chơn Hồn sẽ đi vào bản chất «*Không*» của Thượng Đế mà tự tu tiến để thăng lên.

---

[300] Kinh Đệ Cửu Cửu
[301] Kinh khai cửu Tiểu Tường và Đại Tường
[302] Lễ Tiểu Tường làm 200 ngày sau Tuần Cửu, từ Tiểu Tường đếm đến 300 ngày sau nữa thì Đại Tường và mãn tang. Tổng cộng Chơn Hồn mất 581 ngày để hành trình lên đến tầng Trời 12 Hỗn Ngươn Thiên. Lễ Tiểu Tường có mục đích đưa Chơn Hồn người chết lên Tầng Trời 10 Hư Vô Thiên, lễ Đại Tường đưa Chơn Hồn lên tầng Trời 12 Hỗn Ngươn Thiên

CHƯƠNG 12

Lên Đường Giải Thoát

«Thần hườn hư, hư hườn vô»

Trong thời kỳ Đại Ân Xá, Đức Chí Tôn cho mở cửa Cực Lạc Thế Giới đón người đắc Đạo trở về,

Đóng địa ngục, mở tầng Thiên,
Khai đường Cực Lạc, dẫn miền Tây Phương[303].

Vì vậy mà sau đoạn đường Cửu Trùng Thiên thì Tinh-Khí-Thần hiệp nhứt và Chơn Hồn bắt đầu đoạn đường «*Thần hườn hư*» đi vào cõi Phật với sự trợ giúp của:

- Kinh Tiểu Tường (Tiểu 小: Nhỏ. Tường 祥: lành, tốt) và Đại Tường (Đại 大: Lớn. Tường 祥: điều tốt lành) tụng niệm trên trần thế,
- Các chư Phật hướng dẫn dạy Đạo.

Vượt hết ba tầng Trời của cõi Phật rồi, là đoạn đường chót «*hư hườn vô*». Chơn Hồn đi vào bản chất «*Không*» của Thượng Đế ở Tam Thập Lục Thiên. Nhập Tam Thập Lục Thiên rồi con người tự mình tu tiến lấy và phải chuyển kiếp tu hành nữa mới đặng lên đến Bạch Ngọc Kinh[304]. Khi linh hồn đạt đến Đại Hồn (Thiên Hồn) thì hiệp với Đại Linh Quang mà Đạo Cao Đài gọi là «*Hiệp một cùng Thầy*».

---

[303] Kinh giải oan
[304] «*Qua khỏi Tam Thiên Thế Giới thì mới đến Tứ Đại Bộ Châu. Qua Tứ Đại Bộ Châu mới vào đặng Tam Thập Lục Thiên. Vào Tam Thập Lục Thiên rồi phải chuyển kiếp tu hành nữa mới đặng lên đến Bạch Ngọc Kinh, là nơi đạo Phật gọi là niết bàn đó vậy*» (TNHT).

1. ĐI VÀO CÕI PHẬT: THẦN HƯỜN HƯ

Trên đoạn đường Cửu trùng Thiên, Tâm đã gội sạch oan khiên tiền kiếp, Tam Bửu Tinh Khí Thần hiệp nhứt.

Đã quá chín tầng Trời đến vị,
Thần đặng an, Tinh, Khí cũng an[305].

200 ngày sau Tuần Cửu, Kinh Tiểu Tường[306] đưa Chơn Hồn lên tầng Trời 10 Hư Vô Thiên[307], đi vào cõi Phật.

Tại cõi Phật, Tâm ở trạng thái «*Tâm không*», Tâm không còn vướng bận «*tham, sân si…ái nộ, ố dục*». Không đây là không phàm ngã mà còn toàn chân ngã, tức «*thuần chân, vô ngã*».

300 ngày sau Tiểu Tường, Kinh Đại Tường[308] đưa Chơn Hồn lên tầng Trời 11 Hội Nguơn Thiên[309] và 12 Hỗn Nguơn Thiên[310] dưới quyền chưởng quản của Đức Di Lạc Phật Vương để dự Hội Long Hoa.

Kinh Tiểu Tường

Đến cõi Phật là lúc Thần hườn hư hay đắc quả để đạt đến Chơn Tâm của Phật. Chơn Hồn đi vào Niết Bàn Cảnh hư vô của cõi Phật nằm dưới Tam Thập Lục Thiên (36 từng trời). Vì vậy, bài Kinh Tiểu Tường chỉ nói đến ngoại giới của Tâm.

Ẩn dụ trong Kinh Tiểu Tường

⦿ Gặp Phật Nhiên Đăng, Phật A Di Đà, đến Lôi Âm Tự[311], ẩn dụ Tâm ở cõi Phật, hoàn toàn sung sướng và an vui để nghe những điều Phật dạy,

⦿ **Ngọc Hư Cung**: trạng thái hư vô của Tâm được ẩn dụ qua hình ảnh Tâm nhìn thấy Pháp ở Ngọc Hư Cung,

---

[305] Kinh khai Cửu, Đại Tường và Tiểu Tường
[306] Do Phật Mẫu ban
[307] Trời trống không nhưng rất huyền diệu
[308] Do Đức Phật Thích Ca Mâu Ni ban
[309] Trời Hội Nguơn
[310] Trời không rõ ràng, lộn xộn
[311] Chùa Lôi Âm ở tại kinh đô Cực Lạc Thế Giới, nơi ngự của Đức Phật Thích Ca và Đức A-Di-Đà-Phật

* **Thiên kiều** (cầu bắc lên Trời), ẩn dụ Chơn Hồn nhìn thấy con đường về với Thượng Đế,

* Đến **Bộ Công** (Bộ: sổ sách ghi chép, Công: công quả), ẩn dụ Chơn Hồn nhìn được công quả của mình để sửa soạn dự Hội Long Hoa,

* Nước tám công đức[312] của Ao Thất Bửu[313] ẩn dụ Chơn Thần trong sáng nhờ đã gội sạch sẽ hết ô trược, oan khiên tiền kiếp, trí tuệ khai thông,

Ao Thất Bửu gội mình sạch tục [314]

Hình ảnh mô tả trong Kinh

Tại tầng Trời 10 Hư vô Thiên do Đức Phật Nhiên Đăng chưởng quản, Chơn Hồn nhìn thấy Ngọc Hư Cung[315], đặt chân lên cầu Thiên Kiều (Cầu bắc lên Trời), đi đến Tây Qui (nơi định phận tốt đẹp cho Chơn Linh ở Cực Lạc Thế Giới), vào Lôi Âm Tự, bái kiến Phật A Di Đà, đến Bộ Công xem công quả của mình ở trần thế. Sau đó, Chơn Hồn được gội sạch bằng nước tám công đức của Ao Thất Bửu để sửa soạn lên tầng Trời tiếp theo.

Kinh Đại Tường[316]

Đọc Kinh Đại Tường của Phật Thích Ca ban là để đưa Chơn Hồn lên tầng Trời thứ 11 (Hội Nguơn Thiên) và 12 (Hỗn Nguơn Thiên), cõi của Đức Di Lạc Vương Phật làm giáo chủ Hội Long Hoa và chưởng quản.

---

[312] Tám công đức của nước trong ao Thất Bửu: Trừng tịnh (lắng sạch); Thanh lãnh (trong mát); Cam mỹ (ngọt ngon); Khinh nhuyễn (nhẹ dịu); Nhuận trạch (nhuần trơn); An hòa; Uống vào thì hết đói khát, hết lo âu; Uống vào thì bổ khỏe các căn của xác thân
[313] xây dựng bằng 7 thứ quí: vàng bạc, ngọc lưu ly, ngọc xà cừ, ngọc mã não, ngọc hổ phách, ngọc san hô; theo nghĩa bóng, Ao Thất Bửu là Tâm Kinh, là Thiên Thơ gồm 7 bài Kinh dạy Tâm
[314] Kinh Tiểu Tường
[315] Ngọc Hư Cung là chỗ Đức Chí Tôn họp triều đình, xem xét công và tội
[316] Lễ Tiểu Tường làm 200 ngày sau Tuần Cửu, từ Tiểu Tường đếm đến 300 ngày sau nữa thì Đại Tường và mãn tang. Tổng cộng Chơn Hồn mất 581 ngày để hành trình lên đến tầng Trời 12 Hỗn Nguơn Thiên. Lễ Tiểu Tường độ Chơn Hồn người chết lên Tầng Trời 10 Hư Vô Thiên, lễ Đại Tường tận độ Chơn Hồn lên tầng Trời 12 Hỗn Nguơn Thiên

Điểm đặc biệt nhất là Kinh Đại Tường không ẩn dụ mà nói rõ công việc của Đức Di Lạc được dạy trong giáo lý của Đạo nơi trần thế là:

⦿ Về tôn chỉ của Đạo. Ngài sẽ giáng sanh sửa đổi tất cả các giáo lý xưa, tóm thâu các tôn giáo thành một nền Đại Đạo, lập ra thời kỳ Thánh Đức:

> Tái sanh sửa đổi chơn truyền;
> Thâu các đạo hữu hình làm một[317].

⦿ Làm giáo chủ Hội Long Hoa và chánh chủ khảo tuyển phong Tiên vị và Phật vị:

> Hội Long Hoa tuyển phong Phật vị.
> Trường thi Tiên Phật dượt kiếp khiên[318]

⦿ Mở ra các cơ quan tận độ nhân sanh và tiêu diệt cõi địa ngục:

> Khai cơ tận độ Cửu tuyền diệt vong.

Đến đây, Chơn Hồn đã lần lượt đi qua bốn trạng thái: Thần, Thánh, Tiên, Phật. Suốt đoạn đường này, Chơn Hồn đã đi ngang qua Tam Thiên Thế Giới, Tứ Đại Bộ Châu và nay bắt đầu sửa soạn hành trang đi vào Tam Thập Lục Thiên. «Qua khỏi Tam Thiên Thế Giới thì mới đến Tứ Đại Bộ Châu. Qua Tứ Đại Bộ Châu mới vào đặng Tam Thập Lục Thiên»[319].

2. Đoạn Đường Hư Hườn Vô

Đến đoạn chót của thăng hoa là lúc «*hư hườn vô*», là lúc huyền quang nhứt khiếu (Thiên Nhãn) thoát ra. Đức Hộ Pháp giảng: nếu người đạt được hư vô là đạt pháp, đắc Đạo. Hư hườn vô là lúc người tu chỉ còn toàn Đạo Tâm là ái, hỷ, lạc. Theo Đức Hộ Pháp, người tu đã đạt được cái Không (không danh, không lợi, không quyền), đạt được tâm lý chân không, thân tâm an nhiên tự tại đạt đến trạng thái vô vi giải thoát hoàn toàn. Tâm đã «*thuần chơn vô ngã*» và đi vào bản chất

---

[317] Kinh Đại Tường
[318] NT
[319] TNHT

«Không» của thượng Đế. Đạo không sắc tướng, Đạo không không, Thầy cũng hư vô, tuyệt sinh chấm dứt con đường sinh tử luân hồi như Kinh Xuất Hội đọc:

> *Đạo hư vô, Sư hư vô,*
> *Reo chuông thoát tục, phất cờ tuyệt sinh.*

Theo Thánh Ngôn, Chơn Hồn đi vào phần thanh nhẹ, cao nhất của vũ trụ, đi vào cõi Tam Thập Lục Thiên (36 từng Trời) là bản chất «Không» của Thượng Đế. Mỗi tầng trời do một Thiên Tào[320] phụ trách. Tam Thập Lục Thiên là 36 từng Trời thuộc về vũ trụ vô hình, thanh khiết, nhẹ nhất ở tại trung tâm Càn Khôn Vũ Trụ. Bạch Ngọc Kinh ở từng Trời cao nhất tức từng trời Thái Cực ở trung tâm Tam Thập Lục Thiên; tầng Trời thứ 2 là Ngôi Dương, tầng trời thứ 3 là Ngôi Âm biểu tượng Lưỡng Nghi.

Thái Cực và Lưỡng Nghi hiệp lại thành ba Ngôi Trời gọi Tam Thiên Vị. Dưới Tam Thiên Vị là 33 từng Trời cộng với ba ngôi trên là 36 Tầng Trời[321]. Tại 33 từng ở dưới thì mỗi từng dưới chưởng quản của một vị Thiên Đế tức hóa thân của Thượng Đế.

Vào đến Tam Thập Lục Thiên rồi[322], Chơn Hồn tiếp tục tự tu hành để nhập trong Bát Quái[323], lên cõi Tứ Tượng, Lưỡng Nghi sau cùng cõi Thái Cực tức Bạch Ngọc Kinh. Tại đây, Tiểu Linh Quang mới hiệp nhất với Đại Linh Quang để *«Hiệp một cùng Thầy»* và viết câu kết luận của bốn trang triết lý Cao Đài là:

---

[320] Cơ quan có nhiệm vụ chuyên môn trong triều đình Đức Chí Tôn
[321] Đức Chí Tôn dạy: *Thái Cực sanh Lưỡng Nghi tức là Tam Thiên Vị. Dưới ba ngôi đó có Tam Thập Tam Thiên (33 tầng trời), cộng với ba ngôi trên là 36 tầng trời nên gọi là Tam Thập Lục Thiên. Dưới 36 từng trời còn có một từng nữa là Nhứt mạch đẳng tinh vi. Gọi là cảnh Niết Bàn. Chín từng nữa gọi là Cửu Thiên Khai Hóa, tức là 9 phương trời, cộng với Niết Bàn là 10, gọi là Thập phương chi Phật. Gọi 9 phương trời, 10 phương Phật là do đó»*
[322] «Vào Tam Thập Lục Thiên rồi phải chuyển kiếp tu hành nữa mới đặng lên đến Bạch Ngọc Kinh» TNHT
[323] *Ba mươi sáu cõi Thiên Tào,*
Nhập trong Bát Quái mới vào Ngọc Hư (Kinh khi đã chết rồi)

Thiên Nhơn Hiệp Nhứt
天 人 協 一

Tóm tắt hành trình qui hồi của người tu

6. Tam Thập Lục Thiên
Tam Thiên Vị
*Bạch Ngọc Kinh ở tầng trời trung tâm cao nhất,
Ngôi Dương chiếm từng Trời thứ 2, Ngôi Âm từng Trời thứ 3.*

33 từng Trời

5. Ba tầng Trời cõi Phật:
Hỗn Ngươn Thiên, Hội Ngươn Thiên, Hư Vô Thiên

4. Cửu Trùng Thiên cõi Thần, Thánh, Tiên:
Tạo Hóa Thiên, Phi Tưởng Thiên, Hạo Nhiên Thiên, Kim Thiên, Xích Thiên, Huỳnh Thiên, Thanh Thiên, Tầng Trời 2 có vườn Đào Tiên, Tầng Trời 1 có Vườn Ngạn Uyển

3. Đi ngang qua:
Tứ Đại Bộ Châu Thượng: Đông Đại Bộ Châu,
Nam Đại Bộ Châu, Tây Đại Bộ Châu, Bắc Đại Bộ Châu
Tam Thiên Thế Giới
Tứ Đại Bộ Châu Hạ: Đông Thắng Thần Châu,
Nam Thiệm Bộ Châu, Tây Ngưu Hóa Châu, Bắc Câu Lư Châu

2. Tòa Phán Xét

1. Thất Thập Nhị Địa.
*Địa cầu 68: điểm khởi hành của người tu
sau khi qui tiên*

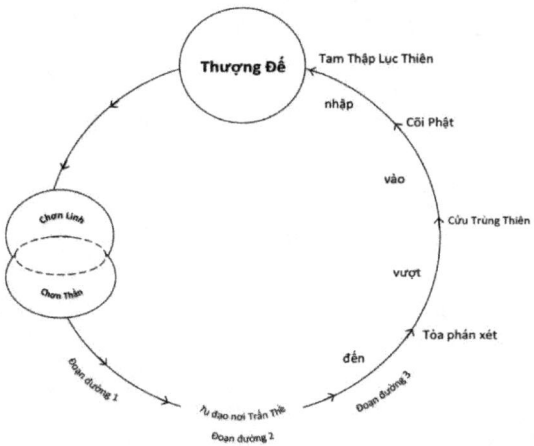

Các đoạn đường Qui hồi

PHỤ LỤC 1

Về Chữ
«NGƯƠN» và «CHƠN»

Khi tìm hiểu Tam Bửu, chúng ta thường gặp chữ «*ngươn*» (nguyên) và chữ Chơn (chân) đặt trước nhữ Tinh, Khí, Thần thí dụ như Ngươn Thần và Chơn Thần, Ngươn Khí và Chơn Khí, Ngươn Tinh...

Các danh từ kép có chữ ngươn và chơn chuyên chở một ý niệm tôn giáo nên gây rất nhiều khó khăn cho các nghiên cứu của người ngoại quốc và vấn đề dịch thuật ra anh hay pháp ngữ vì không có danh từ tương đương. Vì vậy mà các luận án bằng ngoại ngữ đều đề cập đến tổ chức, sanh hoạt giáo lý, xã hội... của Đạo.

Chữ ngươn 元 chỉ bắt đầu, gốc của sự thiêng liêng mầu nhiệm trong vũ trụ của Đức Chí Tôn. Thí dụ: Ngươn Thần (Đại Linh Quang) chỉ gốc của các mầu nhiệm thiêng liêng.

Các mầu nhiệm phát sanh từ Ngươn Thần thì dùng **chữ «chơn»** 眞 có nghĩa là thật, không giả dối. Thí dụ như sự mầu nhiệm của Chơn Thần «*là thiệt, không giả dối*» là vì phát sanh từ gốc (ngươn Thần, tức Thượng Đế).

1. Chữ Ngươn
元

Khi chữ ngươn đặt trước nhưng chữ thần, khí, chất như Ngươn Thần, Ngươn Khí, Ngươn Chất… là để chỉ bắt đầu hay gốc của Thần, Khí, Chất…

Trên tiến trình hình thành càn khôn vũ trụ, có ba gốc thiêng liêng quan trọng phải ghi nhớ là:

• Gốc đầu tiên là Khí Hư Vô 氣虛無 (Khí: chất hơi. Hư: trống không. Vô: không) nguồn gốc của càn khôn thế giới, đó là Ngươn Khí. Và «*khí Hư Vô sanh ra có một Thầy và ngôi của Thầy là Thái Cực*»(TNHT/Q2, tr.62).

• Gốc thứ nhì là Thượng Đế tức Ngươn Thần từ đó mà sanh ra mọi thiêng liêng mầu nhiệm trong càn khôn vũ trụ,

• Gốc thứ ba là Đức Diêu Trì Kim Mẫu là khởi nguyên của thiêng liêng mầu nhiệm trong vũ trụ hữu hình. Thí dụ như «*Ngươn Chất*» chứa trong Kim Bồn cấu tạo vạn vật hữu hình.

Gốc 1. Hư Vô Chi Khí
↓
Gốc 2. Thượng Đế
↓
Gốc 3. Đức Diêu Trì

Ngươn khí

Ngươn Khí là Hư Vô Chi Khí[324] (khí Hồng mông, Khí Tiên Thiên) ở thời Tiên Thiên Cơ Ngẫu là thời kỳ trước khi có Thượng Đế. Hư Vô Chi Khí là chất khí nguyên thủy sanh ra Thái Cực, là nguồn cội của Càn Khôn Thế Giới.

Ngươn Thần

Trong vũ trụ, gốc thứ nhì là Ngươn Thần tức Đức Chí Tôn từ đó phát sanh ra Thiêng Liêng mầu nhiệm. Chữ nho

---

[324] Hư: trống không nhưng huyền diệu, vô: không, chi: hư tự, khí: chất khí

Thần 神 gồm chữ Shi /thị 礻 và chữ thần/ than 申 chỉ khí chất vô hình xuống từ cõi Thiêng Liêng[325].Trong càn khôn vũ trụ, Thần là Đại Linh Quang biểu hiện dưới dạng ánh sáng thiêng liêng tức là Thượng Đế.

Trong con người, Thần là Chơn Linh, là Tiểu Linh Quang chiết ra từ Đại Linh Quang, biểu lộ qua ánh sáng của mắt:*«Quang thị thần».*Ánh sáng đó là Thần đấy.

Nơi cư ngụ của Thần trong cõi vô hình là Bạch Ngọc Kinh, Linh Tiêu Điện, trên trần thế là Bát Quái Đài trong Tòa Thánh, trong xác phàm là Tim. Trên bàn thờ, Thần được biểu tượng bởi nước Trà.

Thần được biểu tượng bằng nước, tách nước bên trái thuộc dương trong sạch, tinh khiết, tách nước bên phải có trà thuộc âm, tượng trưng cho Chơn Linh bị vật chất bao phủ. Khi luyện Thần, hành giả đưa luồng Chơn khí qua các luân xa thực hiện sự chiết khảm điền ly, hòa hiệp âm dương làm một, hiệp nhứt cùng Đức Chí Tôn.

Về yếu lý của Đạo pháp, Thượng Đế nói: *«Đạo của Thầy là Thần với Khí».* Thần ở đây là Ngươn Thần (Dương Quang tượng trưng bởi hình vẽ mắt trái) của Thượng Đế đối ứng với chữ Khí bùa (Khí Sanh Quang Âm của Diêu Trì Kim Mẫu) viết sau cốt tượng Đức Hộ Pháp, mang ý nghĩa Thần (Dương) Khí (Âm) tương giao thuộc về yếu lý của Đạo.

---

[325] Trong sách giáo lý, chúng ta có gặp chữ Thần nhưng không mang ý nghĩa thiêng liêng mầu nhiệm phát xuất từ Đại linh Quang, thí dụ:
Thần chú: câu niệm bí mật có tác dụng mầu nhiệm đến thế giới vô hình. Câu Chú của Thầy: *Nam Mô Cao Đài Tiên Ông Đại Bồ Tát Ma Ha Tát*
Thần Đạo là một nấc thang tiến hóa của Ngũ Chi Đại Đạo. Đạt được Thần vị rồi mới mới đạt Thánh vị, rồi Tiên vị, Phật vị… Thần Đạo mở ra thời Phong Thần do Đức Khương Thượng Tử Nha thay mặt Đức Ngươn Thi Chưởng Giáo cầm bảng Phong Thần và đọc sắc phong Thần. Trong Triệt Giáo, một cầm thú tu dưỡng lâu năm nên có phép linh thiêng củatiên như Linh Nha tiên (bạch tượng)
Cù Thủ Tiên (sư tử xanh)… Nhưng cáchóa nhân có hành vi không thuận ý Trời giúp kẻ ác (thời đó là Trụ Vương) nên bị tử trận, hồn bay vào bảng Phong Thần và sau được Khương Tử Nha phong Thần đi trấn nhậm các nơi.
Thần chủ: bài vị của người chết
Thần Hoàng (hào lũy) bổn Cảnh (địa phương của mình) 神隍本境Thần cai quản về phần thiêng liêng ngôi làng của mình đang ở (the tutelary Genius of a village)

Ngươn chất

Thái Cực vốn là cơ động tịnh. Thái Cực động sanh Chơn Dương làm Hỏa. Thái Cực tịnh mà sanh Chơn Âm (khí Âm quang) làm Thủy. Theo vũ trụ quan của Đạo Cao Đài thì hai ngươn chất ban đầu để tạo thành Càn Khôn Vũ Trụ và vạn vật là: Âm quang và Dương quang. Vì khí Âm quang chưa có ai chưởng quản nên Đức Chí Tôn mới hóa thân ra Đức Phật Mẫu để chưởng quản Khí Âm Quang.

Trong Chơn Âm Tiên Thiên, đã chứa sẵn Ngươn chất 元質[326] gồm: Ngươn Tinh (Ngươn Chất âm) và Khí Sanh Quang (Ngươn Khí dương). Ngươn Chất này hiện diện tại tầng trời thứ 9 Tạo Hóa Thiên, được đựng trong Kim Bồn (chậu bằng vàng) để Đức Phật Mẫu tạo hình hài mỗi người trong cõi thiêng liêng như Kinh Đệ Cửu Cửu mô tả.

Nơi Kim Bồn vàn vàn Ngươn Chất,
Tạo hình hài các bậc Nguyên Nhân (Kinh Đệ Cửu Cửu).

Hai cụm từ «*Ngươn Chất*» và «*hình hài*» trong câu kinh trên diễn tả hai điều tối quan trọng trong việc cấu tạo con người.

Câu 1 chỉ rõ Tinh Tiên Thiên (Ngươn Chất) đựng trong Kim Bồn tại tầng trời thứ 9 (Tạo Hóa Thiên) được Đức Diêu Trì dùng làm vật liệu tạo tác hinh hài Đệ Nhị Xác Thân (Chơn Thần). Điều này quan trọng ở chỗ là chỉ có Đạo Cao Đài mới nói rõ về sự hiện diện của Tinh Tiên Thiên vô hình.

Câu 2 «*Tạo hình hài* » có nghĩa Tinh Tiên Thiên giống như tờ giấy. Trên tờ giấy này, Đức Phật Mẫu vẽ «*hình dáng*» (profile) của mỗi người như vẽ đồ án tòa nhà với đầy đủ kích thước, hình dạng bên ngoài, cấu trúc bên trong ghi sẵn các dấu ấn di truyền (ADN) tiền định của hình dáng, dòng họ, chủng loại, kiếp người v.v. Khi giáng trần cùng với Chơn Thần, Tinh

---

[326] Ngươn (nguyên): Khởi đầu, gốc; Chất: cái chất để tạo ra vạn vật. Ngươn chất là cái chất ban đầu để từ đó tạo thành muôn vật. Theo vũ trụ quan của Đạo Cao Đài thì hai nguyên chất ban đầu để tạo thành CKVT và vạn vật là: Âm quang và Dương quang

Tiên Thiên đã mang hình hài tiền định giống như sơ đồ kiến trúc của một căn nhà với cấu trúc bên trong đã được Đức Phật Mẫu ấn định cho kiếp này như thế nào.

2. CHỮ CHƠN
眞

Các mầu nhiệm phát sanh từ «*nguơn*» thì dùng chữ «*chơn*» có nghĩa là thật, không giả dối. Thí dụ như Chơn linh 眞靈, Chơn Thần 眞魂, Chơn Hồn 眞魂 để chỉ sự mầu nhiệm phát sanh từ gốc (Đại Linh Quang, tức Thượng Đế) nên «*thật không giả dối*».

Chơn linh

Chơn linh 眞靈 là linh hồn, là điểm linh quang do Đức Chí Tôn chiết ra từ khối Đại Linh quang của Ngài, ban cho mỗi người làm linh hồn để tạo nên sự sống và làm chủ xác thân. «*Mỗi đứa Thầy đều có cho một Chơn linh theo gìn giữ chơn mạng sanh tồn... Chơn linh ấy vốn vô tư, mà lại đặng phép giao thông cùng cả chư Thần, Thánh, Tiên, Phật và các Đấng Trọn lành nơi Ngọc Hư Cung, nhứt nhứt việc lành việc dữ đều ghi chép không sai, đặng dâng vào Tòa Phán Xét*». (TNHT)

Chơn thần

«*Chơn thần là gì? là Nhị xác thân, là xác thân thiêng liêng. Khi còn ở nơi xác phàm thì khó xuất riêng ra đặng, bị xác phàm kéo níu. Cái Chơn thần ấy của các Thánh, Tiên, Phật là huyền diệu vô cùng, bất tiêu bất diệt. Bậc chơn tu khi còn xác phàm nơi mình, như đắc đạo có thể xuất ra trước buổi chết mà vân du Thiên ngoại. Cái Chơn thần ấy mới đặng phép đến trước mặt Thầy*». (TNHT)

Chơn Thần 眞魂 là xác thân thiêng liêng của mỗi người, do Đức Phật Mẫu phối hợp Khí Sanh Quang (Nguơn Khí dương)[327]

---

[327] Khí Sanh Quang 氣生光. Sanh: sanh ra, sống. Quang: ánh sáng. Bước vào Cửu Trùng Đài, nhìn phía sau tượng Đức Hộ Pháp, có khắc một chữ Khí thếp vàng trên nền gỗ đỏ để biểu tượng cho Khí Sanh Quang. Khi tín đồ lạy xong thì phải quay ra sau cúi đầu xá chữ Khí một xá

với Ngươn Tinh (âm)[328] của Ngươn Chất chứa trong Kim Bồn nơi Diêu Trì Cung để tạo thành. «*Nơi Ao Diêu Trì có một đài phát hiện Âm quang. Đài ấy thâu lằn Sanh quang của ngôi Thái Cực, rồi đem Dương quang hiệp với Âm quang mà tạo nên chơn thần cho Vạn linh trong Càn Khôn Vũ Trụ*». Lằn Sanh quang của ngôi Thái Cực là điểm Linh quang của Đức Chí Tôn ban cho. Đức Phật Mẫu thâu điểm Linh quang nầy làm linh hồn, rồi dùng Ngươn Tinh (Âm quang) phối hợp với Ngươn Khí (Khí Sanh Quang) để tạo chơn thần (tức là xác thân thiêng liêng) bao bọc điểm Linh quang ấy, tạo thành một con người nơi cõi thiêng liêng.

Chơn hồn

Chơn Hồn 眞魂 nghĩa thông thường là Chơn Linh, Linh Hồn, nhưng trên đường thăng thiên, Chơn Thần bao bọc Chơn Linh nên gọi chung là Chơn Hồn. Vì vậy mà Đức Nguyệt Tâm Chơn Nhơn dùng từ ngữ Chơn Hồn để chỉ Chơn Thần trong các kinh.

Kinh cầu hồn khi hấp hối: *Phép Lục Nương gìn giữ Chơn Hồn*
Kinh khi đã chết rồi: *Kêu Chơn Hồn vịn níu Chơn Linh*
Kinh Đệ Tam Cửu: *Chơn Hồn khoái lạc lên đàng vọng thiên.*

---

[328] Dấu hiệu Ngươn Tinh Tiên Thiên hiện ra khi người vì phạm tội nặng Thiên Điều hoặc phạm thệ bị Trời Đất giết chết (Thiên tru Địa lục) hoặc Ngũ Lôi tru diệt (5 vị thần Sấm Sét) giết chết. Chơn Thần bị Ngũ Lôi đánh tan ra thành những ngươn chất được Diêu Trì Cung thâu lại. Chơn Linh phiêu lạc phải chờ cuộc Đại Ân Xá, Đức Phật Mẫu ban cho một Chơn Thần mới để trở về đầu kiếp xuống trần lập công trả quả và tiến hóa (Luật Tam Thế, tr.25)

PHỤ LỤC 2
Về Chữ
Hòa và Ngũ Thần

Đi qua cửa Ngọ Môn sẽ đến cầu Trung Đạo bắc qua hồ Thái Dịch trong Hoàng Thành, là đường dẫn từ cửa thành Ngọ Môn vào điện Thái Hoà và nằm trên trục Thần Đạo của cung thành.

Cầu Trung Đạo và điện Thái Hòa

Ở hai đầu cầu Trung Đạo có hai Nghi môn (còn có tên gọi khác là Phương môn). Hai mặt trước sau của mỗi Nghi môn đều có bốn chữ viết trên nền Pháp lam.

Hai mặt hướng nam (từ ngoài Ngọ Môn nhìn vào) là hai câu:

Chính trực đẳng bình 平等 直正
Cao Minh Du Cửu 高明悠久

Hai mặt hướng bắc (trong điện Thái Hoà nhìn ra) là hai câu:

Cư nhân do nghĩa" 居仁由義
Trung hoà vị dục 中和位育

Nội dung bốn câu trên hai Nghi môn này gần như tóm tắt:

◉ Đường lối cai trị của triều đình nhà Nguyễn và tuyên ngôn về con đường chính trị của triều đại,

◉ Tư tưởng chỉ đạo và tu dưỡng bản thân nhà vua

Từ ngôi vua trong Điện Thái Hòa 太和 nhìn ra là thấy bốn đại tự 中和位育 Trung Hòa Vị dục[329]. Đó là bài học dạy vua cai trị thần dân bằng «**Trung Hòa**».

Rồi trở về Tây Ninh đi thăm Tòa Thánh, bước vào Cửu Trùng Đài, chúng ta sẽ thấy tượng Đức Hộ Pháp kềm giữ Thất đầu xà tức kềm chế thất tình, lục dục để giữ được Trung Hòa. Giáo lý Cao Đài thì luôn luôn nhắc nhở tín đồ học chữ «*Hòa*»,

Nghĩa nhân đành gởi thân trăm tuổi,
*Dạy lẫn cho nhau một chữ **Hòa**.* (Thi văn dạy Đạo)

---

[329] Trung: 中 ở giữa. Hòa: 和 Thuận thảo, điều hòa. Vị: 位 Ngôi vị, chỗ đứng. Dục: 育 Nuôi cho khôn lớn.

Trung Hòa được hiểu như thế nào? Trung: 中 ở giữa. Hòa: 和 Thuận thảo, điều hòa. Trung hòa là cái tính tự nhiên của Trời Đất. Thất tình: aí (yêu thương), ố (ghét), hỉ (mừng), nộ (giận), ai (buồn), lạc (vui sướng), cụ (sợ hãi) khi chưa phát thì gọi là Trung, khi phát ra đúng tiết điệu hòa hài cảm ứng với nội tâm ngoại cảm gọi là Hòa. Trung Hòa là đạt đến yếu tố trong định ngoài an, để sống một cuộc sống siêu thoát mà trong cuộc sống siêu thoát thì Tiên Phật cũng thế thôi.

Trung Hòa vị dục đối với Vua

Ngồi ở ngôi vị Vua (Vị: 位) và muốn ngôi vị ngày một vững chắc thì phải biết nuôi dưỡng(Dục: 育). Muốn nuôi dưỡng ngôi vị thì phải biết kềm chế thất tình cho phát ra đúng tiết điệu hòa hài cảm ứng với nội tâm ngoại cảm. Đó là biểu lộ thất tình vui, giận… phải đúng tiết độ tức trong trạng thái Trung Hòa thì Vua mới an vị, đất nước thịnh vượng thanh bình.Trung hòa vị dục có nghĩa là như vậy.

Trung Hòa đối với Đạo Cao Đài

Tượng Đức Hộ Pháp kềm chế 7 đầu của Thất Đầu Xà là bài học giáo lý dạy người tu Đạo phải giữ cho trong định ngoài an không để cho thất tình lục dục làm rối loạn tâm can. Đó là ở trạng thái «*Trung Hòa*» thuộc cái tính tự nhiên của Trời Đất. Vì vậy, Đức Hộ Pháp nói:«*Phương pháp độ rỗi, chỉ khuyên lơn các chơn linh dầu Nguyên Nhơn hay Hóa Nhơn đoạt được hai chữ Hòa và Nhẫn mới về Niết Bàn được*» (Theo Tam thập lục thiên du ký của Đức Hộ Pháp).

Ngũ đức trong giáo lý Cao Đài, Hòa là Đức đứng đầu. Ngũ Đức là «Hòa (harmony), Nhẫn (patience), Khiêm (modesty), Cung (respect), Ái (love)»mà Đức Hộ Pháp gọi là Ngũ đức lương châm. Vì vậy mà «*Đạo quí là tại Hòa. Tạo Thiên lập Địa cũng do âm dương hợp hòa… Tâm bất hòa thì thất tình lục dục phát khởi tranh ngôi trong vòng vật dục, chẳng hề biết Thiên lý là gì*» (TNHT,Q1, tr.87)

Tương quan giữa Ngũ Thần và Trung Hòa

Muốn giữ được Trung Hòa thì phải kiểm soát được sự biểu lộ của Ngũ Thần (khí tiên thiên)qua sự giao cảm với khí hậu thiên (thất tình, ngũ vị...) trong ngũ tạng. Khí Tiên Thiên và khí Hậu thiên trong ngũ tạng luôn luôn giao cảm với nhau theo hệ thống ngũ phân (système quinaire) có nghĩa là mỗi tình cảm, mỗi mùi vị liên kết với một tạng và ảnh hưởng đến Thần ngụ trong tạng đó. Thí dụ tình cảm vui hay vị đắng chạy về tim và lay động Thức Thần ở tim; xúc cảm sợ hãi và vị mặn thì chạy về tạng thận làm cho Thần trong thận là Chí bị lung lay. Sự liên hệ theo hệ thống ngũ phân được trình bày trong bảng dưới đây.

Bảng tương quan giữa thất tình, ngũ vị với ngũ tạng

Ngũ tạng	Ngũ Thần	Thất tình	Ngũ vị
Tim	Thức Thần	Hỉ lạc (vui mừng)	Đắng
Tì	Ý	Ái ố (yêu ghét, lo âu)	Ngọt
Phế	Phách	Ai (buồn)	Cay
Thận	Chí	Cụ (sợ hãi)	Mặn
Can	Hồn	Nộ (giận)	Chua

Ngũ Thần (Chơn Thần) là khí Tiên Thiên và thất tình là khí Hậu Thiên của ngũ tạng, cả hai đều ở thể khí vô hình nên luôn luôn cùng rung cảm với nhau theo hệ thống ngũ phân. Các mối tương quan đó diễn tả các đụng chạm hàng ngày của khí Ngũ Thần với khí Hậu thiên tình cảm, mùi vị v.v. của đời sống trần thế. Sự đụng chạm đó mà bất hòa gây ra oan nghiệt thì Chơn Thần phải gánh nên bị ô trược là vậy. Thí dụ giận dữ thái quá, can khí xáo trộn làm Hồn trong can giao động không còn biết lý lẽ nữa. Hậu quả là giận quá hóa ngu (sân si) gây oan nghiệt, làm hại đường tu.

Tự kiểm nghiệm Ngũ Thần bằng thất tình

Tại sao lại nói ngũ tạng sanh Tình? Đức Cao Thượng Phẩm trả lời: «*Trong mọi người đều có thất tình lục dục, những tình dục ấy phát sinh ra do nơi lục phủ ngũ tạng, nhưng chủ của nó là Chơn Thần đó vậy*» (Luật Tam Thể, tr.20).

Trong mỗi tạng, Thần được nuôi dưỡng bởi Chơn Khí của tạng đó, thí dụ phế khí nuôi dưỡng Phách. Nếu một tình cảm liên hệ đến một tạng bộc lộ quá đáng, Chơn Khí của tạng sẽ xáo động, Chơn Khí của tạng xáo động kéo theo vọng động của Thần trong tạng đó, Thần vọng động sẽ làm Chơn Thần ô trược. Từ quan sát xáo động Chơn Khí bởi tình cảm thái quá, ai trong chúng ta cũng có thể tự kiểm chứng được thất tình thái quá hại Ngũ Thần với những triệu chứng nào.

• Giận quá thì can khí bốc lên, mặt mày đỏ ké, chân tay run rẩy làm mờ Hồn trong can nên ngu dại làm điều trái đạo; nộ giận là một tội ác trong tam độc (tham, sân, si) và thập ác[330] nên Thượng Đế phải «*Khuyên một điều con khá giảm hờn*».

• Buồn thái quá làm phế khí co lại và giáng xuống, mặt xám lại, tay lạnh ngắt, hại đến Chơn Thần ở phế (Phách) khiến khó thở, tinh thần suy nhược, yếm thế;

• Vui thái quá làm tán khí tim khiến Thức Thần trong tim muốn hóa điên cuồng, miệng nói tay múa;

• Thần ở tì (Ý) chán nản, mệt mỏi nếu lo âu, yêu ghét quá đáng làm tổn thương tì khí, ngồi buồn thiu chẳng buồn đuổi ruồi muỗi;

• Sợ hãi làm Thần ở thận (Chí) mất hết ý muốn mạnh mẽ để đạt mục đích.

Tóm lại, thất tình hỉ nộ ai lạc... biểu lộ quá đáng trở thành xúc cảm thì theo ngũ quan nhập vào tàn phá ngũ tạng, làm thần phải thương tổn nên phải luyện kỷ để trị nội thương đó, tạo thế quân bình cho trong định, ngoài an.

Tự kiểm nghiệm Ngũ Thần bằng ngũ vị

Mặc dầu xác phàm cũng sinh hoạt riêng theo bản năng tự động như tim đập, máu huyết lưu thông... nhưng sinh hoạt tự động đó vẫn phụ thuộc vào điều kiện hài hòa của Ngũ Thần (Chơn Thần). Sau thất tình, mùi vị thực phẩm cũng có thể làm xáo trộn cung điệu thiên nhiên của Ngũ Thần và cản trở

---

[330] Thập ác: 3 ác của thân (sát sanh, du đạo, tà dâm), 4 ác của khẩu (vọng ngữ, ý ngữ, lưỡng thiệt, ác khẩu), 3 ác của ý (tham, sân, si)

việc qui Ngũ Thần để đắc đạo. Ngũ vị là: đắng (đi về tim), ngọt (tì), cay (phế), mặn (thận), chua (can). Dù ăn mặn hay ăn chay tu Đạo, chúng ta cũng có thể tự kiểm chứng được sự hiện diện của Ngũ Thần trong ngũ tạng với vài thí dụ sau.

Vị đắng lay động Thức Thần trong tim

Thức Thần ngụ trong tim. Vị đắng cảm ứng với khí của tim. Sau khi uống cà phê quá nhiều lại đậm đặc, tại sao tim đập mạnh, đầu óc tỉnh táo, bàn tay ướt mồ hôi? Lý do là vị đắng cà phê đi về tim nên kích thích quá mạnh khí của tim, làm xáo trộn nơi cư ngụ của Chơn Linh và làm Thức Thần (Chơn Thần) dấy động nên mới có những triệu chứng đó.

Tì khí suy phát sanh lo âu

Sau khi làm việc mệt nhọc trí não hay lo âu, người sẽ cảm thấy uể oải, bủn rủn chân tay, thiếu sáng kiến. Đó là triệu chứng Chơn Thần trong tì là Ý suy nhược vì thiếu bổ dưỡng. Ăn vị ngọt (cà rem, bánh ngọt...) vào là Chơn Thần (Ý) trở lại bình thường ngay. Lý do là vị ngọt nuôi dưỡng khí Hậu Thiên (tì khí) bao bọc Chơn Thần.

Phế khí yếu nhược

Phế khí suy nhược sẽ có triệu chứng: tiếng nói và hơi thở yếu ớt, hay đổ mồ hôi, ho xuyễn. Phách trong phế gây trạng thái chán đời, yếm thế... Trong trường hợp này thì nên kiêng vị cay vì vị cay làm tản khí của phế và bệnh nặng thêm.

Vị mặn bồi bổ Chơn Thần Chí

Vị mặn cảm ứng với thận khí và bồi bổ Chí (Chơn Thần trong thận). Nếu độ mặn trong máu xuống quá thấp vì đổ mồ hôi quá nhiều nhất là sau khi đi bộ dưới nắng gay gắt, tập dượt thể xác, con người có thể ngất xỉu hoặc suy giảm Chí phấn đấu sinh ra sợ hãi. Đó là dấu hiệu thiếu vị mặn của muối cho Chơn Thần (Chí). Một ly chanh muối là giải quyết vấn đề.

Vị chua làm Hồn thất tán

Nếu can khí suy yếu vì lạm dụng vị chua, Hồn trong can sẽ bạc nhược mà sinh ra sợ hãi, nhút nhát, thần kinh suy nhược, yếm thế, chân tay không sức lực[331]. Biện pháp là giảm hay kiêng ăn vị chua cảm ứng với phế khí.

Bảng tóm tắt dấu hiệu ô trược bởi khí ngũ vị

Vị khí quá độ	Tạng bị kích động	Dấu hiệu khí Tiên Thiên ô trược	Dấu hiệu xác phàm ô trược
Mặn	Thận	Chí suy nhược, sợ hãi	Thủy hỏa bất tương giao, bệnh tim, thận
Chua	Can	Hồn thất tán, thần kinh suy yếu	Gân dãn, sa bọng đái, tiểu tiện nhiều
Đắng	Tim	Thức Thần hồi hộp, mất ngủ	Áp xuất cao, mồ hôi bàn tay
Ngọt	Tì	Ý hay lo âu	Mập phì, thân nặng nề
Cay	Phế	Phách chán đời, yếm thế	Ho xuyễn, hơi thở yếu ớt

Ngũ Thần trong ngôn ngữ

Theo như tương quan giữa Ngũ Thần và thất tình, vui thái quá hại Thức Thần ngụ trong tim, lo âu hại Ý (tì), buồn hại Phách (phế), sợ hãi hại Chí (thận), oán giận hại Hồn (can). Chúng ta hãy nghe ngôn ngữ dân gian diễn tả Ngũ Thần cảm ứng với thất tình thái quá như thế nào.

Sợ hãi quá mức đến nỗi Hồn trong can xuất ra khỏi xác mà kêu rằng:

Hồn bất phụ thể.

Vì sợ hãi (kinh) mà Phách rơi rụng (lạc) hoặc mất hết (táng), Hồn thì sợ (kinh) bay mất (phi) thì nói:

Phách lạc **Hồn** kinh.
Hồn phi **Phách** táng.

---

[331] Thường sảy ra với người muốn giảm kí bằng ăn uống thật nhiều giấm, bưởi chua, chanh

Còn trong Đạo, Kinh Khi Đi Ngủ diễn tả Hồn Phách:

> Trong giấc mộng nghỉ yên **Hồn Phách**,
> Đấng Thiêng Liêng năng mách bảo giùm.

Khi mất hết (táng) can đởm (khí của đởm tức mật cho can đảm), người dân biểu lộ bằng câu nói:
> Kinh **Hồn** táng **đởm**

Còn Kinh Sám Hối thì diễn tả:

> Nhiều gộp núi như đao chơm chởm,
> Thấy dùng mình táng **đởm** rất ghê.

Còn về Hồn Vía, người dân diễn tả sợ hãi bằng mất Hồn và Vía (Phách):

> Thất kinh **Hồn Vía**.

Thánh Ngôn thì dạy:

> Tai Trời đến mới kinh **Hồn** mất **Vía**,
> Nhớ lại Thầy, Thầy đã đi đâu.

Tâm thánh, Tâm phàm

Kinh Khai Cửu mô tả con thuyền bị sóng vỗ lao chao trong biển khổ, người chèo lái thuyền biết rằng muốn đến bờ (cõi Thiên) thì phải cắt đứt thất tình (đoạn tình) và đậy lục dục lại (yếm dục) thì thuyền mới không chìm trong cơn bão thất tình lục dục.

> Ngó chi khổ hải sóng xao,
> Đoạn tình (thất tình) yếm dục (lục dục) đặng vào cõi Thiên.

Hình ảnh sóng gió thất tình lục dục đe dọa đắm thuyền cho chúng ta hiểu ngay lý do tại sao giáo lý Cao Đài dạy phải kềm chế thất tình lục dục. Kềm chế thế nào? Bằng tu Tâm luyện Tánh để có một thánh Tâm trước cảnh trần thế như thí dụ dưới đây.

Từ một cảnh trần thế (lục trần) là bom nổ, chết người, cảnh này tác động lên Tâm Tánh qua các giai đoạn sau:

- Giai đoạn cửa ngũ tạng (lục căn) mở ra trước lục trần: mắt nhìn thấy người chết, tai nghe bom nổ (lục căn),
- Giai đoạn lục thức nhờ có trí não. Lục thức khiến Tâm ý thức rằng đó là điều nguy hiểm, vô nhân… và làm cho Tâm rung cảm mà sanh sợ hãi hay tức giận trong thất tình,
- Giai đoạn Khí (Tánh) dấy động. Nếu tức giận thì Tình cảm tức giận sẽ tác động lên Chơn Thần tức Tánh qua trung gian khí của tạng can, nơi cư ngụ của Hồn,
- Giai đoạn Hồn giao động. Khí tạng can giao động làm cho Hồn xáo trộn. Mức xáo trộn của Hồn tùy thuộc vào trách nhiệm của Tâm kềm chế được Tánh hay không.

Ở giai đoạn Hồn, chúng ta mới phân biệt được Thánh Tâm của người tu Tâm dưỡng Tánh với Tâm phàm «*Tâm viên, ý mã*» luôn luôn dao động, chạy theo ngoại cảnh trần thế.

Trước cảnh bom nổ gây chết chóc, Tâm người tu (Tâm thánh) giúp Tánh đi vào hiệp với Tâm để đạt đến Trung-Hòa. Chuyển động Tánh nhập Tâm biểu hiệu Tâm (Chơn Linh) kềm chế được Chơn Thần, không để Chơn Thần bị lôi cuốn bởi lục căn, không để cho tình cảm (giận hay sợ hãi) vọng động trước cảnh lục trần (bom nổ). Tâm trở nên an tịnh, giữ được bổn thể chơn Tánh. Nhờ đó mà hành động phát tiết đúng chừng mực (trung hòa).

Trái lại, cũng trong cảnh đó, nếu thiếu tu Tâm dưỡng Tánh, Tâm phàm sẽ chiều theo đòi hỏi của Tánh (Chơn Thần) khiến cho lục căn chạy theo lục trần, buông thả thất tình tác quái làm cho Chơn Thần mờ ám, Tâm bất an tịnh nên vọng động. Ở trạng thái này thì thất tình trở thành «*qui*» gây oan trái, hại cho Chơn Khí và Ngũ Thần như sau:

Hỉ nộ (mừng, giận) không chừng mực làm ngũ khí, tam huê[332] mau hao kém;
Ái ố (yêu, ghét): tinh huyết, thần lực chóng giảm suy;
Ai, lạc, cụ (buồn, vui, sợ) làm sa vào những thói thấp hèn ngu dốt.

Đó là lý do tại sao có tượng thất đầu xà bị kềm chế bởi Đức Hộ Pháp tại Hiệp Thiên Đài, và tại sao Thánh ngôn dạy phải tu Tâm luyện Tánh cho đến mức Tâm và Tánh tận thiện tận mỹ, chí diệu chí linh, để hiệp nhứt vào Chơn lý hằng hữu bất biến. Thành Tiên tác Phật cũng do nơi Tâm, mà trở lại làm loài cầm thú mang lông đội sừng cũng do Tâm. Còn nếu không tu Tâm luyện Tánh thì chỉ hoài công tu:

Đường Tâm cửa Thánh dầu chưa vẹn,
Có buổi hoài công bước Đạo tầm.

---

[332] Tam huê; huê là hoa; chỉ tam bửu hiệp nhứt, tụ tại đỉnh đầu chỗ nê hoàn cung (huyền quan khiếu), đắc đạo thành Tiên, Phật tại thế (Tam huê tụ đỉnh); Ngũ khí: khí của ngũ tạng (tâm, tì, phế, thận, can)

PHỤ LỤC 3
Về chữ
«Ô TRƯỢC 汙濁»

Về vũ trụ, Đạo Cao Đài quan niệm *«Nhất thể, nhất nguyên»*. Nhất thể là Khí Hư Vô (Khí Tiên Thiên), nhất nguyên là Thái Cực (Thượng Đế) sanh ra vạn vật. Cho nên mọi vật trong vũ trụ đều mang cùng một bản thể là Tinh-Khí--Thần xuất phát từ Đức Thượng Đế. Vì cùng một bản thể với Thượng Đế mà tín đồ Cao Đài có thể qui hồi Thượng Đế bằng tu Hiệp Tam Bửu theo phép tu Phổ Độ. Lời khuyên chánh yếu trong phép tu này là tránh làm ô trược Chơn Thần. Vậy ô trược được hiểu như thế nào?

Trong sách giáo lý Cao Đài, chúng ta hay gặp các cụm từ *«Ô trược, trược chất, Tinh ô trược, Chơn Thần ô trược, trược khí, lưu thanh, khử trược…»*.

Theo định nghĩa thông thường Ô 汙 [333] là dơ bẩn, Trược 濁 (trọc) là dơ đục không thanh cao. Cứ theo định nghĩa mà dịch ra anh, pháp ngữ (Dirty and impure, Sale et impure.) sẽ cho độc giả hiểu là Khí hay Tinh ô trược cũng giống như bàn tay dính bùn. Trong giáo lý Cao Đài, ô trược diễn tả một ý niệm về *«dơ bẩn»* tại cõi trần gây cản trở cho hiệp Tam Bửu. Ô trược có 3 loại hình thức:

• Ô trược hữu hình phát sanh từ lục dục và Tinh thực phẩm ô trược,

---

[333] Tôi nghĩ nên dùng chữ «ô» thay vì «uế» (dơ bẩn hôi thúi)

• Ô trược vô hình trong Khí; đó là hình ảnh Chơn Thần ô trược vì bị dao động thái quá bởi thất tình (hỉ, nộ, ái, ố, ai, lạc, cụ);
• ô trược theo tín ngưỡng.

Ô trược hữu hình

Ô trược hữu hình thường gây ra bởi lạm dụng khí hậu thiên lục dục và hấp thụ Tinh chứa độc tố.

Lạm dụng

Vì lục dục liên hệ chặt chẽ với xác phàm nên lạm dụng khí lục dục sẽ làm ô trược xác phàm với dấu hiệu ô trược cụ thể thí dụ như mập phì bịnh hoạn vì lạm dụng vị dục (ngọt, chất béo), tim hồi hộp mất ngủ là quá ham vị đắng của cà phê, trà đậm đặc…

Tinh chứa độc tố

Xác phàm là Tinh được nuôi dưỡng hàng ngày bởi Tinh thực phẩm. Tinh thực phẩm mà chứa độc tố như hóa chất độc hại trong phụ gia thì sẽ làm xác phàm ô trược dưới hình thức bệnh hoạn[334]. Xin kể vài loại làm thí dụ.

Độc chất thiên nhiên trong Tinh

Tinh của măng tre (tỡi hay khô)[335] và khoai mì (Cassava) chứa độc tố thiên nhiên acid cyanhydric có thể gây ói mửa, ngộp thở, đau đầu… nếu ăn nhiều lại không rửa kỹ.

---

[334] Hãy đọc thêm: Lạp Chúc Nguyễn Huy, Âm Dương Ẩm Thực, TT. Seattle xuất bản, 2016;
[335] Trong nạc măng chứa hợp chất cyanur (cyanogen) nếu ăn vào dạ dày sẽ phóng thích acid cyanhydric (HCN) cực độc, chết người. Măng tươi có thể chứa 100mgHCN/100g, khoai mì khoảng 40mg HCN/100g. Muốn giảm bớt chất độc hại, măng phải lột vỏ, cắt thành lát nhỏ ngâm trong nước (vôi, muối…) rồi luộc 2 hay 3 lần cho hết chất đắng. Dù đã rửa, luộc kỹ chất độc vẫn còn lại một ít vì vậy không nên ăn măng nhiều và hàng ngày. Food standard Agency (Trung ương FSA) cho biết có 22 loại tương trên 100 loại gây ung thư. Có loại vì chứa hóa chất quá cao 3-MCPD theo tiêu chuẩn Âu Châu, 2/3 loại nước tương chứa hóa chất 1,3-CPD không nên có trong thực phẩm. Các hiệu nước tương nên tránh: Golden Moutain, Jammy Chai, Pearl River Bridge, Lee Kum Kee, Wanjashan, King Imperial, Golden Mark, Sinsin, Golden Swan, Tung Chun, Kim Lan.

Các thực phẩm có Tinh chứa độc tố nhân tạo gây bệnh

Thí dụ như nước tương chứa hóa chất quá cao 3-MCPD theo tiêu chuẩn âu châu[336] ; Nấm khô trung quốc chứa thuốc trừ sâu carbon disulfide nên để cả nhiều năm cũng không mốc meo, hư thúi; bì heo khô xắt nhỏ trắng tinh là nhờ *«óc sáng tạo»* rửa bì heo bằng eau de javel của người Trung Hoa; độc tố Formol (khí formoldehyde tan trong nước) được người Trung Hoa dạy cho người Việt dùng trong kỹ nghệ ướp cá hoặc pha trộn với bánh phở, bún… để tránh meo mốc.

Ô trược vô hình trong Khí

Các nguồn Khí Hậu Thiên gây ô trược là: Chơn Khí rút ra từ thực phẩm, khí trời, khí Hậu Thiên thất tình lục dục. Khi nói Khí Hậu Thiên ô trược có nghĩa là Khí đó làm mờ đục Chơn Thần. Mờ đục là hiện tượng ô trược. Chơn Thần mờ đục sẽ che khuất Thần (Chơn Linh). Lấy vài thí dụ sau.

Trược quang 濁光

Chơn Thần bán hữu hình vì được bao bọc và nuôi dưỡng bởi khí Hậu Thiên Chơn Khí. Chơn Khí có hình sắc hào quang (aura) mà người có huệ nhãn hoặc máy chụp hình kirlian[337] nhìn thấy được. Đó là lý do Chơn Thần *«bán hữu hình có thể thấy đặng mà cũng có thể không thất đặng[338]»*. Người đạo đức trường chay, Chơn Thần có hào quang (aura) trong sáng. Trái lại người gian tà, ăn mặn rượu thịt đầy khí Hậu Thiên, Tâm Tánh chiều theo thất tình lục dục thì Chơn Thần có hào quang tím đục. Màu ánh sáng tím đục là hình ảnh Chơn Thần ô trược[339].

---

[336] Peter Navarro, Death by China: Confronting the Dragon- A global call to action, Kindle Edition, USA, 2011

[337] Có thể chụp được với máy chụp hình kirlian do một người Nga sáng chế

[338] *Mỗi kẻ phàm dưới thế nầy đều có hai xác thân: Một phàm gọi là Corporel, còn một thiêng liêng gọi là spirituel, mà cái thiêng liêng do nơi cái phàm mà ra, nên gọi nó là bán hữu hình, vì có thể thấy đặng và cũng có thể không thấy đặng…Khi nơi xác phàm xuất ra thì lấy hình ảnh của xác phàm như khuôn in rập* (TNHT/Q1, tr.29).

[339] Đức Cao Thượng Phẩm tả: «Như Chơn Khí toàn trong trắng, chí Thánh, thì nó là một hào quang sáng chói, còn chưa được Thánh chất thì nó màu hồng; <u>còn như ô trược, thì nó lại là màu tím</u>. Những hào quang ấy bao phủ lấy thể xác đặng tiếp điển cùng Chơn Linh hay Chơn Thần».

Trược Khí 濁氣

Khí Hậu Thiên thất tình trở thành «*trược khí*» nếu phát ra thái quá làm xáo trộn Ngũ Thần trong ngũ tạng khiến cho Chơn Thần mờ tối che lấp Chơn Linh. Thí dụ giận quá thì can khí bốc lên, mặt mày đỏ ké, chân tay run rẩy làm mờ Hồn trong can. Hậu quả là giận quá hóa ngu (sân si) gây oan nghiệt, làm hại đường tu: *Để cho lửa giận một phen bừng cháy thì cũng đủ thiêu đốt Kim Đơn phải rã tan ra nước hết trơn*(TNHT, tr. 36). Đó là hiện tượng «*trược khí*» làm ô trược Chơn Thần và cản trở Ngũ Thần triều nguyên.

Ô trược theo tín ngưỡng

Không tuân theo Tân Luật, sắc dục đưa đến tà dâm, vị dụ-cượu chè ăn mặn đưa đến sát mạng thượng cầm hạ thú. Tất cả những tội lỗi oan khiên đó đều do Chơn Thần gánh vác. Đó là hình ảnh Chơn Thần ô trược phải tái kiếp luân hồi[340].

Giáo lý Cao Đài khuyên tín đồ nên ăn chay (thực vật) tránh ăn mặn (động vật). Ăn mặn làm cho Chơn Thần ô trược gây ra các hậu quả sau.

Khí Hậu Thiên nặng nề

Ăn mặn nhiều huyết nhục nên sản xuất ra nhiều trược khí Hậu Thiên (Chơn Khí) bao phủ Chơn Thần (khí Tiên Thiên) khiến Chơn Thần ô trược, u tối mờ đục che lấp Chơn Linh. Chơn Linh bị che lấp, Chơn Thần sẽ không kềm chế được đòi hỏi của xác phàm nên chẳng tránh khỏi thất tình lục dục[341] sai khiến mà gây ác nghiệt, oan khiên.

---

[340] «*Trong thịt đã chứa sẵn các thú chất, do đó làm cho tinh thần thường bị mê muội*» Thánh Giáo Đức Cao Thượng Phẩm, ngày 9-12-Tân Mão (1952).
[341] Thất tình là ái, ố, hỉ nộ, ai lạc, cụ; lục dục là 6 điều ham muốn: Sắc dục, thính dục, hương dục, vị dục, xúc dục,

Gây tội ác, tổn công đức.

Tất cả các thứ thịt đều là chất tinh huyết ô uế còn chứa lòng uất hận của con vật bị giết nên biến thành độc khí lưu trữ trong tế bào. Hơn nữa, chất đạm chứa nhiều chất độc nên tiêu hóa chậm hay khó[342] làm cho xác phàm và Tinh ô trược. «*Vì vậy Thầy buộc các con trường trai mới đặng luyện Đạo[343]*».

Khó ra khỏi xác phàm

Trên đường thiên lý ngoại, Chơn Thần là động cơ chuyên chở Chơn Linh thăng lên các tầng Trời. Tốc độ thăng thiên phụ thuộc vào tính thanh nhẹ hay ô trược của Chơn Thần. Nếu bổ Khí Hậu Thiên (Chơn Khí) để nuôi dưỡng khí Tiên Thiên (Chơn Thần) bằng ăn mặn sẽ làm cả xác phàm lẫn Chơn Thần ô trược. Lúc qui liễu, Chơn Thần và Linh Hồn khó thoát khỏi xác phàm. Đó là hình ảnh ô trược.

Không vào được Thượng Giới.

Ăn mặn sẽ làm xác phàm và Chơn Thần ô trược khiến Linh Hồn khó bề thăng thiên, sẽ không vào được Thượng Giới: «*Các con nếu ăn mặn mà luyện Đạo thì Chơn Thần bị Khí Hậu Thiên làm cho nhơ bẩn nặng nề mà khó thể xuất ra khỏi vùng Trung Giới được*».

Tiếp tục kiếp đọa trần.

Luyện Đạo mà ăn mặn thì hãy nghe Thượng Đế dạy: «*Nếu như các con còn ăn mặn luyện Đạo rủi có ấn chứng thì làm sao giải tán cho đặng? Như rủi bị huờn, thì đến khi đắc Đạo, cái **trược khí** vẫn còn, mà trược khí là vật chất tiếp điển thì chưa ra khỏi lằn không khí đã bị sét đánh tiêu diệt. Còn như biết khôn thì ẩn núp tại thế làm một bậc «Nhân Tiên», thì kiếp đọa trần chưa mãn*».

Vì vậy mà sau khi chết, Kinh Tẩn Liệm con khuyên: «*Lánh nơi **trược khí**, hưởng mùi siêu thăng*».

---

[342] Theo quan sát của khoa học: trái cây ở trong bao tử chừng 20 phút, ngũ cốc 2 giờ, thịt từ 4 đến 6 g
[343] TNHT/Q1/tr.30

PHỤ LỤC 4
Tu Chơn do Hiệp Thiên Đài dìu dắt

Đây là bí pháp tịnh luyện hiệp Tam Bửu thuộc dạng ngoại giáo biệt truyền đã ngừng hoạt động sau khi Đức Hộ Pháp qui thiên.

Người được thọ truyền phải hội đủ nhiều điều kiện khắt khe, tu luyện tại tịnh thất, dưới sự giám sát một chơn sư, mọi sinh hoạt tịnh luyện trực thuộc Hiệp Thiên Đài tức Đức Hộ Pháp là người trực tiếp nhận bí pháp từ Bát Quái Đài.

Chỉ sau khi đã lập đủ Tam Công mới tu chơn hay tịnh luyện, là vì: «*Phương tu Tâm Pháp Vô Vi, dù có về cùng Thầy chăng nữa, nhưng không công quả thì chẳng có ngôi vị nào, như du học sinh, ngày về không bằng cấp, đó là đi du hí mà thôi*».

Muốn được chấp nhận vào tịnh thất trong chương trình phổ độ của Tòa Thánh, tín đồ phải thứ nhất là tuân theo 8 điều kiện ấn định trong phần Tịnh Thất của Tân Luật[344], sau đó là thỏa mãn một số điều kiện như cân thần[345], có

---

[344] Điều 13. Trong hàng hạ thừa, ai giữ trai kỳ từ 10 ngày sắp lên, được thọ truyền bửu pháp, vào tịnh thất có người chỉ luyện Đạo
[345] Cân: cân đo cho biết nặng nhẹ. Thần: chơn thần. Cân thần là Đức Hộ Pháp trục chơn thần của một vị công quả để Đức Ngài dùng cặp mắt thiêng liêng xem xét 12 tánh chất của vị công quả đó là: hạnh, đức, trí, lực, tinh, thần, tín, mạng, căn, kiếp, số. Tổng cộng: 22 điểm. Chia 4 lấy trung bình = 5,5 điểm. Như vậy là trên trung bình: Đậu. Ai có điểm dưới trung bình thì phải lập công đức thêm.

tâm đức, làm đủ hay một phần Tam Lập, học thuộc Phương Luyện Kỷ...

Bí pháp tịnh luyện hiệp Tam Bửu chỉ khẩu thọ tâm truyền[346] cho người tu hành có đủ công đức nhằm đẩy nhanh quá trình đắc Đạo hầu phụng sự chúng sanh mà thôi.

Theo Pháp Chánh Truyền, Đức Hộ Pháp là người nắm cơ mầu nhiệm của Đạo, nắm luật của đời nên chịu trách nhiệm truyền bí pháp, hướng dẫn tu luyện. Ngài đã cho xây các tịnh thất cho người tịnh luyện, tu chơn: Phạm Môn, Trí Huệ Cung, Trí Giác Cung, Vạn Pháp Cung[347].

Phạm Môn 梵門 (cửa Phật)[348]

Tuân theo Thánh Ý của Đức Chí Tôn trong bài thi sau đây:

> *Tỉnh ngộ xá thân tại Phạm môn,*
> *Khuyến tu hậu nhựt độ sanh hồn.*
> *Vô lao bất phục hồi chơn mạng,*
> *Tỉnh thế kỳ thân đắc chánh tôn*[349].

Đức Hộ Pháp Phạm Công Tắc đã lập Phạm Môn là cửa tu chơn[350] của Đại Đạo, dành cho những tín đồ lo lập công bồi đức mà không muốn có phẩm tước, áo mão, chức sắc. Muốn tu chơn phải được Đức Hộ Pháp cân thần để xem vị đó có đủ Tam lập chưa, nếu đủ thì mới được vào tu chơn, còn chưa đủ thì phải trở lại trường phổ độ để lập công đức thêm.

---

[346] Tâm truyền: Trao lại bí pháp trực tiếp từ Tâm của thầy qua Tâm của trò, không dùng lời nói hay văn tự Bí pháp trực chỉ vào Tâm của người đệ tử rồi họ tự quán chiếu vào đó để nhận biết

[347] Vạn pháp: tất cả giáo lý của tất cả tôn giáo trên thế giới; Trí: khôn ngoan hiểu biết; Huệ: sáng suốt; Giác: cảm biết bằng giác quan; Cung: tòa nhà lớn.

[348] Xem eBook Phạm Môn, Minh Thiện, Phước Thiện từ cơ quan đến Hội Thánh, Thanh Minh biên soạn, 2013, và Nguyễn Đức Hòa, Phạm Môn sử lược, 1980

[349] Tóm tắt giải thích của Đức Hộ Pháp: Phải thức giấc cho mau, hiến thân vào cửa Phật; Khuyên chúng sanh lo tu hành thì ngày kia linh hồn đặng siêu thăng thoát hóa; Không có công lao khổ hạnh trong cửa Đạo thì không thể nào trở về ngôi xưa cảnh cũ cho đặng; Ráng tu tỉnh ngộ đem thân vào cửa Phật sẽ đắc Đạo tại thế

[350] Tu chơn là tu một cách hoàn toàn chơn thật, từ lời nói đến tư tưởng, từ cử chỉ đến việc làm, ngoại dung và nội dung đều hoàn toàn chơn thật

Tôn chỉ của Phạm Môn được Đức Phạm Hộ Pháp gói gọn trong đôi liễn của Phạm Môn:

> PHẠM giáo tùy nguơn cứu thế độ nhơn hành chánh pháp,
> MÔN quyền định hội trừ tà diệt mị hộ chơn truyền[351].

Phạm Môn phôi thai từ năm Kỷ Tỵ (1929) là con đường Tu chơn, vượt qua hình tướng, áo mão, chuyên chú Tam Lập và học Phương Luyện kỷ để hiệp Tam Bửu. Mỗi mỗi việc chi đều do khẩu thuyết mật truyền của Đức Hộ Pháp chớ không có giấy tờ văn kiện chi hết. Năm 1934, Pháp ra lệnh đóng cửa Phạm Môn vì lý do là lập hội không xin phép. Để tránh bị nghi ngờ, Đức Hộ Pháp đổi Phạm Môn thành cơ quan Phước Thiện có phẩm trật chức sắc rõ ràng.

Trí Huệ Cung 智慧宮[352]

Trí Huệ Cung trong Thiên Hỷ Động 天喜洞[353], lập tại ấp Trường Xuân, xã Trường Hòa, Châu Thành Thánh Địa Tây Ninh, cách thành phố Tây Ninh khoảng 7 cây số về hướng Đông Nam. Đức Phạm Hộ Pháp khởi tạo Trí Huệ Cung và khai mở vùng phụ cận vào cuối năm Đinh Hợi (1947) và ngày hoàn thành là ngày Đức Phạm Hộ Pháp trấn pháp Trí Huệ Cung, 15-12-Canh Dần (dl 22-1-1951).

Thiên Hỷ Động có vòng rào vuông vức rộng lớn bốn bên, mỗi bên có xây một cổng lớn ra vào, trên cổng có tấm bảng đề chữ THIÊN HỶ ĐỘNG, hai cột cổng có cẩn đôi liễn TRÍ HUỆ:

> **Trí** định thiên lương qui nhứt bổn,
> **Huệ** thông đạo pháp độ quần sanh[354].

---

[351] Phật dạy, tùy theo thời gian mà cứu độ người đời, thực hành chánh pháp, Quyền hành nơi cửa Đạo là định ra cái khoảng thời gian để diệt trừ tà mị yêu quái, bảo hộ chơn truyền của Đạo. Đôi liễn bằng chữ nho:
梵教隨元救世度人行正法
門權定會除邪滅魅護眞傳

[352] Xem eBook trên Website của daocaodai.info: Trí Huệ Cung Thiên Hỷ Động, Phạm Môn 1973 và Phương Luyện Kỷ của Đức Hộ Pháp

[353] Thiên Hỷ Động là Động Trời tràn niềm vui

[354] Nghĩa là: Sự khôn ngoan hiểu biết của con người sắp đặt đem cái Thiên lương trở về hiệp vào một gốc, (gốc đó là Thượng Đế), Cái trí huệ thông hiểu đạo pháp để cứu độ nhơn sanh. Đôi liễn chữ nho:
智定天良歸一本
慧通道法度群生

Trí Huệ Cung dùng làm tịnh thất cho nữ phái, xây ở khu trung tâm Thiên Hỷ Động, gồm có hai từng trên và một từng trệt được Đức Hộ Pháp cho xây dưới mặt đất. Ngài thuyết giảng Trí Huệ Cung: «*Đây là con đường thứ ba Bí Pháp Tu Chơn*». Cửa Thiên Hỷ Động là cửa Thiêng Liêng Hằng Sống. Trí Huệ Cung là cửa vào con đường Thiêng Liêng Hằng Sống.

Trí Huệ cung

Trí Giác Cung 智覺宮 (nay là nhà dưỡng lão),

Trí Giác Cung trong Địa Linh Động 地靈洞[355] dùng làm tịnh thất cho cả nam và nữ, lập tại ấp Trường Thiện, xã Trường Hòa, Châu Thành Thánh Địa Tây Ninh, cách thành phố Tây Ninh khoảng 3 cây số về hướng Đông Nam.

Đôi liễn Trí Giác cẩn nơi hai trụ cổng của Địa Linh Động - Trí Giác Cung:

> *Trí linh quán thế Thiên cơ đạt,*
> *Giác huệ siêu phàm Đạo pháp thông*[356].

Trí Giác Cung là đối cảnh của Cung Tri Giác ở Tạo Hóa Thiên (tầng Trời 9) mang ý nghĩa trụ Tinh, dưỡng Khí, tồn Thần để Tam Bửu hiệp Nhứt là đắc Đạo.

---

[355] Địa Linh Động: Vùng đất của hang núi chứa nhiều khí thiêng liêng của trời đất
[356] Nghĩa là: Cái trí hiểu biết thiêng liêng thông suốt việc đời, đạt thấu máy Trời, Cái trí huệ giác ngộ siêu phàm rõ thông đạo pháp. Đôi liễn chữ nho
智靈貫世天機達
覺慧超凡道法通

*Cung Tri Giác, trụ tinh thần,
Hườn hư mầu nhiệm thoát trần đăng Tiên[357].*

Tri Giác Cung   Điện thờ Phật Mẫu bên trong cung

Vạn Pháp Cung萬法宮 (chỉ mới phác họa dự án)

Tịnh thất dành cho nam phái, trong Nhơn Hòa Động人和洞[358], lập tại phía nam chân núi Bà Đen, nhưng vì chiến tranh xảy ra trước đây nên phải dời cơ sở về tạm đặt tại xã Ninh Thạnh, hướng Bắc Tòa Thánh Tây Ninh. Vạn Pháp Cung là đối cảnh Cung Vạn Pháp ở tầng Trời Kim Thiên (Tầng thứ 6).

*Vào Cung Vạn Pháp xem qua,
Cho tường cựu nghiệp mấy tòa Thiên Nhiên[359].*

Hiện nay, các người quản lý các Cung này không ai thực hành tịnh luyện nữa. Hơn nữa, trong thời kỳ Đại Đạo Tam kỳ Phổ Độ, chính yếu của tu Đạo là làm công quả và lấy cái tâm lương thiện của mình làm chủ yếu, gìn giữ Tánh bổn thiện của mình cho bền vững[360].

*Đường Tâm nẻo Tánh dầu chưa vẹn,
Có buổi hoài công bước Đạo tầm[361].*

---

[357] Kinh Đệ Cửu Cửu
[358] Nhơn Hòa Động: Nhơn: người; Hòa: thuận thảo với nhau; Động: hang núi
[359] Kinh Đệ Lục Cửu
[360] Đức Hộ Pháp giảng: *Lấy lương tâm làm chủ, giữ bổn thiện cho bền*. (Diễn văn 4-10-1933). *Nếu thiện tâm mình không có, dầu thọ pháp hay tịnh luyện rồi nó cũng mất* (Đức Hộ Pháp, 27-11-1936)
[361] Thi văn dạy Đạo của Đức Chí Tôn

Vạn Pháp Cung

Danh Từ Của Đạo

Âm quang: Âm: khí âm nguyên thủy do Thái Cực phân ra, quang: ánh sáng. Khí chất hỗn độn chưa có ánh thiêng liêng (Dương quang) của Đức Chí Tôn rọi đến. Âm quang được tích trữ tại Diêu Trì Cung, phát xuất từ Diêu Trì Kim Mẫu và tượng trưng bởi chữ Khí bùa ỵ viết sau tượng Đức Hộ Pháp và thờ ở các thánh thất. Khoảng âm quang nào thọ lãnh dương quang thì sẽ thối trầm trở thành cơ quan sanh hóa vạn linh. Theo Bát Nương: «*Khiếm khuyết ánh sáng thiêng liêng là Âm Quang*». *Âm quang là nơi chư hồn giải thể hay nhập thể… nơi của chư hồn đến đó đặng tịnh tâm xét mình coi trong kiếp sanh bao nhiêu phước tội* (TNHT/Q2/tr.92)

Bạch Ngọc Kinh: Tòa nhà bằng ngọc trắng, ở trung tâm càn khôn vũ trụ, nơi Đức Chí Tôn thường ngự.

Bát hồn: Tám phẩm Chơn Hồn trong càn khôn vũ trụ gồm: Kim thạch hồn, thảo mộc hồn, thú cầm hồn, nhơn hồn, thần hồn, thánh hồn, tiên hồn và phật hồn.

Bát Quái Đài: Tòa nhà có 8 cạnh đều nhau, nơi Đức Chí Tôn ngự trị cùng chư Thần, Thánh, Tiên, Phật, tượng trưng linh hồn vô hình của Đạo.

Bí Pháp: Pháp luật bí ẩn, vô hình chi phối sự tiến hóa Chơn Linh đi đến đắc Đạo.

Bí Tích: Pháp thuật huyền diệu không dùng trí phàm hiểu biết hết được.

Càn khôn: Trời đất. Trong bát quái, Càn là quẻ càn thuần dương, tượng trưng cho trời; khôn là quẻ khôn thuần âm, tượng trưng cho đất.

Càn Khôn Thế Giới: Thế: đời; giới: cõi; chỉ tất cả các địa cầu trong vũ trụ

Càn Khôn Vũ Trụ: trời đất, vũ trụ: khắp cả không gian và thời gian. Khoảng không gian bao la trong đó có nhiều quả tinh cầu (tinh tú, địa cầu, mặt trăng…).

Cao Đài: Ngôi tối cao để hình dung Đức Chí Tôn. Dùng danh hiệu Cao Đài là nhằm tránh cho nhơn loại ý nghĩa chia cách bởi các danh xưng từ trước và cho nhơn loại cùng nhìn nhận một Đấng duy nhất.

Cân Thần. Phép đo Chơn Thần mà Đức Hộ Pháp xử dụng để cho phép vào tịnh thất.

Chí Tôn: Thượng Đế cấu tạo càn khôn vũ trụ. Ngài còn mang nhiều danh hiệu khác: Thái Cực, Đại Linh Quang, Đại Hồn, Thiên Hồn, Đại Từ Phụ, Thầy, Trời, Đấng Thanh Cao, Đại Bồ Tát Ma Ha Tát, Ngọc Hoàng Thượng Đế, Cao Đài Ngọc Đế, Đức Ngọc Đế, Vô Danh Tiên Trưởng, Cao Đài Tiên Ông, Cao Đài Bồ Tát... Lễ vía của ngài vào ngày 9 tháng giêng.

Chơn Hồn: chỉ Chơn Thần và Chơn Linh hiệp nhứt khi vào cõi Hư Vô. (Đức Nguyệt Tâm Chơn Nhơn dùng chữ Chơn Hồn để chỉ Chơn Thần)

Chơn Linh (linh hồn, Tâm, Thần): Tiểu Linh Quang được chiết ra từ Đại Linh Quang của Thượng Đế ban cho mỗi người khi giáng sanh nhập vào xác phàm để làm đệ tam xác thân. Nhờ có tánh thánh, vô tư, Chơn Linh có phép giao thông với các Đấng Thiêng Liêng qua cơ bút nhận Thánh Ngôn mà lập nên Đạo Cao Đài.

Chơn Thần: (Thần Hồn, Linh Thân, Chơn Thân, Pháp Thân, Phách, cái Vía, Tướng Tinh, Hàoquang) do Đức Kim Mẫu dùng nguyên chất nơi Diêu Trì Cung để tạo thành. Chơn Thần hiệp với Chơn Khí tạo thành Đệ nhị xác thân. Chơn Thần ngụ trong ngũ tạng thì gọi là Ngũ Thần: Thức Thần trong tim, Ý trong tì, Pháchtrong phế, Chí trong thận, Hồn trong can.

Chơn Hồn nghĩa Chơn Thần trong các kinh:

Kinh cầu hồn khi hấp hối: *Phép Lục Nương gìn giữ Chơn Hồn*

Kinh khi đã chết rồi: *Kêu Chơn Hồn vịn níu Chơn Linh*

Kinh Đệ Tam Cửu: *Chơn Hồn khoái lạc lên đàng vọng thiên.*

Cơ ngẫu: Cơ là chiết (một), ngẫu là đôi (hai). Thái Cực là cơ, âm dương là ngẫu.

Cung Hiệp Thiên Hành Hóa: Tòa Tam Giáo, nơi làm việc của Tam Trấn Oai Nghiêm cầm quyền tam giáo thời Đại Đạo Tam Kỳ Phổ Độ.

Cung Chưởng Pháp. Nơi phụ trách luật pháp của Càn Khôn Vũ Trụ.

Cung Diệt Bửu. (diệt là trừ, bửu là quí báu) Thấy sự nghiệp của người tại cõi trần hiện ra mà từ bỏ.

Cung Bắc Đầu. Chỗ cao xem căn quả cho biết số phận của mình, học tập lễ nghi.

Cung Lập Khuyết. Dựng nên các thiếu sót.

Cung Ngọc Diệt Hình. Diệt trừ hình thể vật chất thấy được.

Cung Tận Thức. Nhận biết hết(tận là hết, thức là hiểu biết).

Cung Tri Giác. (tri là biết, giác là cảm biết do giác quan) Biết và sửa soạn đăng lên cõi Phật cảnh

Cung Tuyệt Khổ. Cắt đứt mọi nỗi khổ.

Cung Vạn Pháp. Tại tịnh thất để biết nghiệp cũ, tìm thấy ngôi vị cũ.

Cửu Trùng Đài: (thể xác của Đạo), đài có 9 bậc cao thấp khác nhau đối ứng với Cửu Trùng Thiên.

Cửu Thiên Khai Hóa: 9 tầng trời được mở ra để Thần, Thánh, Tiên, Phật xuống giáo hóa nhơn sanh.

Cửu Trùng Thiên: 9 tầng Trời trong cõi Thiêng Liêng, từ thấp lên cao là: Từng Trời 1 có vườn Ngạn Uyển, Từng Trời 2 có vườn Đào Tiên, Thanh thiên (Trời màu xanh), Huỳnh thiên (Trời màu vàng), Xích thiên (Trời màu đỏ), Kim thiên (Trời vàng kim), Hạo Nhiên thiên (Trời lớn rộng), Phi Tưởng thiên (Trời không ý sai quấy), Tạo Hóa thiên (tại đây Phật Mẫu nắm cơ sanh hóa thay quyền Đức Chí Tôn, tạo dựng Càn Khôn vũ trụ và vạn vật).

Cửu vị Tiên Nương: Chín Nữ Phật hướng dẫn linh hồn tín đồ đi lên 9 tầng Trời.

Diêm phủ: Những quả địa cầu nặng, tối tăm, chìm dưới đáy sâu của vũ trụ, âm khí nặng nề, thảm sầu ghê rợn, nơi để đọa đày linh hồn phạm tội ở thế gian.

Diêu Trì Cung: Diêu là loại ngọc quí ở cõi thiêng liêng, trì là cái ao làm bằng ngọc diêu. Cung điện có aodiêu trì chứa âm quang để tinh vi vạn vật, nơi để cho các Chơn Hồn giải thân, định trí, là cái quan ải để các Chơn Hồn khi qui tiên phải đi qua đó, do Đức Diêu Trì Kim Mẫu chưởng quản cùng với 9 nữ phật.

Diêu Trì Kim Mẫu: (Kim Bàn Phật Mẫu, Đại Từ Mẫu, Bà Mẹ Sanh, Mẹ, Đức Mẹ, Phật Mẫu, Đức Diêu Trì, Đức Kim Mẫu...), là hóa thân của Đức Chí Tôn, chưởng quản Diêu Trì Cung, điều khiển bát hồn, chúng sanh. Đức Phật Mẫu thâu điểm Linh Quang của Đức Chí Tôn làm linh hồn, rồi dùng nguyên khí âm-dương trong Diêu Trì Cung tạo ra một Chơn Thần làm xác thân thiêng liêng bao bọc điểm linh hồn này và tạo thành một con người nơi cõi thiêng liêng. Ngày lễ vía của ngài là rằm tháng tám.

Dương quang: Ánh thiêng liêng ấm áp của Thầy rọi xuống, hiệp cùng âm quang làm cho hóa sanh vạn vật.

Đài Chiếu Giám. Đài gương sáng (chiếu là soi rọi; giám là gương soi) đặt trong Tòa Tam Giáo, xem lại rõ ràng tội phước.

Đài Nghiệt Cảnh. Gương soi nghiệp ác (nghiệt là mầm ác, nghiệp ác, cảnh là tấm gương soi).

Đài Huệ Hương. (huệ là sáng suốt, dứt điều mê muội; hương là mùi thơm): Tẩy Chơn Thần sạch sẽ khỏi hết ô trược.

Đạo: Đạo thì vô hình, vô dạng, vĩnh cửu được diễn tả dưới nhiều nghĩa sau:

⦿ Đạo là Vô Vi Hạo Nhiên chi khí châu lưu trước khi sanh Càn Khôn vũ trụ. Trời Đất phải bẩm thọ khí Hạo Nhiên rồi mới phân định càn khôn và muôn loài vạn vật.

⦿ Đạo là Tiên Thiên Nhứt Khí, là cơ quan chủ tể của sự sanh sanh, hóa hóa, đã phân định âm-dương, tạo thành trời đất, rồi nhờ âm-dương giao phối mà sanh hóa ra vật chất muôn loài. Vậy, hễ thấy có sanh hóa được là Đạo.

⦿ Đạo là đường của các nhơn phẩm đi theo mà lánh khỏi luân hồi ;

⦿ Đạo là đường để cho Thánh, Tiên, Phật theo đó mà hồi cựu vị.

Hạo Nhiên Khí (Hư vô chi khí, Tiên Thiên nhứt khí, Nhứt dương chi khí...): Khí chất to lớn châu lưu trước khi có trời đất.

Hậu Thiên Cơ Ngẫu: thời kỳ xuất hiện Đạo Hữu Vi (tôn giáo) hữu hình sắc tướng,

Hiệp Thiên Đài: Tòa nhà Người hiệp với Trời (Thượng Đế),là Chơn Thần (khí) của Đạo, là hình trạng Cung Hiệp Thiên Hành Hóa, trên cảnh giới Ngọc Hư Cung.

Hóa thân: Thượng Đế dùng phép huyền diệu làm biến hóa thân mình thành một người khác, thí dụ Đức Diêu Trì là hóa thân của Thượng Đế

Hồng mông: Hồng là to lớn, mông là mờ mịt. Khí mịt mịt, mờ mờ bao trùm vô cực trong thời kỳ hỗn nguyên.

Hồng nguyên. Hồng 洪: to lớn, Nguyên 元: khởi đầu

Huệ nhãn: nằm trên trán giữa hai lông mày, trên gốc sống mũi

Huyền quan khiếu: Cửa của cái lỗ trống huyền diệu nằm ở đỉnh đầu,cạnh nê hoàn cung

Huyền khí (Nhứt âm chi khí): Huyền là mầu đen. Khí âm châu lưu trước khi sanh trời đất.

Huyền vi: Huyền là sâu kín, vi là rất nhỏ. Sâu kín và nhỏ không thể thấy và biết rõ.

Hư linh: Hư là trống rỗng, linh là huyền diệu.

Kim bồn. Chậu bằng vàng của Đức Phật Mẫu đặt nơi Diêu Trì Cung dùng chứa Nguơn Chất để tạo Chơn Thần

Kim Tiên: là hình ảnh điển lực (của Đức Hộ Pháp) mở đệ bát khiếu tức Huệ quang khiếu (trong người có thất khiếu và khiếu vô hình Huệ Quang Khiếu; còn Long Tu Phiến của Đức Cao Thượng Phẩm có quyền đào độn nguơn khí, thâu hoạch nguơn khí để trong sanh lực

Kinh Đại Tường. (Đại 大: Lớn. Tường 祥: điều tốt lành); kinh hướng dẫn chơn hồn vào cõi Phật

Kinh Tiểu Tường. (Tiểu 小: Nhỏ. Tường 祥: lành, tốt) ; kinh hướng dẫn chơn hồn vượt Cửu Trùng Thiên

Linh Quang (Sanh quang): Ánh sáng thiêng liêng của Thượng Đế, phát ra từ Thái Cực để tạo nên sự sống và sanh hóa.

Linh tánh: bản chất thiêng liêng của mỗi người.

Linh Tiêu Điện: Linh là thiêng liêng, huyền diệu, Tiêu là khoảng không gian mênh mông. Nơi Đức Chí Tôn họp Thiên Triều.

Long Hoa: Long là rồng, hoa là cây giống như con rồng, đơm hoa rực rỡ. Đại Hội Long Hoa là hội thi chung kết tuyển người đạo đức chuyển qua nguơn thánh đức.

Luân hồi: Kiếp sống sanh sanh, tử tử, cứ thế nối tiếp nhau giống như cái bánh xe quay đi rồi trở lại như thế.

Lục căn: Sáu gốc rễ có sức nẩy sanh: Mắt (thấy), tai (nghe), mũi (ngửi), lưỡi (nếm), thân (ham), ý (tư tưởng phải, quấy).

Lục dục: Sáu điều ham muốn. Lục trần khêu gợi lục căn mà sanh ra sáu điều ham muốn: Sắc dục, thính dục, hương dục, vị dục, xúc dục, pháp dục.

Lục trần: Sáu cảnh nơi cõi trần diễn ra trước lục căn: sắc, thính, hương, vị, xúc, pháp (tư tưởng mưu tính).

Lưỡng Nghi: Nghi Âm (khí âm quang) và Nghi Dương (khí dương quang).

Lý Thái Cực: Lý đơn nhứt nghĩa là chỉ có một lý duy nhứt là Thái Cực cầm quyền sanh hóa, thống chưởng Càn Khôn.

Lý thiên nhiên: Lý của Trời thuộc về phần tinh thần và linh hồn cao siêu.

Lý tự nhiên: Lý của người, sanh ra rồi cứ theo lẽ thuận hành âm-dương, giao phối Hậu Thiên, sanh ra ân ái, sanh sản.

Ma Ha Thủy: Ma Ha tiếng Phạn nghĩa là lớn, thủy là nước. Nước đã được làm phép dùng cho haibí tích Tắm Thánh và Giải Oan.

Minh thệ: thề giữ chắc lời phải theo đúng điều đã nguyện.

Nê hoàn cung 泥環宮. **Nê:** bùn, vật gì giống như bùn. **Hoàn:** vòng tròn. **Cung:** một bộ phận. Nê hoàn cung là cái mỏ ác ở đỉnh đầu nằm giữa đỉnh đầu chỗ «thóp thở», tức huyệt Bách hội, nơi tụ hợp dương khí củacơ thể.

Ngạn Uyển: vườn hoa nơi cõi Thiêng Liêng Hằng sống. Ngạn: bờ chỉ bờ bên kia của biển khổ, Uyển: vườn.

Nhân sanh quan: Hệ thống tư tưởng triết học nghiên cứu nguồn gốc của con người, sự sống chết và ý nghĩa của cuộc đời

Ngoại Giáo Công Truyền (Cao Đài Tôn Giáo): là phần phổ độ tức phần thế pháp dùng hình thức hữu vi sắc tướng bên ngoài, dạy giáo lý, kinh kệ...

Nội Giáo Vô Vi (Cao Đài Đại Đạo): thuộc về phần Tiên Thiên Vô Vi, tâm pháp bí truyền, chỉ cách tu tánh, luyện phản bổn huờn nguyên.

Ngọc Hư Cung: nơi họp triều đình của Đức Chí Tôn, ở tầng trời thứ 10 (Hư vô Thiên).

Ngũ Hành: Hỏa, Thổ, Kim, Thủy, Mộc trong Hậu Thiên Cơ Ngẫu, tương ứng với ngũ tạng trong con người: tâm, tì, phế, thận, can.

Ngũ Khí : Trong Tiên Thiên Cơ Ngẫu, Ngũ Khí là năm chất khí vô hình thuộc thời Tiên Thiên, nhưng khi ngưng kết lại thì có hình ảnh thuộc thời Hậu Thiên, tạo thành Ngũ Hành. Khí đen tụ trên không thành nước (thủy), khí đỏ thành lửa (hỏa), khí xanh thành mộc, khí trắng thành kim, khí vàng thành đất.

Ngũ Thần: Tức Chơn Thần ngụ trong ngũ tạng: Thức thần (tim) sanh ra tình cảm vui ; Hồn tức vía (can), sanh ra giận ; Phách (phế) sanh ra buồn ; Ý (tì) sanh ra lo âu ; Chí (thận) sanh ra sợ hãi.

Nguơn: Thời đại, Đạo có 3 nguơn:

- Thượng nguơn, thời phổ độ lần thứ nhứt, «Đức» được coi trọng,
- Trung nguơn, thời phổ độ lần thứ hai, coi trọng sức lực,
- Hạ nguơn, thời điêu tàn, mạt kiếp, thời Đức Chí Tôn khai Đại Đạo Tam kỳ Phổ Độ, qui nguyên tam giáo, hiệp ngũ chi để nhơn sanh trở lại thời Thượng nguơn.

Ngươn Thần: Khí dương phát xuất từ Thượng Đế.

Phách : Kết hợp của Chơn Khí với Chơn Thần, tùy theo bối cảnh Phách có nghĩa là:

◉ 7 lớp tinh khí của 7 cõi bọc ngoài Chơn Thần, Đức Hộ Pháp: *Đức Phật Mẫu dùng 7 ngươn khí tạo thành Chơn Thần ta, tức nhiên tạo Phách ta*

◉ Chơn Thần

Kinh đệ Nhứt Cửu: *Phách anh linh, ắt phải anh linh*

Kinh khi đi ngủ: *Trong giấc mộng ngủ yên hồn phách*

◉ phàm thân;

Gởi hồn phách cho chàng định số (Kinh tụng khi chồng qui vị)

TNHT: *Thủ cơ hay là chấp bút phải để cho Thần, tâm tịnh mới xuất Chơn Thần ra khỏi Phách, đặng đến hầu Thầy nghe dạy.*

Phạm Môn (cửa Phật). Chỉ nhóm tu chơn do Đức Hộ Pháp truyền dạy.

Phép Đoạn Căn: Cắt đứt 7 dây oan nghiệt.

Phép Giải Oan: Cởi bỏ hết các oan nghiệt (thù hận).

Phép Xác: Tẩy rửa Chơn Thần cho trong sạch.

Phong Đô. Cõi âm quang tại Diêu Trì Cung, nơi giáo hóa các chơn hồn đã bị lạc nẻo trên đường trần

Quả Càn Khôn: Hình ảnh thu nhỏ Càn Khôn Vũ Trụ của Đức Chí Tôn làm bằng quả cầu, trên đó có vẽ Thiên Nhãn và 3072 tinh cầu.

Tam bửu: Ba cái báu của con người: Tinh, Khí, Thần. Nếu tam bửu hợp nhứt thì đắc đạo.

Tam độc: Tham, sân, si.

Tam giới: Ba cõi là hạ giới (trần gian), Trung Giới (nơi Chơn Linh chờ Tòa Phán Xét), Thượng Giới (cõi thiêng liêng).

Tam huê tụ đỉnh: ba điều tốt đẹp (Tinh, Khí, Thần) tụ ở đỉnh đầu (nê hoàn cung) tức là đắc Đạo tại thế, lúc đó Chơn Thần có thể xuất nhập thể xác, vân du thiên ngoại.

Tam thi, cửu cổ: 3 con quỉ ở tam tiêu và 9 con ma ở 9 khiếu.

Tam Thiên Vị: Thái Cực và Lưỡng Nghi hiệp lại thành ba Ngôi Trời ở trên cùng Càn Khôn Vũ Tr

Tâm phàm: Ttâm thấp kém của người phàm tục, với đầy đủ lục dục thất tình và tham sân

Tận độ: Cứu giúp tất cả

Tận đoạ tam đồ bất năng thoát tục. Tận đọa: đày đọa hết mức; tam đồ: ba con đường, ý nói ba vòng luân hồi từ kim thạch lên đến nhơn loại; bất năng thoát tục: không thể thoát ra khỏi cõi trần

Tạo Đoan: Tạo là dựng nên, Đoan: cái đầu mối. Đấng Tạo hóa, Đấng sáng tạo ra Càn Khôn Vũ Trụ và vạn vật.

Thập ác: Sát sanh, du đạo, tà dâm, vọng ngữ, ý ngữ, lưỡng thiệt, ác khẩu, tham, sân, si.

Thất tình: Ái (yêu thương), ố (ghét), hỉ (mừng), nộ (giận), ai (buồn), lạc (vui sướng), cụ (sợ hãi).

Thể: Tinh khí hay thể chất của mỗi cõi. Từ hạ giới lên hư vô có 7 thể thuộc 7 cõi: xác phàm (hạ giới), phách (Trung Giới), vía (Thượng Giới), hạ chí (bồ đề), thượng chí (tứ tượng), kim thân (Lưỡng Nghi), tiên thể (cõi Thái Cực).

Thế Đạo: Thế là đời, đạo là đường phải theo. Cách xử thế, đạo ở đời phải theo cho hợp với đạo lý.

Thế giới: Một địa cầu trong một vũ trụ. Địa cầu 68 của nhân loại là một thế giới. Mỗi vũ trụ bao gồm nhiều thế giới.

Thể Pháp: Pháp luật hữu hình dẫn dắt đời sống nhơn sanh vào nẻo Đạo.

Thi thể (linh thể, thi hài): chỉ xác phàm sau khi chết.

Thiên Điều: Luật Trời hay luật tạo hóa dưới quyền năng chấp chưởng của Đức Chí Tôn. Thí dụ như luật Thiên Điều sắp đặt sự phối hợp Tiểu Linh Quang (của Đức Chí Tôn) với Âm Quang (của Đức Diêu Trì) để sanh ra con người.

Thiên Hỉ Động: Động Trời vui vẻ

Thiên tào 天曹 là cơ quan chuyên trách của Thiên triều, chỉ triều đình của Đức Chí Tôn. Mỗi Thiên tào là một từng trời.

Thiên tru Địa lục: Hình phạt bị Trời Đất giết chết vì phạm tội nặng

Thoại khí 瑞氣: Chất khí tốt lành, đó là Hỗn nguơn khí, là khí Sanh quang để nuôi dưỡng vạn linh

Tiên Thiên cơ ngẫu: Thời kỳ Đạo Vô Vi trước khi có Thượng Đế, vũ trụ là khối khí Hồng Mông.

Tòa phán xét: Ở chốn hư linh Trung Giới, nơi Chơn Linh được xét xử để được thăng hay phải giáng.

Trí Huệ Cung. Trí: hiểu biết, huệ: sáng suốt, Cung:tòa nhà lớn chỉ tịnh thất dành cho nữ giới tu chơn.

Tri Giác Cung. Trí: hiểu biết, giác: biết bằng giác quan; tịnh thất dành cho cả nam và nữ tu chơn

Trường đình: Nơi để quan tài, trạm dừng chân để từ biệt nhau

Tứ Đại Bộ Châu Thượng: Đông Đại Bộ Châu, Nam Đại Bộ Châu, Tây Đại Bộ Châu, Bắc Đại Bộ Châu.

Tứ Đại Bộ Châu Hạ: Đông Thắng Thần Châu, Nam Thiệm Bộ Châu, Tây Ngưu Hóa Châu, Bắc Câu Lư Châu.

U minh. U 幽:Tối tăm, vắng vẻ, yên lặng, ẩn kín. Minh 冥: mờ mịt. U Minh là tối tăm mờ mịt, chỉ cõi của người chết, cõi Âm phủ, hay cõi để giam hãm những linh hồn tội lỗi

Vạn cửu nang: (nang 囊: cái túi). Cái túi đựng chín muôn điều của Đức Diêu Trì Kim Mẫu ban cho mỗi Nguyên Nhân khi xuống trần.

Vạn Linh: Toàn thể các Chơn Linh (linh hồn) trong càn khôn vũ trụ, gồm đủ bát hồn.

Vạn Pháp Cung. Vạn pháp: các pháp của các tôn giáo; Cung: tòa nhà lớn chỉ tịnh thất của nam giới

Vô cực. Không có cái nào ngoài đầu cùng, ý muốn chỉ khối khí Hư Vô (Hồng Mông)

Vô Tự Kinh: Kinh không chữ; đứng trước quyển kinh, Chơn Hồn thấy tên họ mình hiện ra cùng với các kiếp sanh, nhìn thấy phẩm vị của mình.

Vô vi: Vô: không, vi: làm. Là vì Thiên Đạo diễn biến theo qui luật tự nhiên, điều hòa như không làm gì (vô vi) mà vẫn hiệu quả.

Vong linh (vong hồn): linh hồn người chết (vong: mất, chết)

Vũ trụ: bao gồm cả không gian và thời gian. Trong khoảng bao la vô cùng tận, vũ trụ của Đức Chí Tôn chỉ là một phần tử, tượng trưng bằng Quả Càn Khôn thờ nơi Bát Quái Đài.

Vũ trụ quan: Hệ thống tư tưởng diễn tả sự hình thành và biến đổi vũ trụ.

Xác thân: (xác phàm, phàm thể, giả thân) chỉ cơ thể khi còn sống.

THƯ MỤC

- Đồng Tân, Tìm hiểu căn bản triết lý Cao Đài, Cao Hiên xb, Sài Gòn, 1974
- Hiền Tài Nguyễn Trung Đạo,1) Tìm hiểu về Tam Thể Xác Thân, Q4, 2004, 2) Tìm hiểu ý nghĩa Kinh Tận Độ trong Đạo Cao Đài, Q7, 3) Tang lễ nơi hải ngoại, Q5, San Diego, 2005
- Hiền Tài Lê văn Thêm,1) Tu thân, California, 2010, 2) Bí pháp dâng tam bửu, bí pháp giải thoát, Ban Thế Đạo Hải Ngoại, Hoa Kỳ, 2013
- Hiền Tài nguyễn văn Hồng: 1) Giới thiệu Tòa Thánh Tây Ninh, 1999, 2) Bước đầu học Đạo, Quyển 1 và 2, Hoa Thịnh Đốn 2004, 3) Kinh Thiên Đạo và Thế Đạo, San Jose, California, 2001, 4) Luật Tam Thể (Thánh Giáo của Đức Cao Thượng Phẩm), Hoa Thịnh Đốn, 2004
- Hiền Tài Trần Văn Rạng, Đại Đạo Sử Cương, CA. 2003
- Lạp Chúc Nguyễn Huy: 1) Triết lý Cao Đài, Minh Thiện, Canada, 1995, 2) Le caodaïsme, Théorie des Trois Trésors et des Cinq Fluides, Chân Tâm,Cali. 2005,
- Nguyễn Trung Hậu, Phan Trường Mạnh, Thiên Đạo, Ban Thế Đạo Hải Ngoại xb, Hoa Kỳ, 2001
- Tân Luật, Pháp Chánh Truyền
- Thánh Ngôn Hiệp Tuyển, Tòa Thánh Tây Ninh, 1972
- Thánh Ngôn Hiệp Tuyển I, II, HT Nguyễn Văn Hồng hợp nhứt và chú thích, 2000
- Tiếp Pháp Trương văn Tràng, Giáo lý, Tòa Thánh Tây Ninh, 1974
- Thiện Trung, Nguyễn Xuân Liêm, Kinh Tam Giáo Nhựt Tụng, Cali. 1995

eBooks trong tủ sách Đại Đạo www.daocaodai.info:
- Ban Khảo cứu vụ, Thánh Ngôn yếu lược, 1973; Tìm hiểu về vũ trụ quan Cao Đài giáo, Tây Ninh, 2005
- Bảo Pháp Nguyễn Trung Hậu và Bảo Thế Lê Thiện Phước, Đại Đạo Học Đường, Tòa Thánh Tây Ninh, 1958
- Dã Trung Tử, 1) Nguyên lý và cơ chế của hiện tượng thăng hoa tinh khí thần, 2) Sự quan trọng của bí pháp và thọ truyền bí pháp, 3) Sự tiến hóa của loài người, 4) Đại Đạo học đường (Nguyễn Trung Hậu, Lê Thiện Phước),5) Đường hướng tu hành, 6) Bí pháp cầu nguyện trong giáo lý Đại Đạo Tam Kỳ Phổ Độ, 7) Phương dinh dưỡng xác thân
- Giải thích Kinh cúng Tuần Cửu,
HT Mai Văn Tìm, Thánh Ngôn Hiệp Tuyển, Trích yếu
- HT Nguyễn văn Hồng, Cao Đài từ điển
- HT Nguyễn Trung Đạo, 1) Tìm hiểu ý nghĩa Kinh Tận Độ trong Đạo Cao Đài, Ban Thế Đạo Hải Ngoại, 2010, 2) Tang Lễ nơi hải ngoại, Ban Thế Đạo Hải Ngoại, Cali. 2005
- HT Quách Văn Hòa, Chú giải Kinh Tận Độ, 2012
- Lời thuyết Đạo của Đức Hộ Pháp, Tòa Thánh Tây Ninh sưu khảo, 1949
- Nghi thức và ý nghĩa tang lễ trong Đại Đạo Tam Kỳ Phổ Độ,
- Nữ Đầu Sư Hương Hiếu, Đạo Sử II, ấn bản 2002, Hoa Kỳ
- Nữ soạn giả Nguyên Thủy, 1) Bí pháp Đạo Cao Đài, 2007; 2) Số 3 huyền diệu, 2007, 3) Đường về (Lời thuyết Đạo của Đức Hộ Pháp, 1948-49), 1990
- Nguyễn Đức Hòa, Phạm Môn sử lược, 1980
- Thanh Minh, Phạm Môn Minh Thiện Phước Thiện từ cơ quan đến Hội Thánh, 3013
- Thuyết Đạo của ngài Bảo Đạo Hồ Tấn Khoa
- Thiên Vân Hiền Tài Quách Văn Hòa, Kiến Tâm Phan Hữu Phước, Chơn Lý Diệu Ngôn (Luật tam thể), Tòa Thánh Tây ninh, 1952, Saigon
- Trần văn Rạng, Đại Đạo giáo lý và triết lý, 1974
- Trí Huệ Cung, Thiên Hỉ Động, tài liệu của Phạm Môn, 1973 (Tầm Nguyên sưu tầm)
- Tùng Thiện Từ Bạch Hạc, 54 câu hỏi đáp về linh hồn và con người, 2013; Ý nghĩa sự chết và Kinh Tận Độ, 2008

TÁC PHẨM CỦA LẠP CHÚC NGUYỄN HUY

■ **Sách đã in**
1) Đạo Cao Đài
2023 The philosophy of Caodaism, a bilingual Vietnamese-English edit. Nhân Ảnh XB ☺
2019 Lịch sử Hội Thánh Em, Liên Hiệp Hội Thánh Em xuất bản
2016 **Âm Dương** Ẩm Thực, TT Seatlle xuất bản
2015 Thiên Thư Tòa Thánh, Viện Nghiên Cứu **Đạo Cao Đài** USA xuất bản
2005 Le Caodaïsme, Théorie des Trois Trésors et des Cinq Fluides, Chân Tâm Publisher, California.
1995 Triết Lý Đạo Cao Đài, Minh Thiện xuất bản, Canada.
2) Văn hóa Việt
2023 Văn hóa ẩm thực Việt, Nhân Ảnh XB[362]
2024 2022 Nội chiến văn hóa Bắc Nam 1975-1986 trên đất Việt, Nhân Ảnh XB[363]
2022 Định hình văn hóa Việt, Nhân Ảnh xuất bản[364]
2022 Chuyện lạ nước Việt, Nhân Ảnh xuất bản
1994 Văn Hóa Việt, Nắng Mới xuất bản, Canada.
1992 Religion et adaptation: les réfugiés vietnamiens au Canada, Université Laval, Canada.*
1990 Fleur de lotus et feuille d'érable, La vie religieuse des Vietnamiens du Québec, Université Laval, mars 1990*
1988 Exile in a cold land, a Vietnamese community in Canada, Yale Center, U.S.A. *
1984 Les Vietnamiens du Québec: profil sociolinguistique, Centre international de recherche sur le bilinguisme, B.136, Québec
972 Hiện tình kinh tế Việt Nam, 2 tập, Lửa Thiêng xuất bản, Saigon.
3) Bài khảo cứu
2008 Des poids et des mesures dans les campagnes du Vietnam, École française d'Extrême-Orient, (Institut de Recherche sur le Sud-Est Asiatique, T.2, Paris*
1998 Le *Thờ Mẫu*, un chamanisme vietnamien? Anthropologie et Société, Université Laval, Québec *
1993 De quelques usages du sel dans la culture vietnamienne, Collection Grand Sud N° 4, Prince of Songkhla University, Thaïland
1990 Le caodaïsme, Fleur de lotus et feuille d'érable, La vie religieuse des Vietnamiens du Québec, Univertsité Laval, mars 1990*
1987 Les Vietnamiens à Québec et leurs problèmes d'intégration, Centre international de recherche sur le bilinguisme, publication B-164, Canada *.
1985 The survival of the Vietnamese language in Quebec, the Vietnam forum No.6, U.S.A.*
1974 Les marais salants de la province de Bạc Liêu, Société des Études indochinoises, T. XLIX.
1968 Les formations latéritiques à Bình Dương, Société des Études indochinoises, T. XLIII.
1962 Une agglomération de sampans habités à Saigon, C.O.M., T.XV, Bordeaux. *

* Đồng tác giả
4) Sách song ngữ anh-việt E-book
Hệ Phái Cao Đài, The Fractions of Caodaism, 278 Trang, Văn hóa Cao **Đài**, The Culture of Caodaism, 187 trang/ Thiên Thư
Tòa Thánh chú giải, A Holy Book of Caodaism, 147 trang, Lịch sử Chi Phái Quốc Doanh, 107 trang
Đọc E-book xin vào: daocaodai.info; wordpress.daocaodai-chauau.eu; tusachcaodai.wordpress.com; Lạp chúc nguyễn huy

*Đồng tác giả

---

[362] Bản Anh ngữ: The Vietnamese culinary culture, Nhân Ảnh 2023.
[363] GS Vĩnh Thế Lâm, cựu giáo sư ĐH Vạn Hạnh và University of Saskatchewan, chuyển sang anh ngữ dưới tựa đề Cultural Civil War Between North and South (1975-1986) In Vietnam, NXB Nhân Ảnh 2022
GS Louis Jacques Dorais, professeur émérite của ĐH Laval, Canada chuyển sang pháp ngữ dưới tựa đề Guerre civile culturelle entre le Nord et le Sud au Vietnam (1975-1986), Nhân Ảnh 2023.
[364] GS Vĩnh Thế Lâm chuyển sang anh ngữ dưới tựa đề Characterizing the Vietnamese culture, Nhân Ảnh, 2022

GIỚI THIỆU SÁCH BÁN TRÊN AMAZON

Mục lục, Dẫn nhập Bài 1. Khái niệm văn hóa, **Phần 1. Văn hóa thời Hùng Vương,** Bài 2. Văn Lang-Âu Lạc, Bài 3. Cái váy, Bài 4. Đôi đũa, Bài 5. Chó đá linh thiêng, Bài 6. Trầu cau, **Phần 2. Hình thành văn hóa Đại Việt,** Bài 7. Bối cảnh thời Bắc thuộc, Bài 8. Sáng tạo tiếng Hán Việt, Bài 9. Áo yếm, **Phần 3. Bối cảnh Viễn Đông,** Bài 10. Đình làng, Bài 11. Cơm làng, Bài 12. Linh hồn con nghệ, Bài 13. Thăng Long, Bài 14. Cây nêu, Bài 15. Tết, Bài 16. Bàn thờ tổ tiên, Bài 17. Vái lạy, Bài 18. Cơm Tết, **Phần 4. Trung tâm văn hóa Huế,** Bài 19. Huế, Bài 20. Triết lý giáo dục vua Nguyễn, Bài 21. Ngự thiện, Bài 22. Nguồn gốc áo dài, Bài 23. Nón lá, Bài 24. Văn hóa của căn nhà, Bài 25. Cây kiểng,**Thư tịch**

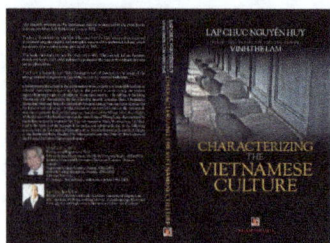

1. The Concept of Culture, **Part 1. Culture of the Hùng Vương Era,** 2. Southeast Asian Culture, 3. The Story of Betel and areca, 4. Skirt of Hùng Vương era, 5. The chopsticks culture, 6. The Sacred Stone Dog, **Part 2. Formation of Great Viet culture,** 7. Chinese Domination Era, 8. Yếm, **Part 3. Far Eastern Field,** 9. The village community hall, 10. Village banquets, 11. The Soul of Nghệ, 12. Thăng Long, 3. The Tết Pole, 14 Origin of Tết, 15. Tết Meal, 16. The ancestral altar, **Part 4. Cultural centre Huế,** 17. Huế, 18. Educational philosophy, 19. Royal Meal, 20. Áo dài, 21. Nón lá, 22. The culture in traditional house. 23. Cây Kiểng

Mục Lục, Lời nói đầu, **Chương 1. Văn hóa XHCN và sáng tác,** Chuyện lạ về lãng mạn ..., Chuyện lạ về thơ tình cảm, Chuyện lạ về" Chàng Thơ " ,Chuyện lạ về ca dao ,Chuyện lạ về tà áo ,**Chương 2. Văn hóa XHCN và giáo dục**

Chuyện lạ về kỹ sư tâm hồn,Chuyện lạ về gương anh hùng, **Chương 3. Văn hóa XHCN và lịch sử,** Chuyện lạ về dâng đất, Chuyện lạ về người đã chết, **Chương 4. Văn hóa XHCN và tín ngưỡng,** Chuyện lạ về Đền Hồ, Chuyện lạ về vong hồn của Bác, Chuyện lạ về "ước mơ "của Bác, Chuyện lạ về Ông Trời, **Chương 5. Văn hóa và kinh tế,** Chuyện lạ về đạo đức, Chuyện lạ về giết cha, Chuyện lạ về người đầy tớ, Chuyện lạ về giấc mơ

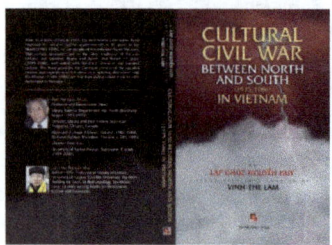

Part 1. *Socialist Culture: Cultural and educational theories,* **1. Theoretical foundation,** Hồ Chí Minh, Trường Chinh, **2. Creation of intangible culture,** Textual literature

Poetry and music in the socialist culture, Folk literature, Nhân văn giai phẩm Group, **3. Socialist education,** Theory of socialist education, Leadership training, Soul engineer, **4. Historical role,** Propaganda needs, Serving politics, *Part 2. Socialist culture: Infrastructure building,* **5. Socialist infrastructure,** Co-operatives, GBS (Government-based supply regime GBS), Family registry regime, Stamp/fiche regime, 6. Image of a dreamed society, Documents from the period of government-based organization of GBS, Ordinary daily life, *Part 3. Socialist culture: Collapse,* **7. Northern battlefront,** Abolition of the old culture, Return to the old culture, Changes in the countryside, **8. Civil war**" on Paper ", Book burning and writer's arrest, Activation of cultural laws

Saigon's cultural victory, **9. Civil war "in Sound",** Types of music, Burning of music and inhibition of songs, Victory of the Saigon Bolero sound ,**Bibliography**

Partie 1. La culture socialiste : théories culturelles et pédagogiques, 1. Fondements théoriques, 2. Créer une culture intangible, 3. L'éducation socialiste, 4. Le rôle de l'Histoire, **Partie 2. Édifier l'infrastructure de la culture socialiste,** 5. L'infrastructure socialiste, 6. Le fantasme d'une société imaginée, **Partie 3. La culture socialiste: l'effondrement,** 7. La ligne de front du Nord, 8. Une guerre civile sur papier, *9. Une guerre civile de l'audition,* La victoire du boléro de Saigon

Phần 1. *Văn hóa XHCN: Lý thuyết văn hóa giáo dục,*1. Cơ sở lý thuyết , 2. Sáng tạo văn hóa vô thể, 3. Giáo dục XHCN, 4. Vai trò của lịch sử, **Phần 2.** *Văn hóa XHCN: Xây dựng hạ tầng cơ sở,* 5. Hạ tầng cơ sở XHCN, 6. Từ giấc mơ đến hiện thực, **Phần 3.** *Văn hóa XHCN: Sụp đổ,* 7. Trận địa tại miền Bắc, 8. Nội chiến" *trên giấy ",* 9. Nội chiến trong *"âm thanh",* Chiến thắng của âm thanh bolero Sài Gòn, **Phụ lục 1:** Nghĩa quân văn hóa Vũ Hoàng Chương, **Phụ lục 2:** Nghĩa quân văn hóa Nghiêm Thẩm

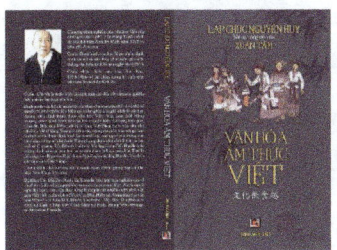

Dẫn nhập, **Phần 1. Cơm vua,** *Ngự thiện, Khí âm dương, Nhận diện Khí âm dương*
Khí mùi vị, **Phần 2. Thực dụng của văn hóa ẩm thực,** *Tạng khí, Cách dùng khí ẩm thực,*
Phần 3. Ẩm thực trong thế tâm linh, *Cơm cúng,* **Phần 4. Ẩm thực và tôn giáo,** *Cơm chay,* Phụ lục 1. Khí trái cây, Phụ lục 2. Văn hóa trong món **ăn,** Phụ lục 3. Cơm nhà Phụ lục 4. **Đôi đũa,** Phụ lục 5. Các chất phụ gia, Phụ lục 6. Yến tiệc trong cung vua triều Nguyễn
Thư mục

Introduction **Part 1. Royal Meal,** *Royal meal, Yin and yang, Identification of the food chi, The chi of flavors,* **Part 2. Practical Use of Culinary Culure,** *Chi of internal organs, Use of food chi,* **Part 3. Culinary Culture in Spiritual Life,** *worshipped meal,* **Part 4. Culinary Culture and Religion,** *Vegetarian meal,* Appendix 1. Chi in fruit, Appendix 2. Culture in meals, Appendix 3. Additives

Appendix 4. Palace feasts under Nguyễn Dynasty, Appendix 5. Vegetables in Vietnamese poetry,

Bibliograpphy,

THE PHILOSOPHY OF CAODAISM
A BILINGUAL VIETNAMESE-ENGLISH EDITION

TRIẾT LÝ CAO ĐÀI

Lạp Chúc Nguyễn Huy

NHÂN ẢNH
2023

ĐẠI ĐẠO TAM KỲ PHỔ ĐỘ
大道三期普度
Tòa Thánh Tây Ninh

THE PHILOSOPHY OF CAODAISM

A BILINGUAL VIETNAMESE - ENGLISH EDITION

TRIẾT LÝ CAO ĐÀI

Lạp Chúc Nguyễn Huy

NHÂN ẢNH 2023

CONTENTS

Chapter 1: How to study Caodaism — 203
1. The purpose… 204
2. The method… 208
3. The way… 209

Part 1. The Caodaist view of the universe — 211

Page one: Heaven — 212

Chapter 2: The Formation of the Universe — 213
1. The primeval period… 214
2. The period of changes… 215

Chapter 3: The Universe — 221
1. The invisible world… 222
2. The visible world… 225

Part 2. The Caodaist view of human life — 231

Page two: Origin — 232

Chapter 4: Where humans come from — 233
1. Souls… 234
2. Peri-spirits… 237
3. Physical bodies… 240

Chapter 5: Evolution — 243
1. The evolution of Hóa Nhân… 243
2. The evolution of Nguyên Nhân… 245
3. Incarnation… 246

Page three: The world — 250

Chapter 6: Fulfilling human responsibilities — 251
1. Why it has to be now?… — 252
2. Having religious work in Cửu Trùng Đài… — 253
3. Having religious work in Cơ Quan Phước Thiện… — 255
4. Practicing esotericism… — 257

Chapter 7: Tinh converted into Khí — 259
1. Tinh, Chơn Khí, Chơn Thần… — 259
2. Practicing vegetarianism… — 261
3. Having fish and meat… — 264

Chapter 8: Khí combined with Thần — 267
1. The harmony of khí… — 267
2. The source of seven emotions and six desires… — 269
3. The physical body and six desires… — 273
4. Chơn Thần and seven emotions… — 276
5. Tâm tánh… — 278
6. Religious advice… — 280

Chapter 9: Death — 285
1. Death of the physical bodies… — 285
2. Real dead men… — 288
3. Ascending and descending… — 290

Page four: How to self-liberate — 294

Chapter 10: The way to Trung Giới — 295
1. Some explanations for the afterlife … — 295
2. The way to the Divine Court… — 297
3. Two ways to heaven… — 298

Chapter 11: Going through Cửu Trùng Thiên — 301
1. How to examine and perceive… — 302
2. The images of the combination of Tam Bửu… — 307

Chapter 12: Self-liberation — 313
1. The way to the Buddhist realm: Thần returning to Hư… — 314
2. The way of Hư returning to Vô… — 317

CHAPTER 1

How To Study Caodaism

It is generally understood that thanks to spiritualism, God and other divine beings' revelations, which were noted down and called the divine messages, were the foundation of Caodaism. Revelation is called *mạc khải* in Vietnamese. *Mạc* - the curtain. *Khải* - opening. So, the term means God raises a curtain so that humans can gain fascinating insights into the magical realms, for which they have never had enough explanations. It is those revelations that established the religion Cao Đài, which then results in the philosophy of Caodaism.

Carefully systematizing the points of those divine messages, you can see the development of the philosophy of Caodaism as follows:

God's revelations
↓
Noted down as Divine Messages
↓
Religion Cao Đài
↓
Divine Messages systematized
↓

*System of thoughts established
Caodaist views of life and the universe*
↓
Compare and contrast studies
↓
Indicating the nature of Caodaist culture

To study the philosophy of Caodaism, you need to examine:
- The Caodaist view of human life and the universe.
- Caodaist external laws and internal laws.[365] An insight into both laws is a must to explain Caodaist view of human life and the universe.

According to the way, projects are usually done in anthropology in college, an investigation into Caodaism includes three sections:
- Presentation of the philosophy of Caodaism.
- Methods: gaining insight into the spiritual world.
- Explanation of the way of the book.

1. The Purpose

This book is written to thoroughly explain the philosophy of Caodaism and supplement any fundamental research on Caodaism.

Purpose 1. To thoroughly explain Caodaism

From time immemorial, religious men and philosophers have pondered human life and death. We common people always dream of meeting a divine being, who can tell us what those gurus and philosophers still cannot completely explain. The first thing we need is that divine being detailed what

---

[365] Thể pháp and bí pháp are two polysemous terms. In this paragraph they mean external and internal laws. External laws affect what you can see in the material world. Caodaist external laws aim to help humans free themselves from suffering while Caodaist internal laws help humans avoid the permanent cycle of reincarnation.

heaven is. Second, he tells us why we are born. Third, why we have to be born into this world. Lastly, what will happen afterlife and where will we go then?

Of those four points, scientists and materialists deal with the second point, human origin while philosophers and gurus worldwide provide a variety of explanations of the third point. Despite their abundant work, they have not fully covered the first and the last points, which are about what exists before life and what will happen afterlife.

Something, too simple, of course, has been written by a few people on behalf of God, the Supreme Being, for points three and four. That is why lots of people still thirst for a full explanation from any divine beings. While undertaking research on Caodaism, I myself was greatly satisfied to find out those divine beings. God and other deities have explained what we still thirst for through the medium of spiritualism. From the spiritual world, those divine beings give humanity the enlightening and thought-provoking *Chơn Lý Khải Định*[366]. Therefore, I aim to explain the Caodaist divine messages and sermons in order to complete what we still lack.

Purpose 2. To supplement any fundamental research on Caodaism and correct any politically affected *"studies"*.

As for a lack of research on Caodaism

Đồng Tân[367], a writer, wrote:

⦿ At the Caodaist Culture Society on November 29th, 1970, Professor Jeremy Davidson, University of London, stated, *"Besides the lengthy, complicated rituals and the one-sided dogma, the Caodaist Sacerdotal Council never discusses philosophical*

---

[366] Chơn 眞: true; lý 理: righteousness; Khải 啟: opening; Định 定: arraignment. The truth arranged and revealed by God.
[367] Đồng Tân, Tìm hiểu triết lý Cao Đài, Cao Hiên xb, Sài Gòn, 1974, tr.12, 18.

topics." Then he asked the Caodaist Dignitaries there, *"Can one define Caodaism as a religion's philosophy?"*

⦿ At the same place on March 30th, 1971, Pastor Victor L. Oliver stated, *"Deeply examined, Caodaism seems to have an unclear basic doctrine."*

⦿ In 1970 Pr. R.B. Smith Wrote, *"To some extent, western ignorance about Caodaism is the responsibility of the Caodaists themselves*[368]*."*

⦿ Most non-Vietnamese researchers'[369] work is based on previous studies and covers such topics as history, organization, teachings, internal events, and Caodaist sects, not a thorough explanation of the philosophy.

⦿ In 2010, Huỳnh Ngọc Thu[370] wrote in his doctoral thesis (page 37): *"The already published research has chiefly mentioned the issues of history, ideology and culture, not the nature of Caodaists' religious activities or the detailed explanations of the rituals, the organization or the religious system so far."*

As for the research conducted for political and beneficial reasons.

Reading the doctoral theses by Nguyễn Thanh Xuân, Huỳnh Ngọc Thu, Huỳnh Thị Phương Trang[371], knowledgeable readers can see they lack the "honest intellectuality" because they only write what the government permits.

---

[368] R.B. Smith, An introduction to Caodaism, Bulletin of the school of Oriental and African studies, University of London, vol. XXXII, part 2, 1970

[369] Blagov, Sergei, Caodaism, Vietnamese traditionalism and its leap into modernity, Nova, New York, 2001

Oliver, Victor L., Caodai spiritism, Caodai overseas missionary, Washington D.C, 2004

Smith R.B. An introduction to caodaism, Caodai overseas missionary, Washington D.C, 2004

Werner, J. S. Peasant politics anh religious sectarianism: peasant and priest in the cao dai in viet Nam, Caodai overseas missionary, Washington D.C, 2004

[370] Huỳnh Ngọc Thu, Đời sống tôn giáo của tín đồ Cao Đài trong bối cảnh văn hóa Nam Bộ, 348 tr. 2010 (Doctoral Thesis in history, Anthropology), presently a professor of Ho Chi Minh City University of Social Sciences and Humanities.

[371] Nguyễn Thanh Xuân, Đạo Cao Đài, hai khía cảnh lịch sử và tôn giáo, NXB Tôn Giáo, Hà Nội, 2013, (Nguyễn Thanh Xuân is the deputy he-ad of the religion department of the Vietnamese government, who directly controls Caodaism now.)

- Huỳnh Thị Phương Trang, *Đạo Cao Đài hiện nay và ảnh hưởng của nó đến đời sống văn hóa tinh thần của cộng đồng người Việt vùng đông Nam Bộ*, published by Ho Chi Minh City University of Social Sciences and Humanities 2008, (doctoral thesis)

It is true that God Himself founded Caodaism through the medium of spiritualism, but Professor Huỳnh Ngọc Thu, Ho Chi Minh City University of Social Sciences and Humanities, for his own benefit, has mistakenly written[372]: *"Caodaism was founded by the French-trained intellectuals based on Confucianism and supported by several wealthy landowners. Those people really wanted to establish a religion that combines a variety of beliefs and cultures of the Vietnamese southerners."* and *"Caodaism is a native religion invented and founded by the Vietnamese southerners based on the foundation of other established religions."*[373]

It is usually known that communist writers give fake information for their benefit. For example, to explain why Caodaism expanded so quickly, Nguyễn Thanh Xuân wrote: *"Seriously oppressed and exploited, some starving and poor southerners, whose struggle against the French colonists was unsuccessful, turned to religion resolution, Caodaism."*[374]

According to Đặng Nghiêm Vạn, Caodaists try to find out what current farmers think and *"show how to free themselves from the repression of everyday life."*[375]

What ruins the reputation of Caodaism is some people take advantage of their Ph.D. to distort the truth for political benefit. That is why the second purpose of the book is to restore the truth.

---

[372] Huỳnh Ngọc Thu's doctoral thesis, page 217.
[373] Huỳnh Ngọc Thu's doctoral thesis, page 220.
[374] Nguyễn Thanh Xuân, Đạo Cao Đài, hai khía cạnh lịch sử và tôn giáo, NXB Tôn Giáo, Hà Nội, 2013, page 49.
[375] Đặng Nghiêm Vạn, Bước đầu tìm hiểu về đạo Cao Đài, NXB Khoa học Xã hội, Hà Nội. 1995

2. The Method

In a project, a good method will lead to success. The method of the book is based on two chief factors: document and insight into the divine world.

Document

The information in this book is based on the original document like the Divine Messages.

References

- The Collection of Divine Messages.
- Collected Divine Messages.
- The Religion for Advanced Practitioners.
- Official Scriptures published by the Tây Ninh Temple.
- Sermons given by Caodaist leaders.
- The ebooks, which are carefully selected, at www.daocaodai.info and caodaism.net.
- Lots of compared and contrasted explanations from different authors.

Difficulties with document

All Divine Messages have not been systematically arranged and often incomprehensible because of the metaphors. I have overcome the problem by consulting the work by Caodaist leaders or the dignitaries knowledgeable about the doctrine. Then I categorized the Divine Messages into four sections, which are presented in this book.[376]

---

[376] Such as His Holiness Hộ Pháp, His Holiness Cao thượng Phẩm, the late Hiền tài Nguyễn Văn Hồng, etc.

An insight into the Cao Đài esoteric practice and the divine realm

In spite of being knowledgeable and experienced, I have not gotten enlightened yet, so I just try my best to explain God, other Divine Beings and the Caodaist dignitaries' explanations and systematize the Divine Messages. In addition, I explain some Caodaist important sacraments such as Dâng Tam Bửu, Tắm Thánh, Hôn Phối, Phép Xác, Phép Đoạn Căn, etc.[377]

It is the most difficult for me to examine how to save all souls in the divine realm. First, I have not got enlightenment yet. Only the divine beings, the spiritually enlightened persons and His Holiness Hộ Pháp, who have the Divine Eye[378], can see this. I only try to elaborate on what those divine beings have explained. Second, the earthly language is also an obstacle. Language represents thoughts from your senses, so it is limited. Language represents facts, not the nature of facts. It is, however, used to teach humans by God. Average people often pay much attention to the literal meanings of the words, so they usually mistakenly understand what God and other divine beings said. I try to give explanations as clear as possible. Third, I sincerely pray I would be enlightened enough to understand the metaphors used by divine beings.

3. THE WAY

In this book, based on the philosophy of Caodaism, I will try to answer the questions commonly asked by humans such as "What is the heaven?", "Where do humans come from?", What do humans live in the world for?", "What happens after death?" and "What should humans achieve at last?"

---

[377] Offering the Three Treasures, Holy Bath, Marriage, Purification, Cutting the Earthly Ties, etc.
[378] The Divine Eye is between the two human naked eyes.

PART 1
THE CAODAIST VIEW OF THE UNIVERSE

This is how Caodaism describes the formation and evolution of the universe. The view is established to describe two viewpoints:

- The nature and outlook of the universe.
- Holiness or Selfless God.

According to the Divine Law, the mutual affecting Yin and Yang create and change the universe in the infinite. This changing mechanism produces the concept of Selfless God.

PAGE ONE
HEAVEN

What is the invisible world?

From the invisible world, God used the psychic pen to describe it and His explanations elaborate on the concept: "Everything comes from the same origin."

The first page of this book talks about God and other Deities have descended into the world, using the psychic pen to reveal what humans wish to know about the universe. (Chapter 2):

- The origin of the universe and God.
- The two-phase creation.

In chapter 3, God describes the scenery of the invisible world in two phases:

- The pre-creation, before God exists.
- The post-creation, after God decided heaven and earth and Yin and Yang and created living beings.

CHAPTER 2

The Constitution Of The Universe

To study Caodaism, you should begin with the origin of the universe, which is Đạo or khí Hư Vô 虛 無 [379]. Đạo is the primeval power, which creates the universe and all living beings. Đạo has developed through two phases:

1. The primeval phase called Tiên Thiên [380] Cơ Ngẫu [381]. This is the phase of Vô Vi [382]. The universe is a dark space made of Khí Hồng Mông 洪 懞 [383].

2. The phase of motion called Hậu Thiên [384] Cơ Ngẫu. This is the phase during which Đạo transformed and God appeared, creating the universe.

---

[379] Hư vô. Hư 虛 empty, Vô 無 nothing.
[380] Tiên Thiên (pre-creation) is everlasting.
[381] Thái Cực (the Absolute) is cơ (odd, singly), Yin Yang are ngẫu (even, pair)
[382] Vô vi (wu wei) means "never acts yet nothing is left undone".
[383] Hồng 洪: huge, Mông 懞: covering, enveloping. This primeval dark gas exists, but no-one knows where it came from and when it happened. It is also called Hư Vô chi khí, Khí Vô Vi, Khí Tiên Thiên, Khí Hạo Nhiên. Taoism calls it Đạo, Confucianism calls it Vô Cực, Buddhism calls it Chơn Như.
[384] Hậu Thiên (post-creation) is transient.

1. The Primeval Phase: tiên thiên cơ ngẫu

As for this phase, God explains two vital points: the origin of the universe and the power in the Đạo (Hư Vô Chi Khí).

The origin of the universe

God explains that before the universe, there was Đạo. Đạo, which is the origin of the universe, is Hư Vô Chi Khí, whose inactive form is called Đạo. Đạo is empty, quiet, invisible, unhearable and untouchable. It exists without beginning and without end. It travels everywhere in the universe, exists in everything including form and emptiness, action and non-action and Yin and Yang. Đạo is the absolute truth and the spirits of everything. Each containing Đạo which regulates and nurtures itself.

The Tiên Thiên Cơ Ngẫu, which means no birth and no death, came before God. At that time, the universe, which is a dark space made of Khí Hồng Mông, was formless, borderless, soundless and dustless.

The power in the Đạo

The universe then contained the Khí Hồng Mông and three elements which triggered the Đạo: the Thái Cực[385], Yin and Yang. The Yin and Yang combined, forming a mass called Linh Quang[386]. That the three elements appeared explains why Đạo is the primeval power, which moved and created the universe and living beings in the phase of Hậu Thiên Cơ Ngẫu. When the mass of gas called Hư Vô[387] changed and transformed, God appeared.

---

[385] The Absolute.
[386] Linh - holy; Quang - light.
[387] Nothingness.

2. The Changing Phase: Hậu Thiên Cơ Ngẫu[388]

Everything in the universe is changeable and transient. Changing creates a new life. Đạo performs the same way. Even the term Đạo[389] suggests a thorough inspection of its mobility in order to explain how it creates things. In this phase, the universe is created by the operation of the Thái Cực - Yin Yang mechanism within the Khí Hồng Mông or Vô Cực[390].

God appeared

When the primeval power of Đạo started the universe, God appeared from Tiên Thiên Hư Vô Chi Khí after the mass of Linh Quang exploded.

Therefore, the important change made by Đạo is the appearance of God and the universe. *"Without Me, there wouldn't have been anything in the universe and without Hư Vô Chi Khí, I wouldn't have existed"*[391]. As a result, *"I myself have to act under the authority of Đạo."*

Three points are clearly made by the Divine Messages:

● Đạo or Hư Vô Chi Khí is the origin of God and everything in the universe, so God says: *"Children, I am you and you are Me."*[392] and *"I am the Hư Vô Chi Khí or Đạo."*

---

[388] The phase after Cơ Ngẫu (the Absolute, Yin and Yang), when God created the universe and life.
[389] The term Đạo 道 begins with two brush strokes ╲ ╱ which are Yin Yang. Then, a dash ― to represent the combination of Yin Yang ⺍. That is why one transforms into two, two transforms into three, three transforms into everything then everything transforms back into one. The term Đạo symbolizes Yin Yang in both active and inactive modes. In active mode they create and in inactive mode they are invisible. Next, the term tự 自, which means self-existing, is put below, making the term thủ 首 or highest, that is the origin of the universe. The term Đạo 道 belongs to the set xước ⻍ meaning traveling around. Next to this set is the term tẩu ⻌ meaning changing or transforming.
[390] No ends or poles, referring to Khí Hư Vô or Hồng Mông.
[391] The Collection of Divine Messages. Volume 1 page 32.
[392] The Collection of Divine Messages. Page 43

- The principle Nhất Thể or Nhất Nguyên[393] means everything completely united and Nhất Nguyên comes from the active Thái Cực
- God Himself created the universe: *"I am the one who started the universe...Only one perispirit transformed into the universe and humanity... I opened the Bát Quái[394] to create the universe, which is called Pháp[395]. Pháp gave birth to things and then humans existed, which is called Tăng[396]."*

From then on there has been an omnipotent and omniscient Thái Cực or the Grand Soul called God. *"When there was nothing in the universe, the Khí Hư Vô gave birth to Me and My throne called Thái Cực."*[397]

The constitution of the universe and things

The universe we humans live in is constituted by two mechanisms:

- Yin Yang mechanism.
- The Thái Cực and Yin Yang mechanism.

The Yin Yang mechanism

To form the universe, the two huge masses of gas Âm Quang and Dương Quang[398] cooperate and become a mechanism.

Controlled by God, this mechanism, which moves according to the Thiên Luật[399], continuously change from inactive to active mode thanks to the nguyên lý thiên nhiên[400]. The Yin

---

[393] Oneness, monism.
[394] The Bagua or Pa Kua are eight symbols used in Taoist cosmology to represent the fundamental principles of reality.
[395] Dharma.
[396] Sangha.
[397] The Collection of Divine Messages. Volume 2 page 62.
[398] Âm Quang (lit. Yin Light) is the primeval chaotic gas not shone by Dương Quang (lit. Yang Light). The space of Âm Quang shone by Dương Quang will sink and produce living things.
[399] Thiên Luật - Divine Law controlled by God.
[400] In Yin, here is a part of Yang, so there is the magic gas (similar to the Khảm in the Later Heaven Bagua) which rises. In Yang, there is a part of Yin, so there is the fire of nothingness (similar to Ly in the Later Heaven Bagua) or Hạo Nhiên Khí which sinks. This mechanism collects the khí Hư

Yang mechanism is both compatible and incompatible and can create:

● The invisible world: the Thirty-Six Heavens, the Twelve Heavens, the Four Upper Grand Continents.

● The visible world: the Three Thousand Worlds, the Four Lower Grand Continents, the Seventy-Two Planets (including the 68th one, our earth).

In this phase, things in the universe are categorized into Yin or Yang, high or low position, light or heavy things, heaven or world.

The Thái Cực and Yin Yang mechanism produces living beings

Being alone, God cannot reproduce living beings or create the universe, so God emits another mass of light, divides Thái Cực into Lưỡng Nghi, that is Dương Quang and Âm Quang. *"I divided Thái Cực into Lưỡng Nghi, which transformed into Tứ Tượng. Tứ Tượng changed to Bát Quái, which continuously transformed in order to establish the universe."*[401] According to the Divine Messages, the active Thái Cực and Yin Yang mechanism operate in the nature of Vô Cực, following Thiên Luật to reproduce living beings. *"I also separated My peri-spirit into multiple pieces which became living beings like materials, plants, insects, and animals."*[402]

Vô (the huyền khí in Yin and hạo nhiên khí in Yang). Huyền khí and hạo nhiên khí look like two electrical lights crossing each other, making the images of Lưỡng Nghi, which turn endlessly. Lưỡng Nghi expands continuously to create the Tứ tượng looking like a cross(+). Tứ tượng then turns like a propeller, spreading thousands of planets which we see now.
Tứ Tượng, which is called Tứ Tượng Yang, is like the two electrical lights, so there is a shadow called Tứ Tượng Yin. They all constitute the Bagua. Bagua transforms endlessly and changes the Tiên Thiên Ngũ Khí (white, black, blue, red and yellow gases) into Hậu Thiên Ngũ Hành (metal, water, wood, fire and earth). Therefore, there are five directions (east, west, south, north, center) on earth and five organs in a human body (heart, liver, spleen, lung and kidney).
[401] The Collections of Divine Messages. Volume 2 page 62.
[402] The Collections of Divine Messages. Volume 2 page 62.

The transformation of God

While creating the universe, God transforms into the assigned beings to take proper responsibility. For example, God transforms into Đức Phật Mẫu[403] to govern Âm Quang, or Thập Nhị Thời Thần[404], each of whom is in charge of a part of the daily time. God says *"I am the Thập Nhị Khai Thiên[405], controlling the Thập Nhị Thời Thần."*

Thái Cực works in active or inactive mode. In active mode, Thái Cực changes into Yang for fire.[406] In inactive mode, Thái Cực changes into Yin for water.[407] Since nobody governs Âm Quang, God transforms into Đức Phật Mẫu to be the Governor. Taking orders from God, Đức Phật Mẫu obtains the Dương Quang from the Thái Cực and combining it with Âm Quang to create all physical beings in the universe.

Earthly religions

Having located heaven and earth, Yin and Yang and living beings, Đạo expresses its use which is the appearance of religions on earth. Religions help humans understand Đạo Vô Vi[408]. Using worldly means, religions teach humans. In Vietnam, the use of Đạo is Caodaism or the Third General Salvation.

In Caodaism, Đạo is the method of religious practice to have a satisfying life and to return to the previous heavenly statuses after death. Beginning with eradicating earthly temptations, you will gradually gain what is called Wuwei[409] and finally Thiên Nhơn Hiệp Nhứt[410]. Therefore, religions are the doors leading to

---
[403] God the Mother.
[404] The Twelve Time Deities.
[405] The Founders of the Twelve Heavens.
[406] Ancient religious books call it Mộc Công (Mr Wood) because wood can start a fire.
[407] Ancient religious books call it Kim Mẫu (Mother Metal) because metal can change to water.
[408] Đạo Wuwei.
[409] Non-action.
[410] Becoming one with God.

the Đạo Vô Vi, to the Truth and to where there is no more reincarnation. *"Caodaism is the large road built by God for humanity to take in order to attain enlightenment, becoming Divine Beings" "Đạo is the way for the Deities who were exiled to the world to take so that they can regain their previous heavenly statuses. Đạo is the way for humanity to avoid reincarnation."*[411]

You can see the two important following points:

1. All materials come from Wuwei, that is the physical world comes from the invisible world.

2. Everything and God come from the same origin that is Hư Vô Chi Khí.

Summary

Tiên Thiên Cơ Ngẫu: Đạo Vô Vi	Hậu Thiên Cơ Ngẫu: Đạo Hữu Vi
1. Vô Cực is the mass of Hư Vô Chi Khí, which contains Thái Cực and Yin Yang 2. The mass of Đại Linh Quang explodes.	3. God appears and transforms into Âm Quang 4. Diêu Trì Kim Mẫu controls Âm Quang 5. Dương Quang and Âm Quang transform into the universe. 6. The invisible world. 7. The physical world. 8. Religions appear.

---

[411] The Collection of Divine Messages. Volume 2 page 3.

Chapter 3

The Universe

From the Khí Hư Vô[412] appear the Thái Cực, which is God. God creates the universe and describes it through Divine Messages: *"I say Tam Thập Lục Thiên[413], Tứ Đại Bộ Châu[414] are in mid-air. They are not planets. The other Thất Thập Nhị Địa[415] and Tam Thiên Thế Giới[416] are planets. The total number is 3072 stars."*[417] In order to reach Bạch Ngọc Kinh[418], you have to: *"Crossing Tam Thiên Thế Giới, you will reach Tứ Đại Bộ Châu. After Tứ Đại Bộ Châu, you can enter Tam Thập Lục Thiên. In Tam Thập Lục Thiên, you need more religious practice in more incarnations before reaching Bạch Ngọc Kinh."*

Generally speaking, the universe includes two parts: the invisible heaven and the physical world.

---

[412] Khí - gas. Hư Vô - nothingness.
[413] 36 Heavens.
[414] 4 Grand Continents.
[415] 72 Earths.
[416] 3,000 Worlds.
[417] The Collection of Divine Messages. Volume 1 page 45.
[418] The White Gem Capital, where God reigns over the universe.

1. The Invisible Heaven

According to the Divine Messages, from the highest position to the lowest position, there are:

- Tam Thập Lục Thiên.
- Thập Nhị Thiên, 3 upper for Buddha and 9 lower for Cửu Trùng Thiên.
- The upper Tứ Đại Bộ Châu.

Tam Thập Lục Thiên (36 từng Trời)

Buddhist Realm

Cửu Trùng Thiên

Upper Tứ Đại Bộ Châu.

Who can see this invisible world?

All divine beings, His Holiness Hộ Pháp[419], the people who get enlightenment and the peri-spirits leaving the physical bodies can see this world.

The divine beings in heaven, for example, Bát Nương[420].

Bát Nương describes: "*The invisible world is divided into Tam Thập Lục Thiên, the highest of which is for The Lord of the universe. The*

---
[419] Hộ Pháp Phạm Công Tắc, the leader of Hiệp Thiên Đài.
[420] The Eighth Female Buddha.

physical world includes three thousand worlds, which are divided into Tứ Đại Bộ Châu to govern Thất Thập Nhị Địa.[421]"

According to Bát Nương, the invisible world is Dương Khí[422], where *Dương Quang led by Thái Cực comes from and where Dương Quang produces numerous souls to create heaven.*[423]

Furthermore, Bát Nương says: "*The realm of Hư Vô*[424], *which is invisible compared to your physical world, is visible compared to the invisible Dương Quang*".

His Holiness Hộ Pháp, who had the privilege of being granted the Divine Eye

The priest who attains enlightenment will have Divine Eye, Divine Ears, Divine Nose and Divine Heart, so he can see the invisible world.[425]

To know what Heaven is, ordinary people like us have to learn from the Deities like Bát Nương or people with Divine Eye like His Holiness Hộ Pháp. Only after death can we see Heaven with our peri-spirits.

Tam Thập Lục Thiên

In Tam Thập Lục Thiên, Bạch Ngọc Kinh is located in the highest heaven in the middle of the universe. Thái Cực changes to Lưỡng Nghi. Yang occupies the second heaven and Yin the third heaven. They all form Ba Ngôi Trời or Tam Thiên Vị[426] in the middle of the universe. Below Tam Thiên Vị are 33 more heavens, each of which is governed by a Thiên

---

[421] Luật Tam Thể page 43.
[422] Yang.
[423] Luật Tam Thể page 43.
[424] Nothingness.
[425] Luật Tam Thể page 44.
[426] The Trinity.

Đế[427]. All Thiên Đế are God's incarnations. The total number is 36 heavens.

Thập Nhị Thiên

Below Tam Thập Lục Thiên is Thập Nhị Thiên[428]. *"Below the 36 heavens is another heaven called Niết Bàn[429]. Then there is another nine called Cửu Thiên Khai Hóa[430]. Nine heavens and Niết Bàn make ten. That is why people usually say: nine realms for heaven and ten realms for Buddha."*

Cảnh Niết Bàn

This realm is for the Buddhas, including three heavens: the tenth heaven called Hư Vô Thiên[431] governed by Đức Phật Nhiên Đăng[432], the eleventh heaven called Hội Nguơn Thiên[433] and the twelfth heaven called Hỗn Nguơn Thiên[434] governed by Đức Phật Di Lạc.

Cửu Trùng Thiên[435]

Cửu Trùng Thiên includes 9 heavenly levels: the First, the Second, the Thanh Thiên, the Huỳnh Thiên, the Xích Thiên, the Kim Thiên, the Hạo Nhiên Thiên, the Phi Tưởng Thiên, and the Tạo Hoá Thiên[436]. The First level is the lowest and heaviest.

The three Levels for Buddha and nine heavenly levels are where Buddhas, Immortals, and Saints regulate all activities in the universe and the evolution of living beings.

---

[427] Heavenly King.
[428] Twelve Heavens.
[429] Nirvana.
[430] Cửu Thiên - Nine heavens. Khai Hoá - Education.
[431] Hư Vô - emptiness. Thiên - heaven.
[432] Dipankara Buddha.
[433] Hội - Combination, Nguơn - era.
[434] Hỗn - chaotic, Nguơn - era, Thiên - heaven.
[435] Nine celestial planes or nine heavens.
[436] First, Second, Azure, Yellow, Red, Golden, Immense, Beyond Thought and Creation Level.

Tứ Đại Bộ Châu Thượng[437]

Tứ Đại Bộ Châu Thượng, which includes Đông Đại Bộ Châu, Nam Đại Bộ Châu, Tây Đại Bộ Châu, Bắc Đại Bộ Châu[438], govern Tam Thiên Thế Giới.

2. THE PHYSICAL WORLD

According to the Divine Messages, the other Thất Thập Nhị Địa[439] and Tam Thiên Thế Giới[440] are planets. The total number is 3072 stars.

Tam Thiên Thế Giới (3000 worlds)

The lower Tứ Đại Bộ Châu

Thất thập nhị Địa (72 planets)
Our earth is the 68th

---

[437] Tứ - 4, Đại - grand, Bộ Châu - continent - Thượng - upper. According to Hiền Tài Nguyễn văn Hồng there are two Tứ Đại Bộ Châu, the Upper and the Lower, but such information cannot be found in any Divine Messages.
[438] Eastern, Southern, Western and Northern Grand Continents.
[439] 72 Earths.
[440] 3,000 Worlds.

God told the early Caodaists to paint 3072 planets on the Quả Càn Khôn[441], which is painted azure and placed in the Bát Quái Đài.[442] The Tam Thiên Thế Giới is above the Thất Thập Nhị Địa. The purer and lighter the planets are the higher positions they are.

Tam Thiên Thế Giới[443]

These pure and light worlds for Gods, Saints, Immortals, and Buddhas only, so they are above the Thất Thập Nhị Địa. According to His Holiness Cao Thượng Phẩm[444], Tam Thiên Thế Giới is for the people who have higher heavenly positions and Thất Thập Nhị Địa is where examinations are held for people to compete for those heavenly positions.

Tứ Đại Bộ Châu Hạ[445]

They are Đông Thắng Thần Châu, Nam Thiệm Bộ Châu, Tây Ngưu Hóa Châu, Bắc Cù Lưu Châu located in the east, south, west, and north respectively. They are said to govern the Thất Thập Nhị Địa.

Thất Thập Nhị Địa

These planets include our earth (the 68th). The earth is governed by Nam Thiệm Bộ Châu because in The Prayer to Praise the Virtues of Deities you can read:

> *Lòng sở vọng lâm dâm tụng niệm,*
> *Xin giải nàn Nam Thiệm Bộ Châu.*
> I quietly say my prayers
> Save my Nam Thiệm Bộ Châu, please!

---

[441] The Universe Sphere.
[442] The Bagua Tower, which is said to be controlled by God.
[443] Each world is an earth or a planet.
[444] Mr Cao Quỳnh Cư, one of the two assistants to the Hộ Pháp.
[445] Tứ - 4, Đại - grand, Bộ Châu - continent - Hạ - lower. According to Hiến Tài Nguyễn văn Hồng there are two Tứ Đại Bộ Châu, the Upper and the Lower, but such information cannot be found in any other Divine Messages.

The first planet is the purest and lightest, so it is the highest. Below our earth, the 68th planet, are four other planets that are in the dark, so they are called U Minh Địa[446].

From the middle of the universe, God controls both the invisible and the visible world.

Summary

Tam Thập Lục Thiên (36 Heavens)

The realm for Buddhas

Cửu Trùng Thiên

Upper Tứ Đại Bộ Châu Thượng [447]

Tam Thiên Thế Giới (3000 worlds)

Lower Tứ Đại Bộ Châu Hạ[448]

Thất thập nhị Địa (72 planets)

---

[446] U Minh - dark, Địa - land.
[447] Đông Đại Bộ Châu, Nam Đại Bộ Châu, Tây Đại Bộ Châu, Bắc Đại Bộ Châu
[448] Đông Thắng Thần Châu, Nam Thiệm Bộ Châu, Tây Ngưu Hóa Châu, Bắc Câu Lư Châu

Conclusion For Page One

On the first page, you can see what you have wished to know for a long time: the map of the universe.

I have systematized what God has revealed to humanity: the formation and transformation of the universe. This is also the Caodaist view of the universe. The view is also expressed by Caodaist teachings and by the arrangement of the offerings on God's altar. In addition, Caodaist rituals also contribute to the explanation of the relationship between the invisible and physical world.

The symbol of the universe on the Caodaist altar

God: The Divine Eye.

Thái Cực or the Đại Linh Quang[449], the source of the universe: the Thái Cực Lamp.

Lưỡng Nghi (Yin and Yang) in the Earlier Heaven Phase: two candles.

Lưỡng Nghi (Yin and Yang) in the Later Heaven Phase: two cups. The cup of water on the left represents Yang and the cup of tea on the right represents Yin.

The Tam Bửu[450]: the flower vase (body), the cup of wine (mind) and the cup of tea (soul).

The Tam Tài[451] and Ngũ Khí[452]: the first inner row of three joss sticks symbolizes Tam Tài. The second outer row of two joss sticks, which makes the total number of five joss sticks that stand for Ngũ Khí. These five sticks have to be placed in a specific order. First, the middle (heaven). Then, the right (earth or Yin). Last, the left (man or Yang). The second row is placed next.

---

[449] The Grand Holy Mass of Light.
[450] The three human treasures: body, mind and soul.
[451] Three essential elements: heaven, earth and man.
[452] Five vital energies.

How the view of the universe is expressed

The Caodaist cultural nature is visually emphasized during a rite. The Thái Cực lamp, which is permanently lit, stands for the universe eternally shone by God. The philosophy of combined Yin Yang is expressed by:

◉ The ritual of lighting the joss sticks with two lit candles, one of which on the left represents the sun or Yang and the other on the right the moon or Yin. They are called Lưỡng Nghi Quang.

◉ The two hands joined together to represent Yin Yang. *"The left hand is the sun, the right the moon, so they stand for Yin Yang. Combining, Yin Yang starts the universe, transforming and reproducing. That is called Đạo."*[453]

◉ The rite of filling the cups. 80% of a cup is filled with tea, which symbolizes eight categories of souls in the universe. 80% of the other cup is filled with water symbolizes eight precious characteristics of the water in the Ao Thất Bửu in heaven.[454]

How the philosophy of Tam Tài and Tam Bửu is expressed

You can see kowtowing expresses Tam Tài. Joining the two hands, a Caodaist puts them in front of his forehead, which is the position of Heaven. Put on the ground, the two hands are on the position of Earth and in front of his chest is the position of Man.

The three cups of wine on the altar also represent Tam Tài. The middle is Heaven, whose 30% of wine represents the Sun, Moon, and Stars. The cup beside the cup of tea is Earth, whose 30% of wine represents Water, Fire, and Wind. The cup beside the cup of water is Man, whose 30% of wine represents Body, Mind, and Soul.

When their wine combines, it makes 90% of a cup, which represents the 9 planes of heaven. Returning to God after death, a soul has to cross these planes.

---

[453] The Collection of Divine Messages.
[454] The Seven-Gem Pond, whose water is said to have eight valuable characteristics: pure, cool, sweet, gentle, slippery, peaceful, giving a secure feeling and nutritious.

PART 2
THE CAODAIST VIEW OF HUMAN LIFE

This is a philosophical system that deals with the origin of humanity, life and death and the significance of life.

According to Caodaism, humans, and God comes from the same source: the Khí Hư Vô[455]. Humans are born, evolve and return in a spiritual circle. The beginning and the returning points are the Đại Linh Quang[456]. In the process, God is considered the King, the Teacher, and the Father. That is why it is usually thought that God is personal.

In Part 2, there is an explanation for the three main routes according to the Caodaist view of human life.

Page 2 describes the way from heaven to earth. Combining with peri-spirits, souls start from the Đại Linh Quang to descend into the earthly world.

Page 3 describes human life on earth. The bodies, the souls and the peri-spirits live together, preparing to return to their former heavenly statuses.

Page 4 describes the way to ascend to heaven for the souls and the peri-spirits.

---
[455] The Nothingness.
[456] The Grand Mass of Holy Light.

PAGE TWO
ORIGIN
Nhân sanh hà tại?
Why do humans exist on earth?

We humans sometimes wonder where we come from and why we exist. Through spiritualism, God has answered that man is made in the spiritual world by combining a part of God's soul and the peri-spirit given by God the Mother. The soul and the peri-spirit enter a body as soon as a person is born. God's answer satisfies both theism and atheism because an immortal soul is recognized to exist inside a mortal body.

CHAPTER 4

Where Humans Come From

According to Caodaism, the man comes from God and God the Mother. Though coming from the same origin, divine beings say, humanity is categorized according to the source and the evolution of the souls. There are three categories:

- Hoá Nhân [457]- the people with the souls which have been evolving from plants and animals to humans after the Creation.
- Nguyên Nhân [458] - the people with the souls coming directly from God and sent to earth by God the Mother.
- Quỉ Nhân[459]- the people with the souls from two sources. First, from the Hoá Nhân and Nguyên Nhân, who have violated the divine law and are punished by being forced to work for Quỉ Vương[460]. Second, from the Tam Thập Lục Động[461]. These evils descend into the world in order to challenge someone to see if he deserves a place in heaven.

---

[457]Hoá - evolving, Nhân - humans.
[458]Nguyên - primeval, original, Nhân - humans.
[459]Quỉ - evil, satanic, Nhân - humans.
[460]*God said: "Do you know who opposes the process of life? It's Satan. He always wants to stop the process of life. It's like if there is life from Me, then there is death from Satan.».* Satan kills humans with hatred: «Because of hatred, all living beings disagree with, oppose and kill each other. That will end the world.». According to His Holiness Hộ Pháp, Satan used to be the *Immortal Chief Kim Quang Sứ*, who was punished by Ngọc Hư Cung for being a traitor. He became Satan since then.
[461]36 Caves, which is said to be evil spirits' realm.

In this chapter, I will cover the stages, during which Nguyên Nhơn is made.

● Stage 1: the soul, which is part of the Đại Linh Quang[462] or God, is separated. Then the peri-spirit created by God the Mother begins to cover the soul.

● Stage 2: a man is born on earth with three combined parts: the body or Tinh, the peri-spirit or Khí and the soul or Thần.

1. CHƠN LINH[463]

All religious people believe in the soul and always wonder where the soul comes from and how it enters and leaves the body. Through divine messages, God explained: *"I have a Chơn Linh take care of your life, each of you. That Chơn Linh is unbiased and able to communicate with the Genius, Saints, Immortals, Buddhas and the Đấng Trọn Lành[464] in Ngọc Hư Cung. What you have done, either good or bad things are noted down and presented to the Toà Phán Xét[465]. That Chơn Linh, who not only protects but also instructs you, is commonly called conscience."*[466]

Origin

Chơn Linh or Tiểu Linh Quang[467], which is separated from the Đại Linh Quang[468] of God, is granted to each person. It enters the body as soon as a person is born to make that person alive and intelligent.

Bát Nương[469] said, *"Souls are from the particles of Dương Quang[470]."* Dương Quang comes from Dương Khí[471] of Ngôi Thái Cực and makes all the souls.

---

[462] The huge mass of holy light.
[463] Soul - also called Chơn Hồn, Vong Hồn, Anh Linh, Hương Hồn.
[464] The Super Morally Good Beings.
[465] The Judgement Court.
[466] The Collection of Divine Messages. Volume 2 page 66.
[467] The Junior Holy Light (lit)
[468] The grand mass of holy light or The Senior Holy Light.
[469] The Eighth Female Buddha.
[470] Yang light (lit)
[471] Yang Qi, Yang energy.

His Holiness Hộ Pháp preached, *"Chơn Linh coming from Nguyên Khí creates life. Chơn Linh has limitless power granted by God."*[472]

Characteristics

Coming from the Tiên Thiên Khí[473] in heaven, Chơn Linh has the following characteristics:

- Representing human immortality. Since it is separated from the Đại Linh Quang, it is part of God. After the body dies, it either returns to the Đại Linh Quang or incarnates on earth again.
- Coming from God, Chơn Linh is not affected by the law of Âm Dương, Ngũ Hành, Biến Dịch and Vô Thường[474] in the physical world.
- Chơn Linh is really purified, saintly, unbiased, intelligent and enlightened, so it is called Thiên Lương[475]. It can attain what the human six senses cannot.[476]
- Chơn Linh is able to communicate with all Deities. Thanks to Chơn Linh, Caodaist priests could communicate with Divine Beings via spiritualism in Hiệp Thiên Đài to found Caodaism.

Mission

Chơn Linh is covered by Chơn Thần and responsible for morally guiding people on earth and after death.

On earth

Taking advantage of the body, Chơn Linh and Chơn Thần practice religion on earth. The practice is considered the

---

[472] According to His Holiness Hộ Pháp, Chơn Linh only enters a newly born baby.
[473] Tiên Thiên - Earlier Heaven. Khí - energy or gas.
[474] Âm Dương - Yin Yang. Ngũ Hành - Five Elements. Biến Dịch - change. Vô Thường - Mortality.
[475] Thiên: God, Lương: Goodness. The innate conscience.
[476] Divine Messages: "The conscience is the best part God grants humans. It enters the physical body, making humanity intelligent, able to know what is right or wrong, able to worry..."

same way as taking an examination held by God in the Third General Salvation. Their responsibilities are:

Guiding Chơn Thần

Chơn Linh controls Chơn Thần, which takes command and directs the body. His Holiness Cao Thượng Phẩm said, *"If unable to control the body's earthly desires, Chơn Linh will be admonished and become a failure in the Cõi Thiêng Liêng Hằng Sống.[477]"*

Archiving

Good or bad behaviors in life are all recorded by Chơn Linh. That archive will result in either a good or bad life in the next incarnation.

Instructing the body

"Being so saintly, Chơn Linh not only protects but also teaches you, children."[478] Chơn Linh, however, only controls the body via a go-between, the Chơn Thần.

Mission after death

On the way back to heaven, Chơn Linh instructs Chơn Thần to purify itself so that it can pass the heavenly planes.

---

[477] The Eternal Life or heaven.
[478] The Collection of Divine Messages. Volume 2 page 64.

2. CHƠN THẦN[479]

In Âm Quang Tiên Thiên[480], there is already Nguơn chất[481] 元質 in the Kim Bồn[482] in Diêu Trì Cung to create Chơn Thần. Nguơn Chất is composed of: Nguơn Tinh (Nguơn Chất âm)[483] and Nguơn Khí or Khí Sanh Quang (Nguơn Khí dương)[484].

> *Lưỡng Nghi phân khí Hư Vô,*
> *Diêu Trì Kim Mẫu nung lò hóa sanh.*
> *Âm dương biến tạo Chơn Thần,*
> *Lo cho nhơn vật về phần hữu vi[485].*

Lưỡng Nghi[486] separated the Khí Hư Vô[487],
Diêu Trì Kim Mẫu[488] operates the divine kiln.
Âm Dương[489] are combined to create Chơn Thần[490],
That is the physical part of a human.

Đức Phật Mẫu uses Nguơn Chất to make Chơn Thần, so Chơn Thần is an invisible eternal form, which is always changing depending on the moral or immoral actions in each incarnation.

---

[479] Also, Thần Hồn, Linh Thân, Chơn Thân, Pháp Thân, Phách, cái Vía, Tướng Tinh, Hào quang.
[480] Âm Quang - Yin Light. Tiên Thiên - Earlier Heaven, before the Creation.
[481] Nguơn (nguyên): primeval, origin; Chất: materials. According to Caodaism, the two nguơn chất from which the universe was created are Âm quang and Dương quang.
[482] Kim - Gold. Bồn - vessel, container.
[483] Nguơn Tinh or Nguơn Chất Âm - Primeval Tinh or Primeval Yin.
[484] Nguơn Khí or Khí Sanh Quang or Nguơn Khí dương - Primeval Khí or Khí Sanh Quang or Primeval Khí Yang.
[485] Kinh tán tụng Công Đức Diêu Trì Kim Mẫu
[486] The two forms Yin and Yang.
[487] The gas of nothingness.
[488] God the Mother.
[489] Yin Yang.
[490] Peri-spirit.

The divine tool

The divine tool is placed in Diêu Trì Cung run by Đức Phật Mẫu in the Ninth Heaven called Tạo Hoá Thiên. It is the Kim Bồn, the golden vessel, which contains the primeval material to create Chơn Thần.

> *Nơi Kim Bồn vàn vàn nguơn chất,*
> *Tạo hình hài các bậc Nguyên Nhân*[491].
> In Kim Bồn, here is a huge amount of primeval material
> To create the forms for the Nguyên Nhân.[492]

The mechanism

From the Đại Linh Quang, God releases the Tiểu Linh Quang or souls. Đức Phật Mẫu obtains those souls and covers them with the Chơn Thần she makes from the primeval materials in Diêu Trì Cung. The results are divine beings.

> *Sanh quang dưỡng dục quần nhi,*
> *Chơn Linh phối nhứt thân vi Thánh hình*[493].
> God the Mother gives birth to your children,
> By combining Chơn Linh
>   and Chơn Thần to make a divine being.[494]

Therefore, God is the Father, who grants humans souls. Đức Phật Mẫu is the Mother, who grants humans the peri-spirits. We humans have the same Divine Parents besides our own parents.

---

[491] Kinh Đệ Cửu Cửu.
[492] Kinh Đệ Cửu Cửu.
[493] Phật Mẫu Chơn Kinh.
[494] Phật Mẫu Chơn Kinh.

Incarnation

As soon as a person is born on earth, the divine beings composed of Chơn Linh and Chơn Thần enter the body. From then on the person has enough three parts.

> Đại Từ Phụ từ bi tạo hóa,
> Tượng mảnh thân giống cả càn khôn.
> Vẹn toàn đủ xác đủ hồn.
> God the Father is a mercy to create
> humans, who represent the universe
> And who have both bodies and souls

Mission

On earth, Chơn Thần, which is also called the Second Body[495], mainly acts as a go-between for the body and the soul. Its role is like the Hiệp Thiên Đài's[496] in the Holy See. Chơn Thần takes orders from Chơn Linh and instructs the body in daily life.

Incarnation

Thanks to Chơn Linh's directions, Chơn Thần can gradually control its cruelty. If failing to fulfill its responsibilities, that is satisfying the body's immoral desires, Chơn Thần becomes corrupted and has to reincarnate to compensate for those immoral actions.

Before reincarnation, the Buddhas in the Tạo Hoá Thiên[497] renew the Chơn Thần by eradicating all the old memories. The new Chơn Thần, therefore, forget all previous experiences in the next incarnation.

---

[495] The First Body - the physical body. The Second Body - the mind. The Third Body - the soul.
[496] Hiệp Thiên Đài - one of the three main organizations of Caodaism, which is in charge of the Caodaist Law.
[497] The Creation Heaven or the Ninth Heaven.

3. Physical Body

The human physical body is created by the combination of sperms and eggs. It is like the temporary house for Chơn Thần and Chơn Linh to learn and morally improve themselves.

Composition

Like the universe, a human is born by the combination of two power Yin and Yang. Through sexual intercourse, a sperm from a husband meets an egg from a wife then an embryo is created and develops into a baby.

Inside the womb, the unborn baby receives the Chơn Linh and Chơn Thần, forming a human with three basic parts: Tinh, Khí, and Thần.

A mass of numerous living things

"A human body is made of numerous living things. Those living things are connected with each other. They live on other living things like vegetables, fruits, and rice. The food eaten changes into khí[498], which changes into huyết[499]. They then can create another human body. Thus, the cycle of birth and death keeps going on forever."[500]

The transformation of vô vi[501]

The body is formed by the combination of ngũ hành[502] and Yin Yang, operated by Khí Hư Vô[503]. The body is only a temporary means. Each human is composed of three parts: the physical body and the invisible part, which includes Chơn Linh and Chơn Thần.

---

[498] Energy.
[499] Blood.
[500] The Collection of Divine Messages. Volume 1.
[501] Wuwei - non action (lit)
[502] Wu xing - five elements.
[503] Nothingness.

The role

For Caodaists, life on earth is only a temporary means to prepare for eternal life in heaven. The body is made of materials, so it is like a motel for a traveler to rest in the evolutionary process.

> *Tôi nay ở trọ trần gian,*
> *Trăm năm về chốn xa xăm cuối trời.*
> I am now staying in the world
> And will go far far away after death.

According to Caodaism, the body is only a lodge for the Chơn Linh and Chơn Thần to practice religion, learning and morally improving themselves for the self-liberation of the Chơn Thần. Hence, you need the body for esoteric practice[504].

Characteristics

The body, which is made from materials, is a living being with five senses and emotions, so its basic activities are like an animal's. *"A human is basically an animal."*[505]

The body is always badly influenced by the surroundings. If not being properly controlled, it is willing to satisfy its worldly desires. That way the Chơn Thần will be contaminated and have to reincarnate forever. That is why a religious person must always take orders from the Chơn Linh to control the body.

Since the Chơn Linh and Chơn Thần enter the body, they begin the process of morally improving themselves in order

---

[504] God said: «Children, *My Đạo is formless. But it still needs to combine with materials (soul and body). You should not choose the form and discard the formlessness. You should not choose the formlessness and discard the form either. They both should go together. For example, for food you eat the grain and eliminate the husks, but you need the husks for agriculture to have more rice. Practicing religion is the same way. For the soul to have a higher divine status, you need the body."*
[505] The Collection of Divine Messages. Volume 1.

to return to God. Being either a Hoá Nhân[506] or a Nguyên Nhân[507], they live the same way on earth.

Summary

God

1. Releases a Chơn Linh or a Tiểu Linh Quang
From the Đại Linh Quang

2. Đức Diêu trì Kim Mẫu creates a
Chơn Thần to cover the Chơn Linh

3. Descending to the world

4. Chơn Linh and Chơn Thần enter a body

---

[506] A person with the soul that has evolved from an animal to a human after the Creation.
[507] A person with the soul that came directly from God.

CHAPTER 5

Evolution

In the universe, souls have to evolve in a circle according to the divine law. Beginning from the Đại Linh Quang, souls ascend to the world for incarnation then return to the Đại Linh Quang.

On earth, people with the souls directly coming from God are called Nguyên Nhân. They try to gain higher heavenly status by teaching others, especially the Hoá Nhân. As for the Hoá Nhân, they try to learn from the Nguyên Nhân to also gain a heavenly status after death.

1. The Evolution Of The Hóa Nhân

According to Caodaism, the people, whose souls have evolved from materials→ plants→ animals→ humans after the Creation, are called the Hoá Nhân[508]. Traditionally, the term "root and top" is used to explain this type of evolution. Root or the head controls the body and top is the results. Look at plants and animals.

⦿ Plants: the head is underground (more Yin), so plants are not intelligent.

---

[508] According to His Holiness Thượng Phẩm, after Lưỡng Nghi changes into Bát Quái, materials are created then evolve until they become humans called Hoá Nhân, so their Chơn Thần are still materialistic.

⦿ Animals: the head is at the same level with the root, (at the border of Yin and Yang) so they are more intelligent than plants.

⦿ Humans: the head is high up (more Yang), so they are the most intelligent.

The Hoá Nhân have enough three kinds of souls (Sanh Hồn, Giác Hồn, and Linh Hồn[509]). At each of evolution levels, the living beings receive the appropriate souls from God. Plants receive Sanh Hồn, animals Giác Hồn and humans Sanh Hồn, Giác Hồn, and Linh Hồn.

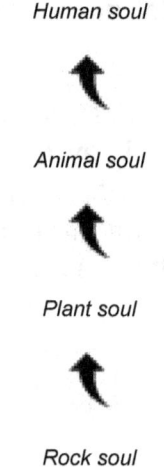

Đức Phật Mẫu combines the Khí Âm Quang and Khí Dương Quang to create living beings including Nguyên Nhân and Hoá Nhân. Then all of the eight categories[510] of living beings are sent to the earth for incarnation.

---

[509] Living Soul, Conscious Soul and Holy Soul (lit).
[510] Rock, plants, animals, humans, Deities, Saints, Immortals and Buddhas.

> *Càn khôn sản xuất hữu hình*
> *Bát hồn vận chuyển hóa thành chúng sanh*[511]
> God the Mother creates all physical things
> And sends eight categories of souls to the earth.[512]

Being created by Đức Phật Mẫu, the Hoá Nhân receive the Chơn Linh from God to enter the Trường Thi Công Quả[513]. Through numerous incarnations, they evolve from humans→ Deities→ Saints→ Immortals→ Buddhas. If they practice religion well enough, they also attain high heavenly statuses like the Nguyên Nhân. God said, *"Either a Nguyên Nhân or a Hoá Nhân's life is the result of what that person has done in former incarnations."*

Unlike Darwin's Theory of Evolution, the Caodaist Law of Evolution deals with both the human body and soul.

> *Vòng xây chuyển vong hồn tấn hóa,*
> *Nương xác thân hiệp ngã Càn Khôn*[514].
> All souls have to borrow bodies
> To evolve until they unite with God

2. THE EVOLUTION OF THE NGUYÊN NHÂN

Having been born in the world, Nguyên Nhân evolves by practicing religion in many incarnations to attain the positions of Deities, Saints, Immortals, and Buddhas. God said, *"Children, you have to reincarnate lots of times to attain your highest level in Niết Bàn*[515]*."*[516]

---

[511] Phật Mẫu Chơn Kinh.
[512] Phật Mẫu Chơn Kinh.
[513] The Virtue Competition.
[514] KinhGiải Oan
[515] Nirvana.
[516] The Collection of Divine Messages. Volume 1 page 57.

Becoming a Buddha, the soul still keeps on practicing religion in heaven until he reaches the final destination, which is God's Soul[517].

Buddha soul

↑

Immortal soul

↑

Saint soul

↑

Human soul (both Nguyên Nhân and Hóa Nhân)

On the process of evolution, a Nguyên Nhân or a Hoá Nhân can either skip some levels if he/she is extremely successful or go backward to incarnate as an animal if he/she commits a crime. In the Third Salvation, a person can achieve enlightenment in only one incarnation.

3. Descending To Earth

The Nguyên Nhân, who is usually called the world's visitors, incarnate for the following reasons to:

- Practice religion for higher heavenly statuses.
- Teach Hoá Nhân.

---

[517] Also, Thiên Hồn, Thái Cực, Đại Linh Quang.

- Make up for bad deeds in former incarnations.
- Save people as assigned by God.[518]

Practicing religion for higher heavenly statuses

The Nguyên Nhân incarnate in the world, where God holds the Virtue Competition, to share unhappiness and to serve people for their own higher positions in heaven.

Teaching the hóa nhân

Since the Hoá Nhân is still stupid, cruel and uncivilized, Đức Phật Mẫu took orders from God, sending 10,000,000 Nguyên Nhân to teach them. Those Nguyên Nhân, whose souls coming directly from God, have divine positions already. Their teaching will contribute to their attaining higher positions. They will return to God after finishing their missions.

Bad karma

At first, the Nguyên Nhân, who incarnated in the world, were moral and intelligent. They, however, were gradually so contaminated by worldly temptations that they forgot their assignments. They even committed a crime, so they had to reincarnate for compensation.

In addition, Satan also tempted them into doing the wrong things. As a result, they lost the Vạn Cửu Nang[519] given by Phật Mẫu. They then could not go back to heaven.

---

[518] His Holiness Hộ Pháp said there are five categories of world's visitors:
- The debtors.
- The creditors.
- The students.
- The travelers.
- The heavenly assigned persons.

[519] Vạn cửu nang (nang 囊: a bag) a bag that contains 9,000,000 things. According to Khai Pháp Trần Duy Nghĩa, when the Nguyên Nhân descended into the world, Đức Diêu Trì Kim Mẫu gave one to each of them, saying that they would not be able to come back if they lost even one thing. At the same time Satan descended with his five evils, who transformed into money, beautiful women, wine, anger, and opium to tempt them.

Feeling great compassion towards them, God found Three Periods of Salvations to save them. Caodaism is the Third One.

Saving people as assigned by God

In addition to the high moral souls who incarnated in the world to save humanity like the Buddha, Jesus Christ, Laozi, etc. other Saints or Immortals are assigned to the earth.[520]

According to Caodaism, lots of its dignitaries were divine beings who were assigned to earth by God. For example, His Holiness Hộ Pháp Phạm Công Tắc is Vi Hộ's[521] incarnation. In Báo Ân Đường Kiêm Biên[522] Sep 19th, 1956 Thanh Sơn Đạo Sĩ said: *"Yes, you incarnated in Vi (Hộ) family and now in Phạm (Công Tắc) family..."*

Đầu Sư Thái Thơ Thanh is Từ Hàng Bồ Tát's[523] incarnation. On Jan 11th, 1927 God told him, *"You are Quan Âm's incarnation."*

Đầu Sư Lâm Hương Thanh is Long Nữ's incarnation.

---

[520] July 30th 1923 in Miếu Nổi, Tào Quốc Cựu said, "You are so lucky to live when Caodaism is founded because lots of divine beings came here to save people."
[521] A Saint in Chinese mythology.
[522] A Caodaist Temple in Phnom Penh, Cambodia.
[523] Từ Hàng Bồ Tát or Quan Âm - Guan Yin.

PAGE THREE
THE WORLD

Where do you live?

Why do you live here?

Where do you live? According to Caodaism, life on earth is temporary. Your body is just a motel for Chơn Thần and Chơn Linh to learn and improve themselves in the Third Salvation.

Why do you live here? According to Caodaism, your mission is to fulfill your human responsibilities and to practice religion for your returning to God.

Chapter 6

Fulfilling Your Responsibilities

A Caodaist believer begins with the process of fulfilling his/her responsibilities. This is the first of the Five Levels: Nhơn Đạo, Thần Đạo, Thánh Đạo, Tiên Đạo, and Phật Đạo. This is mandatory for all humans to complete this first.

In the Third Amnesty, from October 15th, 1926 to the Long Hoa Competition[524] held by Di Lạc Vương Phật[525], people can fulfill their responsibilities by:

- Practicing Caodaism as a member of Cửu Trùng Đài[526].
- Practicing Caodaism as a member of Phước Thiện[527].

Having finished this stage, a Caodaist believer can do the esoteric practice of Caodaism. In this phase, the believer mainly purifies his/her Chơn Thần[528] by eliminating the Khí Hậu Thiên[529] or his/her seven emotions[530] and six desires[531].

---

[524] Long - dragon. Hoa - flower. This is the same as Judgement Day.
[525] Maitreya Buddha.
[526] The Nine-Level Tower (lit) the Caodaist Executive Organization.
[527] The Caodaist Charity Organization.
[528] Peri-spirit.
[529] The energy of Later Heaven.
[530] Joy, anger, love, hatred, sorrow, satisfaction and desire.
[531] The desires to satisfy your eyes, ears, nose, tongue, mind and body.

1. Why You Have To Practice Religion now?

According to Caodaism, the earth or the 68 planets has experienced two nguơn[532]:

● Thượng nguơn[533] also called Nguơn Tạo Hoá[534]. The First General Salvation was held by the Ancient Buddha, Hồng Quân Lão Tổ[535] and Văn Tuyên Đế Quân.

● Trung nguơn[536] also called Nguơn Tiến Hoá[537]. The Second General Salvation was held by the Buddha, Jesus Christ, Laozi, Confucius, Jiang Shang.

Presently, it is Hạ Nguơn[538] also called Nguơn Bảo Tồn[539]. God has held the Third General Salvation in Vietnam for all souls to enter the first nguơn of the next Chuyển[540] when everyone and everything becomes ethical again.

---

[532] A length of time which is used in Caodaism. According to His Holiness Hộ Pháp, it is equivalent to 12,000 years.
[533] The First Cycle.
[534] The Cycle of Creation.
[535] Another name for God by Taoism.
[536] The Mid Cycle.
[537] The Cycle of Progress.
[538] The Last Cycle.
[539] The Cycle of Reservation.
[540] A length of time used by Caodaism. A chuyển includes three nguơn or 36,000 years.

The three Ngươn in the Third Chuyển in the 68th planet

Ngươn	Humans	Society	Salvation	Time
Thượng Ngươn	Moral Kind	Peaceful Harmonious	The First General Salvation	Past
Trung Ngươn	Rather immoral Rather warlike	Unfair War	The Second General Salvation	Past
Hạ Ngươn	Very aggressive Cunning	Destructive Deadly	The Third General Salvation	Present
Ngươn Thánh Đức	Moral again Kind again			Future

2. Practicing Religion In Cửu Trùng Đài

The believers who join Cửu Trùng Đài become Caodaist dignitaries. They do religious work to both serve people and earn a higher heavenly status. Being Caodaist dignitaries, they, as well as all Caodaist believers, have to perform the Tam Lập[541]: Lập Công, Lập Đức, and Lập Ngôn.[542]That way is called taking the way of the Cửu Thiên Khai Hoá[543]to earn the heavenly positions of Địa Thần, Nhơn Thần, Thiên Thần,

---

[541]Three good deeds.
[542]Practicing Caodaism, doing charity work and preaching.
[543]Cửu Thiên - nine heavens. Khai Hoá - teaching, educating.

Địa Thánh, Nhơn Thánh, Thiên thánh, Địa Tiên, Nhơn Tiên, Thiên Tiên.[544]

Lập Ngôn

They should preach Caodaism to others, preferably through the media.

Lập Công

They should fulfill their religious responsibilities. For example, they should do any assigned religious work in their local Caodaist temples, one of which is they should perform the daily four rites (at noon, at midnight, at 6 am and at 6 pm).

In addition, being Caodaist dignitaries, they have to take care of other believers in their assigned village or town, helping them in their religious and social life.

As mentioned before, God has held a Trường Thi Công Quả[545], which is Caodaism, in these 68 planets for the Third Amnesty. To earn the positions of Deities, Saints, Immortals, and Buddhas, everyone must do as much religious work as they can.[546] In this competition, the Chairman of the examiners' board is Đức Di Lạc Vương Phật[547]. Interestingly, one of the divine examiners is Ma Vương[548], who is in charge of challenging the candidates for the divine positions in Heaven.

---

[544] Earth Deity, Human Deity, Heaven Deity, Earth Saint, Human Saint, Heaven Saint, Earth Immortal, Human Immortal and Heaven Immortal.
[545] The Religious Work Competition.
[546] *"To earn the positions of Deity, Saints, Immortals and Buddhas doing religious work is a must."* The Collection of Divine Messages. Volume 1 and 2.
[547] Maitreya Buddha.
[548] Also, Qui Vương, Chúa Qui, Kim Quang Sứ - Satan.

Vô ma khảo bất thành Đại Đạo,
Đạo bất khảo bất thành Phật.
Without Satan's challenges, you cannot get enlightenment.
Religious challenges are a must for those who want
⠀⠀⠀⠀⠀⠀⠀⠀⠀⠀⠀⠀⠀⠀⠀⠀⠀to become Buddhas.

«Children, you should know that you cannot get enlightenment until you do enough religious work and fulfill your personal responsibilities. Thus, preaching to others is the only way for you to get enlightenment. There are numerous ways to do so, just take the suitable one, so you may achieve the highest level for less religious work."[549]

Lập Đức

They should do charity work by making donations. In Caodaism, there is an organization called Hội Thánh Phước Thiện[550], where believers can do charity work, climbing the Thập Nhị Đẳng Cấp Thiêng Liêng[551]hierarchy.

3. Practicing Religion In Cơ Quan Phước Thiện

In addition to Cửu Trùng Đài, any Caodaist believers can do charity work by joining the Cơ Quan Phước Thiện, which has a hierarchy called Thập Nhị Đẳng Cấp Thiêng Liêng. In this hierarchy, there are twelve ranks including Minh Đức, Tân Dân, Thính Thiện, Hành Thiện, Giáo Thiện, Chí Thiện, Đạo Nhơn, Chơn Nhơn, Hiền Nhơn, Thánh Nhơn, Tiên Tử, Phật Tử.[552]

---

[549]The Collection of Divine Messages.
[550]Hội Thánh - The Sacerdotal Council. Phước Thiện - Charity.
[551]The Twelve Divine Ranks.
[552]
1. Minh Đức - Virtuous Person.
2. Tân Dân - New Person.
3. Thính Thiện - Ethic Learner.

This organization is responsible for *"easing people's suffering by feeding them, especially the disabled and the underprivileged"*[553]. Its purpose is expressed through the couplets:

福德天頒萬物眾生離苦劫
善緣地貯十方諸佛合元人
Phước đức Thiên ban vạn vật chúng sanh ly khổ kiếp,
Thiện duyên địa trữ thập phương chư Phật hiệp nguyên nhân[554].

福德修心樂道和人尋地利
善慈定性安貧合眾識天時
Phước đức tu tâm lạc đạo hòa nhơn tầm địa lợi,
Thiện từ định tánh an bần hiệp chúng thức Thiên thời[555].

In short, to earn a divine position in heaven, you have to practice religion and fulfilling your personal responsibilities is a prerequisite.

«*Though being a Đại La Thiên Đế incarnating on earth, you still find it hard to return to your heavenly status unless you practice religion."*[556]

*Rằng ở đời thì Nhơn đạo trọn,
Trọn rồi, Thiên đạo mới hoàn toàn.*
Only when you have already fulfilled your personal responsibilities
Can you practice esotericism successfully?

---

4. Hành Thiện - Ethic Practitioners.
5. Giáo Thiện - Ethic Teacher.
6. Chí Thiện - Really Ethical Person.
7. Đạo Nhơn - Religious Person.
8. Chơn Nhơn - Enlightened Person.
9. Hiền Nhơn - Sage.
10. Thánh Nhơn - Saint.
11. Tiên Tử - Immortal.
12. Phật Tử - Buddha.
[553] Divine message by His Holiness Cao Thượng Phẩm.
[554] God grants divine favor to all living beings so that they can be freed from suffering. Earth gives good opportunities, all the Buddhas help collect the Nguyên Nhân.
[555] Practicing religion by making donations, being satisfied and getting along well with people are seeking the favorable terrain. Being religious for good karma, living a poor life happily and uniting with others are following God's will.
[556] The Collection of Divine Messages. Volume 1.

4. Caodaist Esoteric Practice

According to His Holiness Hộ Pháp, you can enter the Tịnh Thất[557] for esoteric practice after completing your duty in Cửu Trùng Đài or Phước Thiện. This practice is called hiệp Tam Bửu.[558] For those who find this kind of practice uncomfortable or too difficult, however, they can safely earn a divine status in heaven by practicing in Cửu Trùng Đài or Phước Thiện because of God's great favor in the Third Salvation.

---

[557] Meditation House.
[558] Combination of the Three Treasures.

CHAPTER 7

Tinh Converted Into Khí

The Caodaist esoteric practice includes three steps: Tinh converted into Khí, Khí converted into Thần and Thần returning to Hư.[559] In the first step, the esoteric practitioner chooses what food to eat in order to:

- Purify his Tinh;
- Convert Tinh to Chơn Khí, which nourishes the Chơn Thần.

1. TINH, CHƠN KHÍ, CHƠN THẦN

Tinh is the essence created from food by the human body. In a human body, there is the process of changing from the Tinh to the Hậu Thiên Chơn Khí[560], which cover and nourish the Tiên Thiên Chơn Thần[561].

A Caodaist esoteric practitioner chooses to have a completely vegetarian diet to have pure Tinh because the pure Tinh will change to pure Chơn Khí.

---

[559] Tinh Khí Thần - body, mind, soul.
[560] Hậu Thiên - Later Heaven. Chơn Khí - energy.
[561] Tiên Thiên - Earlier Heaven. Chơn Thần - peri- spirit.

Tinh

At first, the human digestive organs make the Chơn Tinh from the food eaten. Then Chơn Tinh is transferred to nourish, repair and maintain other organs. Besides, it is also burned by the Hoả Tinh and converted to Chơn Khí. *"Hoả Tinh is the heat from Dương Quang, which converts Chơn Tinh to Chơn Khí."*[562] Chơn Khí combines with Chơn Thần to make the Đệ Nhị Xác Thân[563]. Therefore, the impure Tinh can contaminate the Chơn Thần. For example, drinking lots of alcohol, you will get drunk, so you are not conscious enough or your Chơn Thần is contaminated. That is why an esoteric practitioner has to practice full vegetarianism.

Chơn Khí

Chơn Khí, along with the Chơn Thần and blood, travels all over the body. Therefore, it becomes:

⦿ The intermediary between your Chơn Thần and Chơn Linh[564];

⦿ The ties for binding your Chơn Thần to your body, which is called "bảy dây oan nghiệt[565]" or thất phách[566]. It is via these seven ties that your body requests your Chơn Thần to satisfy its worldly desires. If the Chơn Thần agrees, it might commit some moral crime. These ties themselves are the ones that prevent a person's Chơn Thần from leaving his body after he dies.

Chơn Khí can be seen by the person who has Divine Eyes as a bright aura (for the Saints), pink aura (for good people) and purple aura (for bad people).

---

[562] Luật Tam Thế. Page 27.
[563] The second body - the peri-spirit. (The first body is the physical one and the third body is the soul.)
[564] Luật Tam Thế. Page 19.
[565] The ties that are the results from the bad karma from previous lives.
[566] The seven invisible ties made of Chơn Khí.

You yourself can also realize whether you have enough Chơn Khí or not. You will feel sick, weaken and jittery like when you are too hungry or captive. Having eaten, you will feel alright because now you have enough Chơn Khí.

Chơn Thần

Chơn Thần is covered and nourished by Chơn Khí, so it is impure if the food provided is contaminated. To meet God, your Chơn Thần has to be absolutely pure. *"Such a Chơn Thần can come to Me"*[567]. Besides, it will not be struck and destroyed by lightning while entering the universe[568]. On the other hand, an impure one has to reincarnate. Again, vegetarianism is a must for those who want to have an absolutely pure Chơn Thần.

2. VEGETARIANISM[569]

Vegetarian food for Caodaist believers should include vegetables, grains, and fruits. It helps Caodaists:

- Follow the first precept "Do not kill";
- Change Hậu Thiên to Tiên Thiên;
- Can ascend easily;
- Avoid bad karma and reincarnation.

Also, meat from animals can contain fear, hatred, unhappiness, cruelty, and anger when they are killed. Eating it, you will have the same bad emotions. Besides, animal meat results in sickness such as stomach ulcers, hypertension, heart disease, etc. In reality, vegetarians are usually kinder than meat-eaters.

---

[567] The Collection of Divine Messages. Volume 1 page 6.
[568] *Chơn Thần, which is still material, has to enter the Khí Tiên Thiên, where there is always electricity. It should be absolutely pure so that it is lighter than air in order to travel in the space.*
[569] As for vegetarianism please read Âm Dương Ẩm Thực by the same author. Printed by Thánh Thất Seattle, 2016.

Following the precepts

Thanks to vegetarianism, human beings can control their thất tình lục dục[570]. Therefore, they will not break the five precepts. For example, they will neither engage in improper sexual conduct nor steal.

Changing the Tính Hậu Thiên into Tiên Thiên

Khí Tiên Thiên (the real Yang and Yin), which had existed before the universe was created, is extremely light and pure.

Khí Hậu Thiên or Chơn Khí, which comes from the air and food, is responsible for protecting and feed Khí Tiên Thiên. Whether Chơn Khí is pure or contaminated depends on what kind of food a person has.

God said: *"Make use of your physical body and change its ngươn tinh (qi and blood) into the ngươn khí. As a result, the Tính Hậu Thiên becomes the Tính Tiên Thiên. Training the ngươn khí is making the ngươn thần more intelligent."*[571]

The reason why that change should be made is both khí are gaseous, which are active based on the principle *"đồng khí tương cầu"*, meaning two gases of the same characteristics can unite. For the khí Hậu Thiên to unite with the khí Tiên Thiên, you should purify it while you are still alive by having vegetarian meals.

"Vegetarianism is good for Tiên Thiên while the meat is good for Hậu Thiên."[572]

"Therefore, I make you practice full vegetarianism before entering the meditation house."[573]

---

[570] Thất tình - seven emotions. Lục dục - six desires.
[571] The Collection of Divine Messages. Page 20.
[572] The Collection of Divine Messages. Page 46.
[573] The Collection of Divine Messages. Page 27.

After death consequence

While ascending through heavenly levels, the Chơn Thần[574] is like a vehicle that carries the Chơn Linh[575]. The speed of ascending is higher if the Chơn Thần is more purified. Vegetarianism brings about a lighter Chơn Thần who can ascend faster, avoiding another incarnation.

Bát Nương[576] said, "*To escape the Âm Quang[577], you need to have vegetarian meals. That is why God requires you to practice vegetarianism.*"

The peri spirit of a vegetarian is light, brilliant and it can easily fly out of the atmosphere.

Avoiding reincarnation

Vegetables and grains are the food God grants to humanity. Vegetarianism is what God prefers to develop mercy, control bad behaviors, avoid bad karma, and follow the five precepts, especially the first one: "*Do not kill.*"[578] It is fair that you live on vegetables and grains then you die and your body nurtures them.

---

[574] The peri spirit.
[575] The souls.
[576] The Eighth Female Buddha.
[577] Âm - yin. Quang - light. This place is similar to Hell.
[578] HT Lê văn Thêm, Bí pháp dâng tam bửu, bí pháp giải thoát, Ban Thế Đạo Hải Ngoại, Hoa Kỳ, 2013, tr.31.

3. Meat - Eating

Animal-based food provides humans with contaminated Tinh. Contaminated Tinh gives contaminated Khí, which covers and feeds Chơn Thần. Consequently, you have a contaminated Chơn Thần.

While you are alive
According to Caodaism, the animal instincts inside a meat eater is a big obstacle on the way of practicing religion[579]. It is extremely easy for that person to commit a crime or break religious law.

Too much Khí Hậu Thiên
Animal-based food creates lots of contaminated Khí Hậu Thiên, which pollutes the Chơn Thần. As a result, Chơn Thần becomes too dumb to resist worldly temptations.

Committing a crime
The flesh of animals is generally impure because it contains the animals' anger when they are killed. That impurity becomes toxic substances in the cells. Additionally, meat is harder for digestion than vegetables and grains.[580]

Caodaist Law
That is why Caodaist Law prohibits killing[581] or using the meat for offerings.[582] The believers whose jobs are relevant to killing animals or selling alcohol and drugs have to change their jobs.[583]

---

[579] "Physically, a human is still an animal who must eat to live." The Collection of Divine Messages. Volume 1.

[580] According to scientists, fruits stay in your stomach 20 minutes, grains 2 hours and meat 4-6 hours.

[581] Tân Luật, Đạo Pháp, chương IV, Điều thứ hai mươi mốt.

[582] Thế Luật, Điều thứ mười bảy: Trong việc cúng tế vong linh không nên dùng hi sanh, dùng toàn đồ chay...

[583] Thế Luật, Điều thứ hai mươi: Người bổn đạo chẳng nên chuyên nghệ gì làm cho sát sanh hại vật... không được buôn bán các thứ rượu mạnh và á phiến.

The believers who practice vegetarianism 10 days a month and above are permitted to enter the meditation house. In the meditation house, however, they have to practice full vegetarianism.

After death
After death, there are no more worldly temptations from human desires and emotions, but the meat-eaters' Chơn Thần are still impure because of the contamination from meat-eating. Those Chơn Thần have difficulty leaving the physical bodies to enter heaven, so God has granted the sacrament called Phép Đoạn Căn[584] to help them.

Unable to enter heaven
The meat-eaters have impure physical bodies and Chơn Thần, so their souls have difficulty entering heaven. God said, *"Children if you practice esotericism without vegetarianism, your Chơn Thần will be so polluted by Khí Hậu Thiên that you cannot enter heaven."*[585]

Unable to escape the cycle of reincarnation
God said, *"How can you recover if you get enlightened while doing the esoteric practice without vegetarianism? If you get enlightened that way, you will be struck by lightning while flying in the air because your contaminated Chơn Thần is still electrically conductive. You might be intelligent enough to hide somewhere as a Nhân Tiên[586], but your earthly exile has not been finished."*

---

[584] Phép - sacrament. Đoạn căn - cut off bad karma.
[585] The Collection of Divine Messages. Volume 1 p46.
[586] Nhân - human. Tiên - immortal.

Chapter 8

Khí Harmonizes With Thần

"Khí hiệp Thần" means the Khí Hậu Thiên[587] or Chơn Khí will harmonize with the Khí Tiên Thiên[588] or Chơn Thần if it is as pure and light as Khí Hư Vô[589]. The term "harmonize" describes the heavy contaminated Khí Hậu Thiên changes into the light pure Khí Tiên Thiên. His Holiness Hộ Pháp said,

"Converting Khí into Thần is the phase in which you make yourself more virtuous, control your bad behaviors, and promote noble thoughts. That will purify your Khí. When that Khí moderately circulates in your body, you can easily follow God's teachings and feel peaceful and wise."

1. The Harmonization Of The Khí

During esoteric practice, the practitioner should understand the condition for the two khí to harmonize with each other and know what Khí Hậu Thiên is. Khí of the same characteristics will find and harmonize with each other.

The two khí can harmonize with each other on the condition that they are equally pure/contaminated or have the same electronic waves. For example, for the contaminated Hậu Thiên

---
[587]Khí - qi, energy. Hậu Thiên - later heaven.
[588]Khí - qi, energy. Tiên Thiên - earlier heaven.
[589]Khí - qi, energy. Hư Vô - nothingness.

Chơn Khí to harmonize with the pure Khí Tiên Thiên, you need to adjust the frequency of the Chơn Khí by purification so that it vibrates with the same frequency as that of the pure Khí Tiên Thiên. The practice is similar to that of a tuner. Therefore, the phase of "Khí harmonizes with Thần" is the hardest because the practitioner himself/herself has to purify his/her Khí Hậu Thiên related to the Chơn Thần or Khí. The Chơn Thần should be as pure as when it was in the Thái Hư to harmonize with Thần in accordance with the principle "Đồng khí tương cầu."[590] Similarly, His Holiness Cao Thượng Phẩm said about the Long Tu Phiến[591], "How to turn on and turn off of the Long Tu Phiến is always in accordance with the rule "Đồng khí tương cầu.", that is the Long Tu Phiến attracts and takes the moral Chơn Thần to the Cực Lạc Thế Giới[592] while it pushes back the impure Chơn Thần. That Chơn Thần gradually moves to the dark U Minh.[593]

Khí Hậu Thiên made by the seven human feelings and six desires.

The seven feelings and six desires create the two Yin Yang Khí Hậu Thiên that naturally hide in human internal organs[594]. The Khí caused by six desires can be seen on the body and the Khí caused by seven feelings through the unusual changes in human thoughts. These two Khí are the two obstacles so hard for religious practitioners to overcome.

The influence of the six desires on the body

The six desires cause the Hậu Thiên Yin Khí to nurture and rouse the body. Thus, the signs from this relationship can be seen in the body. For example, the greedy will put on weight or the sex maniacs and drinkers look pale and thin.

---

[590] Khí of the same characteristics will find and harmonize with each other.
[591] Long tu - dragon beard. Phiến - fan.
[592] Nirvana.
[593] Hell.
[594] Luật tam thể. P20

The influence of the seven feelings on the mind

The seven feelings cause the Hậu Thiên Yang Khí that frequently vibrates together with the Khí Tiên Thiên Chơn Thần via an intermediate called Ngũ Thần[595]. Without any control, this Khí will be overactive, disturbing the Chơn Thần. Mental signs can be seen such as a person who is overjoyed can go insane and a worrier can become mentally ill. Such bad influences can prevent an esoteric practitioner from getting enlightened.

2. THE SOURCE OF THE SEVEN FEELINGS AND SIX DESIRES

According to His Holiness Cao Thượng Phẩm, everyone has seven feelings and six desires, which caused by the internal organs. Their boss, however, is the Chơn Thần.[596]

Ngũ hành[597]

Everything in the universe can live and reproduce thanks to the Tiên Thiên Ngũ Hành and Hậu Thiên Ngũ Hành. The Hậu Thiên Ngũ Hành are the visible forms of the Tiên Thiên Ngũ Hành. Entering a physical body, the Tiên Thiên Ngũ Hành convert into the material Hậu Thiên Ngũ Hành, which cause the seven human feelings and the six human desires.

---

[595]Ngũ Thần là: Thức Thần (tim), Ý (tì), Phách (phế), Chí (thận), Hồn (can).
[596]Luật Tam Thể. P20.
[597]The five elements.

Ngũ hành Tiên Thiên

The peri spirit or Chơn Thần already contains:

1. Tinh Tiên Thiên of the Nguơn Chất[598] from the Kim Bồn[599] for Đức Diêu Trì[600] to create the human forms.

3. Khí Tiên Thiên or Khí Sanh Quang, which is the life source.

4. Ngũ Hành Tiên Thiên.

In the Ngũ Hành Tiên Thiên, there are Ngũ Nguơn Hữu Danh or Ngũ Khí Tiên Thiên.[601]

> Nguơn Tinh from thuỷ in the kidney.
> Nguơn Tánh from mộc in the liver.
> Nguơn Khí from thổ in the spleen.
> Nguơn Thần from hoả in the heart.
> Nguơn Tình from kim in the lungs.

Ngũ hành Hậu Thiên

Ngũ Hành Hậu Thiên is the visible forms of the Ngũ Hành Tiên Thiên. After fertilization, the Chơn Thần enters the body and the Ngũ Hành Tiên Thiên convert into the material Ngũ Hành Hậu Thiên, which are the heart, spleen, lungs, kidney and liver. In each organ, the Ngũ Nguơn Hữu Danh also change into Ngũ Nguơn Hữu Chất. Ngũ Nguơn Hữu Chất enter the Ngũ Hành Hậu Thiên to create Ngũ Thức or Ngũ Thần, which are Thức Thần in the heart (fire), Vọng Ý in the spleen (ground), Quỉ Phách in the lungs (metal), Chí in the kidney (water) and Du Hồn in the liver (wood).[602]

---

[598] The Primeval Substance.
[599] The Golden Vessel.
[600] God the Mother, Mother Goddess.
[601] Ngũ hành Tiên Thiên create ngũ khí, that is yellow, azure, white, red, black.
[602] Ngũ Khí Tiên Thiên, which includes metal, wood, water, fire and earth, creates Ngũ Hành Hậu Thiên: Black Khí creates water. Red khí creates fire. Azure khí creates wood. White khí creates metal. Yellow khí creates earth.

Thất tình lục dục

Entering the Cửu Trùng Đài[603], you can see the statue of the Seven-Headed Serpent and the dragon that spits six sparks. The former represents the seven human feelings and the latter six desires.

The seven feelings are joy, anger, love, hatred, sorrow, satisfaction and desire.

The six desires associated with the six sense organs (eyes, ears, nose, tongue, body, and mind) are the desires for beauty, melodious sounds, fragrance, good taste, smooth touch, and good thoughts.

In the internal organs, there is an invisible system including:
- The six desires (the Hậu Thiên Yin Khí of the organs)
- The seven feelings (the Hậu Thiên Yang Khí of the organs)
- Ngũ Thần or Khí Tiên Thiên directly related to the Chơn Thần.

The Chơn Thần is the director of this system and all actions of the seven feelings, the six desires and the Ngũ Thần or Ngũ Thức.

Each organ connects a Thần, a feeling and a desire as described in the following chart.

---

[603] the Nine-Level Tower.

The relationship between the five human internal organs and other invisible factors

Five elements	Five internal organs	Five Thần	Seven emotions	Six desires
Fire (red)	Heart (tongue)	Perception	Joy and satisfaction	Desire for good taste
Earth (yellow)	Spleen (mouth)	Thinking	Love and hatred (worry)	Desires for smooth touch and good thoughts
Metal (white)	Lungs (nose)	Peri spirit	Sorrow	Desire for good smell
Water (black)	Kidney (ears)	Will	Desire (fear)	Desires for good sounds
Wood (azure)	Liver (face)	Soul	Anger	Desire for beauty

How to communicate with the world

Those invisible factors communicate with the world through five doors or the forms of Ngũ Hành: the eyes are the doors of the liver, the tongue is the door of the heart, the mouth is the door of the spleen, the nose is the door of the lungs and the ears are the doors of the kidney.[604]Through these doors, the Khí Hậu Thiên of the seven feelings and six desires become active and excite the Khí Tiên Thiên Ngũ Thần. The Chơn Thần, however, can decide to either control or ignore those activities.

How seven feelings and six desires become active?

They become active when the internal organs are exposed to the surroundings through the "doors" or when the person's thoughts trigger those emotions.

---

[604] Those five doors are proven by the diagnosis of Chinese medicine. The red tip of a tongue signals heart disease. An old man with loss of hearing signals his kidney problems. Cold wind causes sneezing and runny nose. A person with a liver problem can have eye problems. A problem with the spleen is shown by mouth sores.

Take a box of matches, the box is like the body with five "doors" of the internal organs (eyes, ears, nose, tongue, skin, and thinking) and the matches are like everything around (colors, sounds, smells, tastes, touch, and thoughts). Striking a match, you light a fire. It is like you feel good when you listen to your favorite music then you have a desire for more.

Although you are not exposed to the surroundings, you can always think of everything, which triggers your emotions and desires. In addition, a lack of nutrition also causes the Hypothalamus to give signals that your body needs it. For example, if your body needs water or food, you feel hungry or thirsty though you do not see water or food. Hence, emotions and desires are instinct and they (also called Khí Hậu Thiên) are very necessary for feeding and exciting your physical body. Desires are the signals of physical life, but too much desire will seriously contaminate your mind. That is why Caodaist teachings advise believers to control their six desires.

3. The Physical Body and The Six Desires

First, you should notice the six desires pollute the physical body and prevent your souls from ascending after death.

The six desires and the seven emotions become active when your body is exposed to the surroundings. They activate the system of Tâm, Tánh and Xác phàm. Your thoughts from the Tâm are transferred to the Tánh or Chơn Thần, which gives orders for the physical body to carry out.

Thoughts (Tâm, Chon Linh) → actions (Tánh, Chon Thần) → agent (Xác phàm).

During the process, if the Tánh or the boss lets the emotions and desires go to the extremes, the physical body can be polluted, the individual can break the Tân Luật[605] and the Chơn Thần becomes impure.

The six desires support the physical body

To clarify this point, the desires for good tastes and the five senses of taste[606] can be a good example.

Sometimes you crave something. That creates a desire for some taste, which signals a lack of some substance in your body. For example, you crave sweet food and feel exhausted after thinking hard or worrying so much. A sweet cake will help recover yourself. The sweet cake increases the Khí Hậu Thiên to support the Khí Tiên Thiên or Ý.[607]

Another example is you crave salty food because of a low level of salt in your blood. You may have walked or played the sport in the blazing hot sun. That signals a lack of salt and salty lemon juice will help.

Why does Caodaism advise its believers to control their six desires despite their importance?

The impure khí from the six desires

When the six desires become active, they trigger the Ngũ Thần and the three forms of each individual: the Tâm (soul), the Tánh (peri spirit) and the physical body. The Tâm creates thoughts, which affect Tánh. Tánh regulates desires according to ethics.

---

[605] the New Law or Caodaist Law.
[606] bitter, sweet, spicy, salty and sour flavors.
[607] Thoughts.

Take the box of matches mentioned above, it can give moderate light and fire to help, but it can also destroy everything if going to the extremes. The latter represents the impure Khí from the six desires.

The signals of impurity
A person with a strong desire for sexual intercourse looks very pale, for sweet and fatty food becomes grossly fat and for the bitter taste in coffee or tea has a heart problem, etc.

The invisible impurity in khí
Those who like partying can show their impurity through the color of their aura.[608] Wicked people, meat-eaters and drunkards will be seen with a dark purple aura.

The impurity according to religion
All extreme desires make people commit a crime. The Chơn Thần is responsible for those impurities, so Chơn Thần has to reincarnate for compensations.

Caodaism advise believers to always control their desires. A strong desire for beauty can lead to fornication, for melodious sounds can lead to impolite words, for good smells can lead to sexual desire and fornication, for good senses of taste can lead to killing animals for food, for smooth touch can lead to sexual desire and fornication and for good opinions can lead to evil plots.

---

[608] A person with the divine eye or a kirlian camera can see those colors.

4. CHƠN THẦN AND THE SEVEN EMOTIONS

Chơn Thần[609], which is created by Phật Mẫu[610], is half Yang and half Yin, so it can be either pure or impure. Listening to the Chơn Linh's advice and controlling the emotions and desires, Chơn Thần becomes pure, or, conversely, it becomes impure.

The seven emotions include love, hatred, joy, anger, sorrow, satisfaction and desire. Each of them goes with corresponding internal organs. Joy goes with the heart, love, and hatred with the spleen, anger with the liver, sorrow with the lungs and desire with the kidney.

The similarities between the seven feelings and the six desires are they naturally hide in the internal organs, influence the Ngũ Thần and activate the Tâm and Tánh.

Oppositely, their differences are the desires tend to support the physical body. If abused, they become impure and leave polluting marks, which prevent Chơn Thần from ascending to heaven. Unlike the desires, the emotions go with the Tiên Thiên Ngũ Thần[611], pollute the Chơn Thần and leave the impure marks in Thần.

The moderate emotions become good agents for the development of the internal organs while the extreme ones become contaminated agents for the Chơn Thần. Those extremes are advised to be controlled carefully.

---

[609] Peri spirit.
[610] The Mother Goddess.
[611] Thức Thần in the heart, Ý in the spleen, Phách in the lungs, Chí in the kidney, Hồn in the liver.

Moderate emotions

Inactive emotions hiding in internal organs are called Trung[612]. Active and moderate emotions are called Hoà[613]. Trung Hoà is the ideal state of a human and the universe. "Đạo of the universe is nothing but the term Trung Hoà."[614] Moderate emotions are good, for instance, a piece of good news can excite and cheer you up.

Extreme emotions

Chơn Thần, the boss of emotions, is responsible for any crime you have committed. When emotions go to the extremes, they become evils that obscure the Tâm and the signs can be displayed as follows:

In anger, you feel a blush rise on your face and your limbs shake. Anger is one of the three toxins[615] and the ten evils[616]. Too much anger makes you silly and prevents your religious practice. "A moment of anger burns and melts your Kim Đơn."[617] That is why God always advises you to manage your anger.

Too much sorrow shrinks and lowers the Khí of the lungs. Your face becomes too pale, your hands are too cold, you can hardly breathe.

Too much joy disperses the Khí of the heart. You become so crazy that you dance and talk nonsense.

Being too worried or loving someone too much, you feel too bored to do anything because the Khí of the spleen is damaged.

Fear damages the Khí of the kidney. In the long term, you are more likely to have mental diseases.

---

[612] Average.
[613] Harmony.
[614] The Collection of Divine Messages. P 152.
[615] Greed, anger, stupidity.
[616] Killing, stealing and robbing, engaging in improper sexual conduct, lying, saying dirty words, encouraging hostility, speaking ill of someone, being greedy, being angry and being stupid.
[617] Kim - golden, precious. Đơn - pill, medicine. The religious achievement attained by a Taoist is considered a precious pill. The Collection of Divine Messages. P36.

In short, extreme emotions can obscure the Thần, so you will follow the animal instincts of the body. They will become the evils who lead you in the wrong way. Consequently, you can cause bad karma and have to reincarnate for compensation for good. Caodaist advice is a believer should *"Tu Tâm luyện Tánh."*[618] or to manage those emotions and desires to prevents the extreme ones from damaging his Thần.

5. TÂM TÁNH

Tâm

Tâm (also called the Ngươn Thần, Chơn Linh or Tiểu Linh Quang) comes from God or Đại Linh Quang. Tâm is responsible for teaching Tánh, which is the Chơn Thần created by God the Mother. Thanks to the Chơn Thần, a human can reincarnate in the world.

Tánh

According to His Holiness Hộ Pháp, *Tánh is our second component. The first component is Tâm or Chơn Linh and the third one is our physical animal-like body.*[619] Therefore, those three components influence and support one another. Caodaism always advises its believers to let their Tâm teach their Tánh. Finally, they can attain enlightenment.

How the system works

How do the Tâm and Tánh work? Let us have a look at how the desires and emotions act and whether or not a person practices religion.

---

[618] "Improve the Tâm and train the Tánh."
[619] Sermon of His Holiness Hộ Pháp.

Desires and emotions become active in two stages:

⊙ The beginning stage: when the outlets of the five internal organs are open, so the things around are realized by consciousness leading to emotions and desires.

⊙ The action stage: then the person begins to have an idea and act accordingly.

A man, John Doe, for example, sees a woman. Thanks to his eyes, he knows the woman is pretty (or ugly). After that, he wants (or does not want) to have sex with her.

Reactions

If the man is a good religious practitioner
He can distinguish between right and wrong, so his Tâm can control his Tánh. He still keeps calm. As a result, his Tánh follows his Tâm or God's will and he will not behave badly.

If the man is a bad religious practitioner
His Tâm lets his Tánh follow the worldly desires, that is trying to have sexual intercourse with the woman. If the woman does not agree, he tries to behave badly, even commit a crime. This is when evil overcomes conscience, ruining the merits the religious practitioner has made for years. The man is tricked into committing a crime by Satan.

To remind all Caodaists, there is the statue of His Holiness Hộ Pháp controlling the seven-headed serpent in Hiệp Thiên Đài and divine messages showing that one must practice Caodaism to the highest level. Without perfect practice, practitioners get nowhere!

6. Advice On How To Improving Tâm And Training Tánh

Kinh Khai Cửu[620] vividly expresses the principle tu Tâm dưỡng Tánh (improve your soul and train your peri spirit) by describing a person as a ship traveling on a sea of suffering. To arrive at the harbor Thiên (heaven), you have to cut off your emotions and close your desires. The emotions and desires are like the wind, which can become a storm and sink the ship. For example, extreme anger makes you get such bad karmas that you have to reincarnate for compensation. Divine beings always advise Caodaist believers not to let that wind become a storm.

Divine beings' advice

Đức Phật Mẫu (the Divine Mother) says, *"Children, whether you are dignitaries of Hiệp Thiên[621] or Cửu Trùng[622], you should try to uphold your Tâm for your merits."*

>*Gắng sức trau giồi một chữ Tâm.*
>*Đạo đời muôn việc khỏi sai lầm.*
>*Tâm thành ắt đoạt đường tu vững,*
>*Tâm chánh mới mong mối Đạo cầm.*
>Try to improve your Tâm
>So that you will not make any mistakes.
>Successfully cultivating your Tâm,
>You can successfully get enlightenment.

Advice from Caodaist doctrine

Human emotions and desires that instinctively exist in the five internal organs cannot be eradicated if you are alive.

---

[620] The Commencement Prayers for a Caodaist funeral.
[621] The Caodaist Judiciary Body.
[622] The Caodaist Administrative Body.

Consequently, Caodaist practitioners should take advice from Caodaist doctrine to convert them into noble emotions. For example, you should become angry because you do not have more merits or you can keep the five precepts. The evil six desires will become the lục thông[623] if successfully managed. There are two ways to manage them:

- Understand how they work then force them to follow God's will.
- Lead them into serving people by creating more merits.

How to manage emotions and desires

You should prevent them from going to the extremes by three following techniques:

- Chanting prayers. The Khí from the sounds calms the Khí Tiên Thiên down. As a result, desires and emotions become mild winds blowing over the water surface.
- Meditating. The practitioner sits still and breathes moderately. In Caodaism practitioners have to enter Tịnh Thất (meditation house) for an elaborate practice.
- Practicing vegetarianism. This calms the body down and reduces desires.

---

[623](ṣaḍ abhijñāḥ) - six supernatural powers attained by the Buddha.

Extreme emotions and desires pollute Tâm and Tánh

Organs	Heart	Spleen	Lungs	Kidneys	Liver
Outlets **Six causes**↓	Tongue	Mouth, body	Nose	Ears	Eyes
Six stimuli↓	Taste	Touch, thought	Smell	Sound	Color
Six knowledge↓	Tasting	Thinking, touching	Smelling	Hearing	Sight
Six desires ↓	Desire for good taste	Desire for smooth touch and good idea	Desire for good smell	Desire for melodious sound	Desire for beautiful colors
Seven emotions ↓	Joy and satisfaction	Love, hatred	Sorrow	Fear	Angry

↓↓↓

Mechanism	Soul ↓ Peri spirit ↓ Physical body

↓↓↓

	Seven emotions	Six desires
Physical contamination	Invisible signals in Thần	Specific signals in body
Invisible contamination	Khí Tiên Thiên Ngũ Thần is disturbed	Khí Hậu Thiên is disturbed
Religious contamination	Not allowed to enter heaven because of polluted Chơn Thần	Not allowed to come to God because of polluted body

The significance of earthly life for Caodaists

Earthly life	Technique for practicing Caodaism	Result
Practicing Nhơn Đạo and Thiên Đạo for the privilege of the Great Amnesty.	Practicing Tam lập to attain enlightenment on earth.	Attaining high statuses in heaven
Practicing vegetarianism for a pure Chơn Thần managing emotions and desires	Purifying Chơn Thần for the privilege of crossing the Cửu Trùng Thiên	Ngũ Thần concentrates at Chơn Thần; Pure Chơn Thần help Chơn Linh climb through all levels in heaven

Chapter 9

Death

According to Caodaism, only the material corps die while the Chơn Thần (peri spirits) either reincarnates or helps the Chơn Linh (souls) return to its origin to unite with Đại Linh Quang (God).

Those who really die are the ones committing a serious crime. They become the ghosts who will be destroyed.

1. The Death of the Physical Body

According to Caodaist divine messages, the physical body is dead because it belongs to the material world, which changes according to God's law. His Holiness Cao Thượng Phẩm says, "When the body dies, its Yin Yang electricity, together with the Chơn Thần, is emitted. If the body is pure enough, the Yang Khí and the Chơn Thần return to heaven from the Nê Hườn Cung.[624] For an impure body, the Yin Khí and the Chơn Thần descend from the toe tips to become materials ready for more incarnations."[625]

---

[624] A mysterious place between the top of the skull and the brain.
[625] Luật Tam Thể. Page 20.

In the earthly world

After the body is dead, Caodaist funerary rituals including performing sacraments and chanting prayers are conducted.

Funerary sacraments

In the period of grand amnesty, taking orders from God, His Holiness Hộ Pháp shows the assigned Caodaist dignitaries seven sacraments[626] to save people both physically and spiritually. Those believers who have taken the oath ritual and practiced vegetarianism at least 10 days a month receive the sacraments such as Phép Độ Hồn, Phép Tận Độ, Kinh Cửu, Tiểu Tường và Đại Tường.[627]

For example, in the ritual of Phép Độ Hồn, the dignitary, first, performs the Sacrament of Phép Xác (purification) after the prayer Cầu Siêu and Khi Đã Chết Rồi are chanted. Second, he performs the sacrament of Đoạn Căn (cutting off 7 bad ties). This releases the Chơn Thần and Chơn Linh from the physical body to ascend to heaven.[628] Finally, he performs the sacrament of Độ Thăng (help ascend) to send the soul to heaven.[629]

Chanting prayers

To help souls ascend to heaven, Caodaist believers should chant:

Kinh Tận Độ Vong Linh[630] to free the dead quickly from suffering.

---

[626] Phép Tắm Thánh, Phép Giải Oan, Phép Hôn Phối, Phép Giải bịnh, Phép Xác, Phép Đoạn Căn, Phép Độ Thăng.
[627] The sacrament of transporting the soul, the sacrament of complete transport, the posthumous prayers, the lesser celebration and the larger celebration.
[628] Without this sacrament, the Chơn Thần and Chơn Linh cannot ascend until the corpse is completely decomposes.
[629] Bảo Đạo Hồ Tấn Khoa said the Sacrament of Độ Thăng helps the dignitaries' souls enter the Bát Quái Đài more easily.
[630] For those who practice vegetarianism at least 10 days a month.

Kinh Cầu Hồn Khi Hấp Hối (requiem for dying people) to tell the dead decisively leave the earthly world and avoid going to hell.[631]

Kinh Cầu Siêu (request for amnesty) to beg the divine beings to save the dead.

Kinh Khi Đã Chết Rồi (after death) for the death to leave the earthly world.

Kinh Đưa Linh Cửu (carrying the coffin to a cemetery) to beg the local genius to help to separate the soul from the corpse.

Kinh Hạ Huyệt (lowering the coffin down the grave).

Kinh Tuần Cửu (funerary prayers) to help the dead cross nine heavens and Kinh Tiểu Tường and Đại Tường to help the dead enter the realm of Buddha.

In heaven

In the Vườn Ngạn Uyển (divine garden) in the first heaven, a withered flower represents death on earth. This garden is owned by Đức Phật Mẫu (Divine Mother). Here are twelve kinds of flowers. Each flower represents life on earth. It blooms as a person is born and withers as he dies.

Vườn Ngạn Uyển sanh hoa đã héo
Khối hình hài đã chịu rã tan[632].
A flower has withered in the Vườn Ngạn Uyển,
That is a person died on earth.

---

[631]Hiền Tài Nguyễn Long Thành said the Eighth Female Buddha uses the term Cõi Âm Quang (Yin Light) instead of the conventional term Địa Ngục, Diêm Đình, Phong Đô, Địa Phủ, Âm Ty, Thập Điện Diêm Vương, etc.
[632]Kinh Đệ Nhứt Cửu

Where the corpse goes?

After death, the corpse, which is composed of earthly materials, decomposes according to God's law. It will then turn to earth and become the elements of another body.

Nhục thể thổ sanh hoàn tại thổ[633].
The body made of earth then will return to earth.
(The couplets on the Prajna Boat)

Khối vật chất vô hồn viết tử,
Đất biến hình tự thử qui căn.
Without a soul, the material mass is called a corpse
It is made of earth, so it will return to earth.
(Kinh Tẩn Liệm)

Hồn Trời hóa trở về Thiên cảnh,
Xác đất sanh đến lịnh phục hồi[634].
The soul will return to heaven
The corpse will return to earth
(Kinh Tẩn Liệm)

In short, Caodaism defines death by the separation of the Chơn Thần (peri spirit) and the Chơn Linh (soul) from the physical body. Chơn Thần and Chơn Linh will either reincarnate on earth or go to heaven.

2. THE REAL DEAD

The earthly world is considered an environment of a challenge to souls. It is arranged by God for souls to evolve to higher levels. Evils also have miracles to tempt souls into committing a crime and become the real dead. There are two kinds of them.

---

[633] Câu đối trên thuyền Bát Nhã do Ngài Bảo Pháp Nguyễn Trung Hậu sáng tác và được Đức Lý Giáo Tông giáng cơ chỉnh văn: *Vạn sự viết vô, nhục thể thổ sanh hoàn tại thổ.*
[634] Kinh Tẩn Liệm

Those who lose the Chơn dương[635]

The wicked will lose the Chơn Dương. They then have only a false body of thuần âm[636] and will become the real deal. They are like the spoiled seeds, so they never develop into a plant. They will become ghosts who wait for destruction. They cannot reincarnate.

In the period of grand amnesty, the incomplete religious practitioner who has committed crime is allowed to enter the Âm Quang[637], where they can practice religion. If truly repenting, they are allowed to reincarnate to pay off the bad karma. In the Âm Quang, the Buddhas and Immortals come to comfort and teach the sinners. Đức Địa Tạng Vương Bồ Tát[638] is in charge of the male sinners and Thất Nương Diêu Trì Cung[639] the female sinners.

Punishment

Those who seriously break the divine law and who do not keep the entry oath[640] will be severely punished. The punishments include Thiên Tru Địa Lục and Đoạ Tam Đồ Bất Năng Thoát Tục.

Thiên tru Địa lục[641]

Those who commit a serious crime will get killed. It is the same as the Ngũ Lôi Tru Diệt (killed by lightning). Sinners' Chơn Thần is struck by lightning and turn to the primeval substances obtained by Diêu Trì Cung. Their Chơn Linh has to wander until another grand amnesty when the Divine Mother grants them a new Chơn Thần for another reincarnation.

---

[635] Chơn - real. Dương - Yang.
[636] thuần - complete. Âm - Yin.
[637] Âm Quang - Yin Light, the Dark. The new name for hell.
[638] Ksitigarbha.
[639] The Seventh Female Buddha.
[640] The ritual for Caodaist beginners, including an oath.
[641] Thiên - heaven. Địa - earth. Tru = lục - kill.

3. Ascending And Descending

After a divine judgment, the Chơn Thần and Chơn Linh can either descend or ascend.

The enlightened people will ascend

Those who get enlightened on earth can ascend to heaven or eternal life. His Holiness Hộ Pháp said, *"Those who follow Caodaist teachings and practice vegetarianism at least 10 days a month can be taught the Caodaist esoteric practice and their Chơn Thần ascend."* And *"Those who get enlightened can return to the former divine statuses only after a reincarnation."*

Descending

The two main reasons for descending are:
- Because of failing to get enlightened, a soul has to reincarnate on earth to pay off the karmic debts or to evolve.
- Losing the Vạn Cửu Nang.

Reincarnation

Since the Chơn Thần is related to the physical body, only Chơn Thần has to reincarnate. Reincarnation is the opportunity for Chơn Thần to practice religion and evolve to a higher level of intelligence and morality until it reaches the perfect point, uniting with God.

Losing the Vạn Cửu Nang[642]

Since earliest humans were stupid, cruel and barbarous, Đức Phật Mẫu (the Divine Mother) was ordered by God to send 10.000.000 original souls to the earth for incarnation. Their duty was to teach the evolving souls and to perfect themselves for higher divine statuses. The original souls were noble, intelligent and moral at first. Most of them, however, were gradually contaminated by earthly temptations. They

---

[642] According to Khai Pháp Trần Duy Nghĩa, when souls incarnate, Đức Diêu Trì Kim Mẫu gives them a bag called Vạn Cửu Nang and says they cannot return to Her if losing a thing inside.

forgot what their duty was and committed lots of crimes, so they were punished with reincarnation again and again. Most of them were tempted by Quỉ Vương (Satan) into losing the Vạn Cửu Nang granted by Đức Phật Mẫu when they had left heaven. For love, God holds amnesties to lead them back.

Linh căn ngày đó xuống trần ai,
Cái cái vui mừng nhập mẫu thai.
Vì mất bửu nang, mê nghiệp hải,
Làm sao tỉnh đặng trở hồi lai.
The original souls descended to the earth
They were so happy to be born as humans.
Then they lost the precious bags and love the earthly joys
They don't know how to wake up and return

Conclusion For Page Three

In the earthly world, birth and death are the law. You only temporarily live with a false body, that is the physical body. Thanks to that false body, your Chơn Thần, and Chơn Linh practice religion, learn and evolve.

After death, the physical body decomposes while the Chơn Thần and Chơn Linh return to God in heaven. So, death is the transformation from materials to invisible forms through three phases:

⦿ Phase one. Your Chơn Thần and Chơn Linh go to the earthly world from heaven or from Khí Tiên Thiên to Khí Hậu Thiên.

⦿ Phase two. Your Chơn Thần, Chơn Linh and physical body live together in the world, trying to find the way back to heaven.

⦿ Phase three. Your Chơn Thần and Chơn Linh return to heaven or pure Khí Tiên Thiên from the polluted Khí Hậu Thiên. That is why self-purification is a must for religious practitioners on earth.

PAGE FOUR
HOW TO LIBERATE YOURSELF?
where to go after death?
What will be?

It is usually claimed:

> *Lai như lưu thủy hề, thệ như phong;*
> *Bất tri hà xứ lai hề, hà sở chung.*
>
> Born to be a stream flowing so fast
> Where to come or where to go is unknown

Then asked

Where to go after death? God answers your soul will come to Tòa Phán Xét[643] in Trung Giới to know whether you ascend or descend. (Chapter 10).

What will be? What is the final purpose for humans? If ascending, your three treasures will unite while crossing Cửu Trùng Thiên (Chapter 11) and travel back to your origin, that is God. (Chapter 12).

---

[643] The Court of Judgement.

CHAPTER 10

To The Trung Giới

When the physical body becomes useless, the Chơn Linh and Chơn Thần leave for the Trung Giới[644] to the Toà Phán Xét[645], where: «*The absolutely perfect divine beings in Ngọc Hư Cung report all your good and bad deeds to Tòa Phán Xét*».

1. SOME EXPLANATIONS FOR THE INVISIBLE REALM

Before following the Chơn Hồn to the invisible realm, it is necessary to explain something according to the Divine Messages and the Caodaist Prayers such as the view of heaven, the body of a religious practitioner, the speed of the Chơn Thần and the realms which are not visited.

---

[644] The realm between the earthly world and heaven.
[645] The divine court.

The view of heaven

His Holiness Cao Thượng Phẩm explained that the invisible realm is only khí điển quang.[646] The palaces and temples are in the forms of light and halos.

> *Hào quang chiếu chín từng mây bạc,*
> *Tây Phương cõi Phật chói lòa.*
> *Hào quang chiếu diệu Cao Đài*
> Halos shine the nine silver clouds
> The West of Buddha is so bright
> The halos shine Cao Đài

In a seance on the first day of the first lunar month, the Year of Tiger (1926), Bạch Ngọc Kinh, where God dwells, is described as an eternally changing aura.

> *Chư thần chóa mắt màu thường đổi,*
> *Liệt thánh kinh tâm phép vẫn cao,*
> All the genius are dazzled by the constantly changing colors.
> All of the Saints are scared by the miracles.

Forms in heaven

Heaven is invisible. Humans, as well as divine beings, have two forms: the Chơn Thần and Chơn Linh, both of which are called Chơn Hồn (souls). They all are light or electricity.

Languages are thoughts

There are no sounds in heaven, so souls communicate by thoughts. That is why Caodaists chant prayers. The miraculous vibrations of the sounds and the thoughts of the practitioners can convey their wishes to divine beings in heaven. His Holiness Hộ Pháp said, *"There are countless souls in heaven. The language used there is thinking to convey ideas to each other. What you think is what you get."*

---

[646] Khí - gas. Điển - electricity. Quang - light.

The speed of Chơn Thần

Chơn Thần travels as fast as light.

> *Năng lai năng khứ khinh khinh,*
> *Mau như điễn chiếu, nhẹ thành bóng mây.*
> Easily traveling around
> As fast as electricity and as light as a cloud

2. To The Tòa Phán Xét[647]

Thanks to the funerary sacraments like Phép Xác, Phép Giải Oan and Phép Đoạn Căn, the Chơn Thần leaves the physical body and together with the Chơn Linh travel to the Trung Giới, waiting to go to Toà Phán Xét. After the judgment, they will either ascend or descend.

Descending: rebirth

Committing crime or having bad karma, the Chơn Thần has to reincarnate on earth. The Caodaists who break Caodaist law will go to Âm Quang to practice Caodaism again.

Ascending

In the Third Salvation, God allows:

⊙ Caodaist practitioners who have got enlightened on earth in only one life to return to the realm of Buddha in Hư Vô Thiên.

⊙ Caodaist practitioners who have fulfilled their religious responsibilities[648] to return to God.

---

[647] The Divine Tribunal.
[648] Practicing vegetarianism at least 10 days a month, keeping the entry oath and have enough merits.

3. Two Ways Of Ascending

Chơn Thần will ascend after nine days in trường đình[649]. The divine status attained will decide how the Chơn Thần ascend. Chơn Thần can go straight to the assigned level or climb those levels one by one.

Going straight to the status attained

Having practiced Caodaism and fulfilled the human responsibilities, a Caodaist can attain status on earth. Each earthly status is equivalent to divine status in one of the nine heavens. Therefore, his Chơn Thần will go straight to the corresponding heaven. For example, a Caodaist dignitary at the level of Immortal will go to heaven for Immortals, which is the Hư Vô Thiên. In addition, the rituals of Tuần Cửu and the sacrament Phép Độ Thăng are not performed.

In the assigned level, the Chơn Thần keep on practicing Caodaism with the help of the Female Buddhas in order to climb to higher levels. Without any progress, one must reincarnate on earth.

Climbing the levels one by one

If keeping the entry oath and practicing vegetarianism at least 10 days a month, you will be taught how to practice religion according to the level you have reached.

---

[649] Trường đình - the rest stop. Caodaists consider the funeral house a place where you say good bye to the dead.

The decision of Tòa Phán Xét

Realm for Buddha

Cửu Trùng Thiên

Enlightened person

Ascending

Going to Tòa Phán Xét

Descending ↓	Descending ↓	Descending ↓
Caodaists breaking promise, committing a crime. More religious practice in Phong Đô	Reincarnation to pay off bad karma	Serious sinners who become ghosts, waiting for amnesty.

CHAPTER 11

Ascending The Cửu Trùng Thiên[650]

After reaching the Trung Giới, souls enter the Thượng Giới and ascending the Cửu Trùng Thiên to combine the Tam Bửu[651]. On the way, souls need the following helps to get the superpower to ascend the levels:

The help from esotericism.
Kinh Tuần Cửu, Tiểu Tường, and Đại Tường[652] is the Caodaist esotericism to help souls ascend the levels. In this Third Salvation, God has closed Hell and cleared the way of Cửu Thiên Khai Hoá[653]. His Holiness Lý Giáo Tông said, "*Esoterically, heavenly beings will convert... you can convert successfully.*"

Chanting Kinh Tuần Cửu
The Caodaist dignitaries will show believers how to chant the Kinh Tuần Cửu, which changes the Tâm so that it can ascend those levels, combining the three treasures and avoiding reincarnation.

---

[650] The Nine-Level Heaven.
[651] The three treasures: body, mind and soul.
[652] The Prayers of the Caodaist Postmortem Rituals.
[653] Cửu Thiên - nine heavens; Khai Hoá - educating.

The help from divine beings

On those levels, Cửu Vị Tiên Nương Diêu Trì Cung[654] and other divine beings give sermons and guide souls through the heavenly levels.

> *Ngó Cực Lạc theo hườn Xá Lợi,*
> *Cửu Trùng Thiên mở lối qui nguyên.*
> Look at the direction of Nirvana and Buddha,
> Cửu Trùng Thiên is now clear for you to return.

Those divine beings will help the Tam Bửu blend in with the energy of the levels according to the rule "đồng thanh tương ứng, đồng khí tương cầu"[655]. As a result, all types of souls can get enlightenment in only one life to return to God.

The reason why souls need help is that the nine heavenly levels and the Chơn Thần are gaseous. The higher the level, the lighter the gas with more Yang light. The Chơn Thần is still a bit impure, so it needs helps from Kinh Tuần Cửu and the divine beings.

To understand the process of combination of the Tam Bửu on the way, you need to understand the Kinh Tuần Cửu, which depicts the transformation of souls from Genius, Saints to Immortals in this way.

1. THE TECHNIQUE OF PERCEPTION

It is extremely difficult to depict the way to the invisible world because of no specific documents that elaborate on it. There is only the information in Kinh Tuần Cửu, Tiểu Tường,

---

[654] The Nine Female Buddhas.
[655] Similar things can go together.

Đại tường and some Divine Messages. For understandable explanations, it is described in earthly languages to be chanted by believers. The literal meanings of a language can only give images resembling the earthly scenery, not the nature of heaven, that is Đạo.

From those pieces of information, I depict and explain the divine path by a technique of perception, from which the practice of combining the three treasures during the process of ascending the Cửu Trùng Thiên.

The origin and the meanings of the prayers

The prayers are all granted by the divine beings from those heavenly levels, not by any human beings. For instance, the Seventh Prayer is granted by the Seventh Female Buddha, who is in charge of leading the souls from the Kim Thiên[656] to the Hạo Nhiên Thiên[657].

The prayers are chanted to help a soul ascend the nine heavens to return to God.

Understanding the languages in the prayers

The Kinh Tuần Cửu, Tiểu Tường, Đại Tường each depicts the temples, houses, and palaces in each level. The divine beings use earthly languages to convey their ideas so that believers can gradually be enlightened the divine language or Đạo. However, how can an ordinary person, without divine thinking and eyes, visualize the divine scenery by reading the prayers?

How His Holiness Hộ Pháp answer

To witness the scenery in heaven, humans should attain the divine eyes by doing esoteric practice or are granted the

---
[656] Kim - metal, gold. Thiên - Heaven. (The sixth heaven).
[657] The Immense Heaven or Seventh Heaven.

privilege to do so by God like His Holiness Hộ Pháp. His Holiness Hộ Pháp said, "*What heaven is like is equivalent to what Tâm is. No one knows what it is like. If you get enlightened, leave your physical body and meet the divine beings, you will see it is unlike what you expected.*"

Reading the sermons by His Holiness Hộ Pháp, you can then understand the scenery in heaven, which is described in the Kinh Tuần Cửu as the magical halos, depending on how much enlightened a soul gets. The soul now is also a beam of light that blends in with the halos in that heaven. For example, in Cửu Trùng Thiên there are three forms of souls: genius, saints and immortals. Souls entering the eighth heaven called Phi Tưởng Thiên will see the Cung Tận Thức, Cung Diệt Bửu, etc. This is what His Holiness Hộ Pháp saw and told believers in His sermons. "*Having entered the Tòa Tam Giáo Bát Quái Đài, you can see a bright halo. It then disappears and you see The Scale of Justice that also disappears after that. You can see yourself and your whole past life.*"

His Holiness Hộ Pháp depicts Ngọc Hư Cung, "*What a beautiful world it is! There are lots of bright halos whose colors magically changes swiftly. Your Chơn Thần has to change to those colors in order to join Ngọc Hư Cung. Otherwise, you are expelled immediately. Thought, not speech, is the only method of communication there.*"

His Holiness Hộ Pháp depicts Bạch Ngọc Kinh, "*The brilliant colors always change and it is covered by a thoại khí[658]. It operates like a living animal, changing its colors. I don't know how to describe it!*"

The similar terms are used to describe it in Caodaist Prayers.

Kinh Bạch Ngọc muôn lằn điển chiếu
Kinh Bạch Ngọc is brightly shone by electricity

Năng lai năng khứ khinh khinh,
Mau như điển chiếu, nhẹ nhàng bóng mây.
The soul travels around so easily
As fast as lightning and as light as a cloud

---

[658] Thoại - excellent. Khí - gas.

Perception through the metaphors
First, it is necessary to define some terminology.

Cung: a large building. For example, Cung Tuyệt Khổ - sorrow eliminating building

Đài: a high building. For example, Đài Nghiệt Cảnh - bad karma tower.

According to Mr. Hà Ngọc Duyên[659], Cung is the metaphor for the inner Tâm. For instance, Cung Lập Khuyết means looking at yourself to see the imperfections. Cung Ngọc Diệt Hình means looking at yourself to eradicate materialistic things. Điện and Đài are the metaphors for the outer Tâm. Đài Nghiệt Cảnh and Đài Chiếu Giám reflect your good and bad karma. Đài Huệ Hương purifies your Chơn Thần. Linh Tiêu Điện means Tâm has an easy life.

According to Bát Nương[660], those halos in Heaven represents the vô hình sắc tướng[661] versus the vô hình vô tướng[662] of the Dương Quang[663] or God. "*The Hư Vô[664] is invisible compared to the material world, but visible compared to the formless Dương Quang.*"[665]

The status of Tâm on each level of heaven
The heavenly levels are considered a ladder for souls to climb. The rungs are the spaces of different light waves according to the waves of Genius, Saints, Immortals or Buddhas. Your religious practice changes the light waves of your Chơn Thần, so you can climb that ladder. How fast you can climb depends on how pure your Chơn Thần is. That is why on each level Chơn Linh helped by the divine beings purifies your Chơn Thần like what is said through the metaphors.

---

[659] Bản tin Đại Đạo, số:15/79, Maryland, page 76-96
[660] The Eighth Female Buddha. Luật Tam Thể page 44.
[661] vô hình - invisible. Sắc tướng - forms.
[662] vô hình - invisible. Vô tướng - formless.
[663] Dương - Yang. Quang - light.
[664] Nothingness.
[665] Luật Tam Thể. Page 44.

Cửu Trùng Thiên[666] symbolizes the three statuses of Genius, Saints, and Immortals. It is shown by the Cửu Trùng Đài[667] or Cửu Thiên Khai Hoá on the earthly world. That is displayed in the following list.

The equivalent statuses

Caodaist Executive Dignitaries	Divine Beings	Nine Heavens
Believers	Địa thần - Earthly Genius	First Heaven
Petty Caodaist Dignitaries	Nhơn thần - Human Genius	Second Heaven
Lễ sanh - Student	Thiên thần - Heavenly Genius	Azure Heaven
Giáo hữu - Religious Associate	Địa thánh - Earthly Saints	Yellow Heaven
Giáo sư - Teacher	Nhơn thánh - Human Saints	Red Heaven
Chánh phối sư, Phối sư - Master.	Thiên thánh - Heavenly Saints	Metallic Heaven
Đầu sư - Master Chief	Địa tiên - Earthly Immortals	Super Heaven
Chưởng pháp - Dharma Master	Nhơn tiên - Human Immortals	Beyond Thought Heaven
Giáo Tông - Caodai Head.	Thiên tiên - Heavenly Immortals	Creation Heaven

Thanks to those metaphors, I understand that a Chơn Thần climbing the divine ladder will no longer be tempted by the physical body into doing something wrong. Chơn Thần now listens to the soul for self-improvement and self-purification to fulfill its duty, which is transporting the Chơn Linh high up to the next levels. There is a female Buddha to guide souls on each level and divine beings to teach how to combine the Tam Bửu[668] and avoid reincarnation.

---

[666] The Nine Heavens.
[667] The Executive Body of Caodaism.
[668] Three treasures: body, mind and soul.

2. Images Of The Stages In Combining Tam Bửu

The above technique allows me to depict the journey a Chơn Hồn takes through the levels in heaven.

From the first to the third level: as a Genius

Changed to fit the status of genius on the first three levels, you realize the physical body has died (withered flower) and you are about to go to heaven (eating divine peaches). You know that you are at the same level as Ông Hiền (meeting the Seven Sages). This stage is described by the metaphors in the prayers:

The first level

The soul goes to the Ngạn Uyển[669], watching his "flower" become withered. That means the physical body has died and he is no more tied down by the seven karmic strings. The Nhứt Nương[670] helps the soul calm down.

> *Khá tỉnh thức tiền duyên nhớ lại,*
> *Đoạn cho rồi oan trái buổi sanh.*
> Wake up, remember your previous life
> And pay off the bad karmic debts

She also tells the soul that there is no need to worry about earthly temptations like thập ác[671] or lục trần[672]:

---
[669] Ngạn - the bank of the sea of sorrow. Uyển - garden. Ngạn Uyển is the garden in heaven. The First Female Buddha under the Divine Mother is in charge of it. In Ngạn Uyển there are 12 different types of flowers representing the 12 zodiac signs. A flower stands for a person. It becomes withered when that person dies and blooms when he reincarnates. It is beautiful if that person is good and ugly if he is immoral, according to the First Female Buddha.
[670] the First Female Buddha.
[671] The ten evils: killing, stealing, engaging in improper sexual conduct, lying, saying dirty words, encouraging hostility, speaking ill of, being greedy, being angry, being stupid.
[672] The six earthly things: beauty, melodious sounds, sweet smell, good taste, gentle touch, good idea.

> *Vườn Ngạn Uyển sanh hoa đã héo,*
> *Khối hình hài đã chịu rã tan*
> *Bảy dây oan nghiệt hết ràng*[673].
> A flower in the Ngạn Uyển has withered
> The body begins to decompose
> You are no longer tied down by the seven evil strings

The second level

The soul is granted divine peaches in the longevity party. The metaphor here is he is about to leave for heaven.

> *Tây Vương Mẫu vườn Đào*[674] *ướm chín,*
> *Chén trường sanh có linh ngự ban*[675].
> The West Queen's peaches are almost ripe.
> They and the longevity wine are granted.

The third level or the Azure Heaven

The light on this level is azure. The soul will see The Bamboo Grove Seven Sages, who have become the Seven Immortals in the Thiên Thai Cave. On the Island of Bồng Lai, the soul's emotions and feelings will be washed off, that is the soul is now a sage ready to ascend to the level for immortals.

> *Cõi Thanh Thiên lên miền Bồng đảo,*
> *Động Thiên Thai Bảy Lão đón đường*[676].
> From the Azure Heaven, you go up to the Bồng Đảo
> And are received by the Seven Sages
>   of the Bamboo Grove at Thiên Thai Cave.

---

[673] Kinh Đệ Nhứt Cửu
[674] **Vườn Đào Tiên** do Phật Mẫu chưởng quản, có 3600 cây đào, dùng trái Đào Tiên để làm phần thưởng
[675] Kinh Đệ Nhị Cửu
[676] Kinh Đệ Tam Cửu

From the fourth to the sixth levels: as a Saint

When the soul enters the level for Saints, he sees the inner and outer worlds of Tâm via the divine palaces and the monuments.

All the divine buildings are metaphors.

Cung Lập Khuyết - seeing the imperfections.

Cung Tuyệt Khổ - cutting off the earthly sorrow.

Cung Ngọc Diệt Hình - eliminating all visible forms.

Cung Vạn Pháp - being in a meditation house to see the past bad karma.

Đài Nghiệt Cảnh or Đài Chiếu Giám - identifying your good or bad deeds in a previous life.

Đài Huệ Hương - eliminating all impurity.

The Fourth Level or the Yellow Heaven

The light on this level is yellow. Lôi Thần[677] will eradicate the soul's evil air and impure light with his divine rod. The soul then goes to Cung Tuyệt Khổ to meet Huyền Thiên Quân[678], that is cutting all the earthly sorrow.

The Fifth Level or the Red Heaven

The light on this level is red. The soul climbs to the Đài Chiếu Giám, whose mirror shows what he has done in his former life.

> *Đài Chiếu Giám Cảnh Minh nhẹ bước,*
> *Xem rõ ràng tội phước căn sinh*[679].
> Entering the Đài Chiếu Giám Cảnh Minh,
> You can see your past achievements or crimes.

---

[677] The Thunder God.
[678] God's another incarnation.
[679] Kinh Đệ Ngũ Cửu

Then the soul enters Cung Ngọc Diệt Hình to eradicate all the material forms. The soul reads the Vô Tự Kinh[680] to know his former incarnations and current status.

The Sixth Level or the Metallic Heaven

The soul now enters Cung Vạn Pháp, which is a meditation house containing the dharma of all religions, to know his former divine status.

Cung Lập Khuyết as the metaphor for getting the imperfections. Đài Huệ Hương implies the soul's impurity is washed off.

> Vào Cung Vạn Pháp xem qua,
> Cung Lập Khuyết tìm duyên định ngự;
> Đem Chơn Thần đến tận Đài Huệ Hương.
> Looking around in the Cung Vạn Pháp,
> The soul finds out his former status
> Then goes to Đài Huệ Hương.

From the Seven to Ninth Level: as an Immortal.

As an Immortal, the soul then goes to Cung Chưởng Pháp, where he studies the law of the universe and gets enlightened. After that he goes to Cung Tận Thức, where he realizes the magical power of the universe, so he sees the Kim Mao Hẩu, a lion-like animal representing the power of the soul in heaven. Then he goes to Tịch San[681], Niết Bàn[682].

The soul also goes to Cung Diệt Bửu to see the real values of earthly treasures so that he can give them up.

In Cung Bắc Đẩu, the soul reads his past and future lives from the Book of Thiên Tào and learns the heavenly etiquette.

---

[680] The Wordless Book of Prayers.
[681] Mount Tịch.
[682] Nirvana.

In Cung Tri Giác, he knows how to combine the Tam Bửu[683] and ready to achieve Buddhahood.

He also meets Chuẩn Đề Bồ Tát[684] and Phổ Hiền Bồ Tát[685], that is, he is at the same level as those Bodhisattva.

The Seventh Level or the Heaven of Hạo Nhiên[686]

He sees Chuẩn Đề Bồ Tát and Phổ Hiền Bồ Tát unlock the Kim Cô[687]. That means the soul is shown how to ascend to Cung Chưởng Pháp, which takes care of the law of the universe.

The Eighth Level or the Heaven of Phi Tưởng[688]

On this level, the soul is far away from the impure earthly world. He enjoys listening to the bell and drinking the divine wine. The sorrow he had in the previous incarnation is eradicated by the Nước Cam Lồ[689]. He goes to Cung Tận Thức and sees the Kim Mao Hầu with the superpower of religious practitioners. In Cung Diệt Bửu, he sees earthly properties and gives them up. He sees Từ Hàng Bồ Tát.

The Ninth Level or the Heaven of Creation[690]

According to Kinh Tuần Cửu, after 81 days, the soul ascends to this level. In the Cung Tri Giác, he knows how to combine the Tam Bửu, gets enlightened and prepares to the level for Buddhas.

---

[683] Three Treasures: body, mind and soul.
[684] a Goddess bodhisattva and an incarnation of Cundī Dhāraṇī.
[685] Samantabhadra, Universal Worthy, is a bodhisattva in Mahayana Buddhism.
[686] Hạo 昊 immense, nhiên 燃 burning. The immense heaven.
[687] When Chơn Thần descends to the earth, the Nê hoàn cung is locked by an invisible Kim Cô (golden circle)
[688] Beyond thought Heaven. (Lit)
[689] Holy Water.
[690] On this level God the Mother, on behalf of God, creates everything in the universe.

> *Cung Tri Giác, trụ tinh thần,*
> *Hườn hư mầu nhiệm thoát trần đăng Tiên*[691].
> Meditating in Cung Tri Giác,
> The soul returns to nothingness and goes to heaven.

Then the soul is permitted to enter the Diêu Trì Cung to see God the Mother, granted some divine wine, allowed to know his own destiny in Cung Bắc Đẩu, taught the heavenly etiquette and admitted to Linh Tiêu Điện to kowtow to God.

On the ninth level, Tinh, Khí, and Thần[692] are safe and sound, that is being combined.

> *Đã qua chín từng Trời đến vị,*
> *Thần đặng an, Tinh, Khí cũng an.*[693]
> Passing nine levels in heaven,
> Your soul, body, and mind are safe.

From now on, the soul is ready for the process of "Thần hườn hư"[694], going to the world of Buddha with the help of Caodaist prayers chanted by other believers. Finally, he is about to take the path of "hư hườn vô"[695], that is going to the nature of "emptiness" of God for higher divine status.

---

[691] Kinh Đệ Cửu Cửu
[692] Body, mind and soul.
[693] Kinh khai cửu Tiểu Tường và Đại Tường
[694] Soul turns to nothingness.
[695] Nothingness turns to void.

CHAPTER 12

To Be Freed

In the third grand amnesty, God clears the way to Cực Lạc Thế Giới for enlightened people to return.

> *Đóng địa ngục, mở tầng Thiên,*
> *Khai đường Cực Lạc, dẫn miền Tây Phương*[696].
> Hell has been closed and heaven opened.
> The way to Nirvana has been cleared.

Therefore, after the Nine Heavens, the Tam Bửu have been united and the soul begins the way of "Thần huờn hư" or "the soul turns to nothingness" to go to the world of Buddha.

Having passed the three levels of the world of Buddha, the soul enters the final process that is "hư huờn vô" or "nothingness turns to void". The soul now unites with the nature of nothingness of God in the Tam Thập Lục Thiên[697]. After that, he continues his religious practice until he can get to Bạch Ngọc Kinh[698]. When the soul becomes Đại Hồn[699] or heavenly soul, you will unite with the Đại Linh Quang. Caodaism calls this process "Hiệp một cùng Thầy."[700]

---
[696] Kinh giải oan
[697] 36 Heavens.
[698] Passing *the Tam Thiên Thế Giới, you reach the Tứ Đại Bộ Châu. After Tứ Đại Bộ Châu, you can enter the Tam Thập Lục Thiên. In Tam Thập Lục Thiên you have to reincarnate for more religious practice before going to the Bạch Ngọc Kinh, which Buddhism calls Nirvana.*
[699] Great Soul.
[700] Uniting with the Master or uniting with God.

1. Entering The World Of Buddhas: thần hườn hư[701]

After the Nine Levels of Heaven, the soul's bad karma in previous lives has been eradicated. The Tam Bửu have been united.

> Đã qua chín từng Trời đến vị,
> Thần đặng an, Tinh, Khí cũng an.[702]
> Passing nine levels in heaven,
> Your soul, body, and mind are safe.

200 days after the Tuần Cửu, the ritual of Tiểu Tường helps the soul go to the Tenth Level or the Nothingness Heaven, which is the world of Buddhas. In this world, you are not affected by earthly emotions like greed, anger, stupidity, love, hatred, etc.

300 days after the Tiểu Tường, the ritual of Đại Tường helps the soul go to the Eleventh Level or Hội Nguơn Thiên and the Twelfth Level or Hỗn Nguơn Thiên under Đức Di Lạc Phật Vương[703] for the Hội Long Hoa[704].

Prayer for Tiểu Tường[705]

Getting to the world for Buddhas is when Thần[706] turns to Hư[707] or attaining enlightenment. The soul enters Nirvana, which is below Tam Thập Lục Thiên (36 Heavens). Therefore, the prayer for Tiểu Tường only mentions the outer world of Tâm.

---

[701] Soul turns to nothingness.
[702] Kinh khai cửu Tiểu Tường và Đại Tường
[703] Maitreya-Buddha.
[704] the Dragon Flower Competition. (The Judgement Day)
[705] The Caodaist Ritual held 281 days after a death.
[706] Soul.
[707] Nothingness.

The metaphors in the Prayer for Tiểu Tường

Meeting Phật Nhiên Đăng[708] and Phật A Di Đà[709] in Lôi Âm Tự[710] means the soul is now completely happy to be taught Buddhism.

Ngọc Hư Cung - the nothingness of Tâm is represented by the fact that the soul sees the dharma in Ngọc Hư Cung.

Thiên kiều[711] means the soul finds the way to return to God.

At Bộ Công, where your religious work is recorded for the Long Hoa Hội.

The Holy Water in Ao Thất Bửu[712] will eradicate the soul's bad karma and impurity and gives absolute intelligence.

> *Ao Thất Bửu gội mình sạch tục* [713]
> Your earthly impurity is eliminated in Ao Thất Bửu

Images depicted in the Prayer

On the Tenth Level or the Hư Vô Thiên[714] governed by Đức Phật Nhiên Đăng, the soul sees the Ngọc Hư Cung, steps on the Thiên Kiều, goes to Tây Qui, enters the Lôi Âm Tự, kowtows to the Phật A Di Đà and looks in the Bộ Công to know how much religious work he has. Then he is washed with the holy water in the Ao Thất Bửu before ascending to the next level.

Prayers for Đại Tường[715]

Chanting the prayers for Đại Tường, which is granted by Phật Thích Ca[716], helps the soul move up to the Eleventh Level or Hội Nguơn Thiên and the Twelfth Level or Hỗn Nguơn Thiên.

---

[708] Dipankara Buddha or Lamp Bearer Buddha.
[709] Amita Buddha or the Buddha of Endless Light.
[710] Lôi Âm - thunder. Chùa - pagoda. It is located in the capital of Cực Lạc Thế Giới, where Đức Phật Thích Ca and Đức A-Di-Đà-Phật dwell.
[711] the Divine Bridge in heaven.
[712] the pond made from seven types of jewels.
[713] Prayers for Tiểu Tường
[714] the Heaven of Nothingness.
[715] A Caodaist ritual held 581 days after a person's death.
[716] Shakyamuni Buddha, also Siddhārtha Gautama, Shakyamuni, or simply the Buddha, is considered the founder of Buddhism.

Those heavens are managed by Đức Di Lạc Vương Phật, who is also the Judge in Hội Long Hoa.

It is important that there are no metaphors in the Prayers for Đại Tường. What Đức Di Lạc will do in the world is mentioned carefully here. He will incarnate to modify all the past religious teachings, unite all the religions on earth and establish a new ethical era.

> *Tái sanh sửa đổi chơn truyền;*
> *Thâu các đạo hữu hình làm một*[717].
> Born to modify all the religious teachings,
> He also unites all the worldly religions.

He also presides the Hội Long Hoa and decides who will become the new Immortals and Buddhas.

> *Hội Long Hoa tuyển phong Phật vị.*
> *Trường thi Tiên Phật dượt kiếp khiên*[718]
> In Hội Long Hoa, he will ordain new Buddhas.
> That is a competition to challenge Immortals and Buddhas.

This will be the time for everyone to be saved and for Hell to be closed.

> *Khai cơ tận độ Cửu tuyền diệt vong.*
> Everyone will be saved and Hell will be closed.

So far, the soul has experienced four statuses: Genius, Saints, Immortals, and Buddhas. On the way, he has passed Tam Thiên Thế Giới and Tứ Đại Bộ Châu and is ready to travel to Tam Thập Lục Thiên.

---

[717] Kinh Đại Tường
[718] NT

2. The Path Of Hư Hườn Vô[719]

Finally, it comes to the process of Hư hườn Vô, when the Huyền Quan Nhứt Khiếu[720] leaves. According to Đức Hộ Pháp, attaining Nothingness is getting enlightened. Hư hườn vô is when the religious practitioner has only Đạo Tâm or love, joy, and satisfaction. He has attained nothingness (no fame, benefit or power). He is now completely free. He becomes absolutely selfless and enters the nature «*Nothingness*» of God. Đạo is formless. Đạo is no nothing. The Master is nobody. The cycle of rebirth has been stopped like what is written in the Kinh Xuất Hội[721].

> *Đạo hư vô, Sư hư vô,*
> *Reo chuông thoát tục, phất cờ tuyệt sinh.*
> *Đạo is Nothingness and Master is nobody.*
> *It's time to be freed from the earthly world and the cycle of birth.*

According to Caodaist Divine Messages, souls now enter the purest and highest level in the universe, which is the Tam Thập Lục Thiên. Each heaven is governed by a Thiên Tào[722]. This is the center of the universe. Bạch Ngọc Kinh is at the highest level or the Thái Cực[723], the center of the 36 heavens. The second highest is Ngôi Dương (Yang) and the third-highest is Ngôi Âm (Yin), both of which represent the Lưỡng Nghi[724].

Thái Cực and Lưỡng Nghi unite to form what is called Tam Thiên Vị[725]. Below are 33 heavens, so there are 36 heavens totally. A Thiên Đế, a Divine King who is God's incarnation, reigns each of those 33 heavens.

---

[719] Hư - nothingness. Vô - void. Hườn - turn to. Nothingness turns to void (?)
[720] the Divine Eyes.
[721] Prayers after a meeting.
[722] An organization under God.
[723] the Absolute.
[724] the Two Forms i.e., Yin and Yang.
[725] the Trinity.

Having entered the Tam Thập Lục Thiên, souls keep practicing religion to enter the Bát Quái[726], the Tứ Tượng[727], the Lưỡng Nghi and finally the Thái Cực or Bạch Ngọc Kinh. At last, souls unite with the Đại Linh Quang[728] to "Unite with God". That is also the conclusion of this book.

The return journey of a religious practitioner

6. Tam Thập Lục Thiên Tam Thiên Vị *Bạch Ngọc Kinh is the highest level at the center* *Yang is the second level; Yin is the third level.* 33 heavens
5. Three Buddhist heavens: Hỗn Nguơn Thiên, Hội Nguơn Thiên, Hư Vô Thiên
4. Cửu Trùng Thiên for Genius, Saints, Immortals: Tạo Hóa Thiên, Phi Tưởng Thiên, Hạo Nhiên Thiên, Kim Thiên, Xích Thiên, Huỳnh Thiên, Thanh Thiên, Second Heaven with the Divine Peach Garden, First Heaven with the Garden of Ngạn Uyển
3. Bypassing: Tứ Đại Bộ Châu Thượng: Đông Đại Bộ Châu, Nam Đại Bộ Châu, Tây Đại Bộ Châu, Bắc Đại Bộ Châu Tam Thiên Thế Giới Tứ Đại Bộ Châu Hạ: Đông Thắng Thần Châu, Nam Thiệm Bộ Châu, Tây Ngưu Hóa Châu, Bắc Câu Lư Châu 2. Tòa Phán Xét
1. Seventy-Two Planets. *Planet 68: leaving the body after death*

---

[726] Ba Gua.
[727] the Four Phenomena.
[728] the Grand Mass of Light or God.

Works by Lạp Chúc Nguyễn Huy

Books Already Published

• 2023 Văn hóa ẩm thực, Nhân Ảnh XB [729]

• 2022 Nội chiến văn hóa Bắc Nam 1975-1986 trên đất Việt, Nhân Ảnh XB[730]

• 2022 Định hình văn hóa Việt (Caracterizing the Vietnamese culture), Nhân Ảnh published[731].

• 2022 Chuyện lạ nước Việt (Strange stories of Vietnam), Nhân Ảnh published.

• 2019 Lịch sử Hội Thánh Em, Liên Hiệp Hội Thánh Em (History of the Younger Brother Church), Federation of Younger Brother Church published.

• 2016 Âm Dương Ẩm Thực, (Yin-Yang eating) TT Seatlle published.

• 2015 Thiên Thư Tòa Thánh (Holy Book of the Church), Caodai Research Institute published.

• 2005 Le Caodaïsme (Cao Daiism), Théorie des Trois Trésors et des Cinq Fluides (Theory of Three treasures and Five Fluids), Chân Tâm Publisher, California.

• 1995 Triết Lý Đạo Cao Đài, (Philosophy of Cao Daiism), Minh Thiện published, Canada.

• 1994 Văn Hóa Việt (Vietnamese culture), Nắng Mới published, Canada.

• 1992 Religion et adaptation: les réfugiés vietnamiens au Canada, (Religion and adaptation: the Vietnamese refugees in Canada), Université Laval, Canada. *

• 1990 Fleur de lotus et feuille d'érable, La vie religieuse des Vietnamiens du Québec, (Lotus flower and the maple leaf: the religious life of the Vietnamese of Quebec). Université Laval, ,March 1990*

• 1988 Exile in a cold land, a Vietnamese community in Canada, Yale Center, U.S.A. *

• 1984 Les Vietnamiens du Québec: profil sociolinguistique, (The Vietnamese of Quebec: sociolinguistic profile), Centre international de recherche sur le bilinguisme, B.136, Québec

• 1972 Hiện tình kinh tế Việt Nam, 2 tập, (Current economic situation of Vietnam, 2 Volumes), Lửa Thiêng published, Saigon.

Research Articles

• 2008 Des poids et des mesures dans les campagnes du Vietnam, (Weights and measurements in the countryside of Vietnam), École française d'Extrême-Orient, (Institut de Recherche sur le Sud-Est Asiatique, T.2, Paris*

• 1998 Le *Thờ Mẫu*, un chamanisme vietnamien? (Mẫu Cult: a Vietnamese chamanism? Anthropologie et Société, Université Laval, Québec *

• 1993 De quelques usages du sel dans la culture vietnamienne, (Some usages of salt in Vietnamese culture), Collection Grand Sud N° 4, Prince of Songkhla University, Thaïland

---

[729] GS Vĩnh Thế Lâm, cựu giáo sư ĐH Vạn Hạnh và University of Saskatchewan, chuyển sang anh ngữ dưới tựa đề The Vietnamese culinary Culture, NXB Nhân Ảnh 2023

[730] GS Vĩnh Thế Lâm, chuyển sang anh ngữ dưới tựa đề Cultural Civil War Between North and South (1975-1986) In Vietnam, NXB Nhân Ảnh 2022
GS Louis Jacques Dorais, professeur émérite của ĐH Laval, Canada chuyển sang pháp ngữ dưới tựa đề Guerre civile culturelle entre le Nord et le Sud au Vietnam (1975-1986), Nhân Ảnh 2023.

[731] GS Vĩnh Thế Lâm chuyển sang anh ngữ dưới tựa đề Characterizing the Vietnamese culture, Nhân Ảnh, 2022

•1990 Le caodaïsme, Fleur de lotus et feuille d'érable, La vie religieuse des Vietnamiens du Québec, (Caodaism, Lotus flower and maple leaf, the religious life of Vietnamese of Quebec), Univertsité Laval, March 1990*

•1987 Les Vietnamiens à Québec et leurs problèmes d'intégration (The Vietnamese people in Quebec and their problems in adaptation), Centre international de recherche sur le bilinguisme, publication B-164, Canada *

•1985 The survival of the Vietnamese language in Quebec, the Vietnam forum No.6, U.S.A. *

•1974 Les marais salants de la province de Bạc Liêu, (Salt marshes of the Province of Bạc Liêu), Société des Études indochinoises, T. XLIX.

•1968 Les formations latéritiques à Bình Dương, (Clay formations in Bình Dương), Société des Études indochinoises, T. XLIII.

•1962 Une agglomération de sampans habités à Saigon, (An Agglomeration of habited sampans in Saigon), C.O.M., T.XV, Bordeaux. *

* Co-author

English-Vietnamese Bilingual E-Books

Hệ Phái Cao Đài, The Fractions of Caodaism, 278 pages.

Văn hóa Cao Đài, The Culture of Caodaism, 187 pages

Thiên Thư Tòa Thánh chú giải, A Holy Book of Caodaism, 147 pages.

Lịch sử Chi Phái Quốc Doanh (History of the government-controlled fraction), *107 pages*

To read E-books, please get into:
     daocaodai.info;
     wordpress.daocaodai-chauau.eu;
     tusachcaodai.wordpress.com;
     Lạp chúc nguyễn huy

*Đồng tác giả
Bán trên Amazon

Nhân Ảnh
2023

Liên lạc với tác giả
Lạp Chúc Nguyễn Huy 2415 Place Lafortune Ouest
ST Laurent, PQ H4M 1A7
Canada
Điện thoại: 438 386 0638
Email: nguyenhuyquebec@yahoo.ca

**Liên lạc Nhà Xuất Bản
Nhân Ảnh**
E.mail: han.le3359@gmail.com
(408) 722-5626

www.ingramcontent.com/pod-product-compliance
Lightning Source LLC
Chambersburg PA
CBHW070531010526
44118CB00012B/1103